निसटलेले

आशा बगे

मेहता पब्लिशिंग हाऊस

Please contact us at **Mehta Publishing House,** Pune 411030.
✆ +91 020-24476924 / 24460313
Email : production@mehtapublishinghouse.com
Website : www.mehtapublishinghouse.com

- *या पुस्तकातील लेखकाची मते, घटना, वर्णने ही त्या लेखकाची असून त्याच्याशी प्रकाशक सहमत असतीलच असे नाही.*

NISATLELE by ASHA BAGE

निसटलेले : आशा बगे / कथासंग्रह

© आशा बगे

Email : author@mehtapublishinghouse.com

प्रकाशक : सुनील अनिल मेहता, मेहता पब्लिशिंग हाऊस,
१९४१, सदाशिव पेठ, माडीवाले कॉलनी, पुणे – ३०.

अक्षरजुळणी : पितृछाया मुद्रणालय, ९०९, रविवार पेठ, पुणे – २.

मुखपृष्ठ : चंद्रमोहन कुलकर्णी

प्रकाशनकाल : फेब्रुवारी, १९९९ / मार्च, २००० / ऑक्टोबर, २००६ /
पुनर्मुद्रण : मे, २०१२

P Book ISBN 9788177660258
E Book ISBN 9789353170790
E Books available on : play.google.com/store/books
www.amazon.in
https://books.apple.com

प्रिय अशोक,
    तुम्हांला हे पुस्तक अर्पण करते.
    का ? या पुस्तकाचा उत्सव
    मनवायला तुम्ही आता नाही,
        म्हणून !

आशा (मॅडम)

अनुक्रमणिका

मैत्र / १
एखाद्या वेळीच / २९
हिवाळा / ४५
निर्मला / ६९
कोन ठगवा ! / ९४
घोरपड / १३३
शुद्ध / १४७

मैत्र

आज आम्ही खूप दिवसांनी सेकंड शोला गेलो. मी, भास्कर, निखिल आणि मनू. आम्ही चौघे. उदयन नाहीच म्हणाला, आम्ही तेवढा आग्रहही करू शकलो नाही. आम्हाला जावेसे वाटत होते, ते काही सिनेमा खूप चांगला होता म्हणून नाही, तर मधुराच्या तशा मरणातून आता आम्हालाच थोडे दूर जायला हवे होते म्हणून. जरा बदल हवा होता म्हणून; पण उदयनने मात्र साफ नकार दिला. मधुरा त्याची बायकोच होती; पण आमचीही ती कोणीतरी होतीच ना ! आमचा सहा जणांचा ग्रुप रुजनूही आता किती तरी वर्षे झाली होती. आमची मुले लहान होती तेव्हापासून आम्ही एकत्र होतो; पण आम्हालाही आज वाटले, बस्स झाले. मधुरा गेली; पण आम्ही आहोत आणि आम्हाला राहायचे आहे लक्ष वेधून घेण्याइतपत सिनेमा बरा होताही; पण आम्ही त्याची नेहमीसारखी चिरफाड नाही केली. कारण ते काम नेहमी मधुराच करायची. ती काही काही लिहायची. कथा, लेख, कविता आणि प्रत्येक सिनेमा, नाटक तिने कसे लिहिले असते हेच बघायची. आम्हाला जे आवडलेले असे, ते तिला आवडायचे नाही. आम्ही ज्याला सडकून झोडपत होतो तेच ती उचलून धरायची. सिनेमाही ती अतिशय मन लावून पाहायची. मधून मधून तिचे आत्मगत हुंकार, उद्‌गार चालायचे. जवळची माणसे तक्रार करायची; पण एकूण त्याने त्या फडतूस सिनेमालाही जिवंतपणा यायचा. एरवी आम्ही कुणीच तिचे लेखन मात्र कधीच गंभीरपणे घेतले नाही. ते अत्यंत सुमारच असायचे. नेहमीच्या सिनेमासारखे.

परतताना अभावितपणे नजर वर गेली. मधुराच्या फ्लॅटमध्ये अजून दिवा होता. उदयन अजून जागा असावा. मी भास्करला म्हटले,

''मधुराकडे अजून दिवा दिसतो. बघून यायचे ? उदयन जागा दिसतो.''

मधुरा आता नव्हती. ती जाऊन पूर्ण तीन महिने सात दिवस झाले होते. तरी पण आमच्या तोंडातून अजूनही मधुराचे घर हाच उल्लेख येत होता. कारण ते घर

खरेच तिचेच होते. तिने मांडले-सजवलेले. त्या घरावर सतत तिचीच मुद्रा उमटलेली होती.

"नको" भास्कर म्हणाला; पण मी आणि मनूने आग्रह केला. मग नाईलाजाने भास्करने गाडी जरा बाजूला उभी केली. थंडी खूप होती. गार वारे झोंबत होते. चौथ्या मजल्यापर्यंत चढायचे होते. चढतांना दम लागत होता. मधुराला कितीदा म्हटले चौथ्या मजल्यावरचे घर नको; पण तिला तेच आवडायचे. खालच्या मजल्यावर नकोच म्हणायची.

"ही वेळ आहे का चार जिने चढायची !" निखिलने कुरकूर केली. मधुराच्या घराचे दार नुसते टेकलेले होते. धक्का देताच उघडले. हे जाणवले. मधुरा दार नेहमी बंद करून घ्यायची. दुपारच्या वेळी ती एकटी घरी असायची. आम्ही सगळे नोकरीवाले होतो. ती घरीच असायची आणि लिहायची. दार आतून बंद करून. पण तिच्याकडे केव्हाही गेले आणि ती घरात असली तर दार आतून बंदच असायचे.

आम्हाला चौघांना या वेळी पाहून उदयनला आश्चर्य वाटलं. "सिनेमा आवडलेला दिसत नाही." उदयन म्हणाला. त्याने मधुराच्या रफ लेखनाच्या कागदांचा खूप पसारा केला होता कोचावर आणि तो तिथेच बसला होता. सिगरेटची थोटके पडली होती. मधुराचे घर त्याने पार विस्कटून ठेवले होते.

"का ? बरा होता." निखिलने सांगितले,

"नाही. नंतरचं पोस्टमॉर्टेम सोडून इकडे आलात म्हणून म्हटलं." उदयन म्हणाला.

"मधुराच नाही, तेव्हा ते कोण करणार होतं ?" मनू बोलून गेली. आम्ही सगळे स्तब्धच होऊन गेलो. मग जराशाने उदयन म्हणाला, "कॉफी चालेल ना अर्धा अर्धा कप ?" भास्कर तर कॉफीच्या तयारीने बसलाच. निखिल म्हणाला, "आलं असेल तर..." आणि थांबला. आलेबिले टाकणे हे सगळे मधुराचे डिपार्टमेंट. अशी थंडी खूप वाजत असताना मधुराच्या हातची कॉफी म्हणजे ब्रह्म वाटायचे.

उदयन आत कॉफी करायला गेला, तर मीही मागे जाऊ लागले, तो कॉफी ठेवत होता, तर मी म्हणाले, "मी करते. तू बस बाहेर."

"तुला काही सापडणार नाही विभा. मधुराच्या जागा मी खूप अस्ताव्यस्त करून टाकल्यात."

तिचे चकचकीत स्वयंपाकघर कसे होऊन गेले होते ! फ्रीजवर कसला काळसर रंग चढलेला होता. फुलदानात फुलेच नव्हती आणि जुने पाणीही फेकले नव्हते. तिथून मधुराची खोली दिसत होती. लिहायची खोली. इथे मधुरा दुपारी बारा ते चार लिहायची. काय ते आम्ही स्थानिक पेपरमध्ये छापून आल्यावरही कधी वाचले नाही. तिची काही पुस्तके निघालीत, तरी वाचली नाहीत. तिनेही ती

आम्हाला कधी दिली नाहीत. आम्ही आमच्या नोकऱ्या करीत होतो, तशी ती लिहीत होती. आमची कामाची वेळ आणि तिची लिहिण्याची वेळ एक होती. आमच्या कामाच्या स्वरूपात तिला रस नव्हता. तिच्या लिहिण्यात आम्हाला नव्हता. त्याने आमच्या सहा जणांच्या मैत्रीला कुठेच बाध आला नव्हता. तिच्या लेखनाने तिला पैसा मिळत होता की नाही हेही आम्हाला माहीत नव्हते. तिची कात्रणे घेऊन गावातल्या एका प्रकाशकांकडे चकरा करायची. तोही बिचारा मधुराच्या लेखनासारखाच सुमार, सामान्य होता. तिच्या लिहिण्याचा विषय ती आणि उदयन हजर नसले, तर टिंगलीनेच निघायचा. तीही तो उल्लेख करत नव्हती. आपले एखादे व्यंग असलेले मूल असले, की आपण त्याचा उल्लेख चारचौघात करायचे टाळतो; पण त्याच्यावर प्रेम मात्र करतो. तसेच मधुराला तिचे लेखन होते. आज तिच्या लेखनाच्या खोलीत पलंगावर, टेबलावर अस्ताव्यस्त कागदांचे ढीग पसरले होते.

''हे काय उदयन ?'' मी विचारले. कॉफीत साखर टाकून डबा तसाच उघडा ठेवून उदयन म्हणाला,

''मधुराच्या आत्महत्येचं कारण शोधतो आहे. म्हटलं, तिच्या या रफ कागदातून सापडेल तर पहावं. सगळंच लिखाण ती काही त्या प्रकाशकाकडे पाठवत नसावी.'' मी उदयनकडे पाहिले. तो कॉफी गाळत होता. मग्ज कसे तरी होते. कानाला किटण होते. पाणी प्यायला गेले तर ड्रममध्यला पाण्यात चक्क छोट्या अळ्या होत्या.

''तू रात्रीचं जागून उदयन... ''

''सकाळी वेळ नसतो विभा. ऑफिस असतं.'' तो म्हणाला. ब्रेड, बिस्किटे काढू लागला.

''हे नको काही.''

''मी घेतो. मी जेवलोच नाही.''

''हे बरं नाही उदयन'' मी म्हणाले. तो हसला फक्त.

''समीरचा फोन आला या आठवड्यात'?''

''हो'' तो म्हणाला. समीर पवईला शिकत होता. कॉफीचा ट्रे त्याने उचलला. तेव्हा मला म्हणाला-

''विभा मी आता बोललो ते आपल्या दोघांतच असू दे.''

मी बोलले नाही. हो नाही काहीच नाही.

''मधुरानं तसं का केलं, हे मलाच समजून घ्यायचं आहे. नेमकं कारण मी फक्त माझ्या बाजूनं बघतो. तुमच्या सर्वांच्या दृष्टीनं हे सगळं संपलं आहे. समीरही आता विसरतो आहे. तेव्हा उगाच सगळ्यांना बोलू नको. तुलाही नसतोच बोललो

तर बरं होतं...'' तो म्हणाला आणि कॉफी घेऊन गेला. मी त्याने केलेला पसारा थोडा आवरून मुद्दाम थोड्या वेळाने गेले.

''आलं नाही बुवा सापडलं.'' तो म्हणाला. सर्व जेवून आले होते. तरी सर्वांनीच ब्रेडचा, बिस्किटांचा फडशा पडला. कॉफीचे मग्ज उचलून मनूने विसळून ठेवले. मधुराच्या देखण्या हॉलचीही वाट लागली होती. ते पाहवेना. असे हे आमचे घर होते तर काही बिघडत नव्हते. आम्ही घराच्या या बाजूला असोशीने कधी जपलेच नव्हते. पण ते मधुराचे झाले होते. मी बाहेर गॅलरीत गेले. गार वाऱ्याचा सपकारा नाकावर बसला. वरून खालचा निर्मनुष्य रस्ता रस्त्यावरच्या लाईटच्या पिवळ्या उजेडात कसातरी वाटला. तीन महिन्यांपूर्वी मधुरानं इथून खाली रस्त्यावर उडी मारली. तेव्हा उदयन आत गाढ झोपला होता आणि हा पिवळा बल्बही फुटलेला होता. समोरचे आंब्याचे झाड नुसते बघत होते. पाऊस पडत होता. आणि त्या ओल्या रस्त्यावर मधुरा पालथी पडून होती. कुठे रक्ताचा ओघळ नाही. जखम नाही. हात, पाय तुटणे नाही. डोक्यात काही अंतर्गत रक्तस्राव झाला म्हणाले डॉक्टर. बस्स. सकाळी पेपरवाल्याच्या प्रथम लक्षात आले. डॉक्टरने वेळ नोंदविली तीन-साडेतीन. त्यापूर्वी दोनदा मधुरा माझ्याकडे आकाशवाणीवर आली. ती अशी कधी येत नसे. ती अस्वस्थ होती. अशी अस्वस्थ तर होतच असेल, पण ते असे येऊन सांगणे हे प्रथमच असेल. एकमेकांच्या खासगी, तळातल्या, हृदयातल्या गोष्टी आम्ही बोलाव्यात अशी मैत्री नव्हती किंवा ती बोलण्याची वेळ नव्हती आली. पण मधुरा असे बोलून दाखवायला माझ्याकडे येण्याची तर ती नक्कीच पहिलीच वेळ असावी. ती मनूकडे न जाता माझ्याकडे यावी, याचेही मला काही कारण सापडले नाही. आता वाटते तो निव्वळ एक योगायोग होता. ज्या योगायोगाने उदयन माझ्याजवळ बोलून गेला तो !

मधुरा मला म्हणाली होती, ''आजकाल घरात मन नाही रमत गं ! वाटतं किती वर्षं आपण तेच ते करतोय. काही वेगळं करायला हवं.'' हे बोलायला हिने इथे आकाशवाणीवर माझ्याकडे यावे ?

''आम्हीही तर तेच ते करतो. कुठं वेगळं काही करतो ?'' मी म्हणाले.

''पण तुमचं वेगळं आहे. तुम्हाला नेहमी वेगवेगळी माणसं भेटतात. माझं म्हणजे मी, उदयन, समीर, तुम्ही लोक आणि माझा प्रकाशक पट्टलवार... बस्स.''

''का पण ? तू लिहितेस. तेव्हाही तुला वेगळी माणसं भेटत असतीलच नं ?''

''कुणास ठाऊक विभा.''

त्या आठवणींनी शहारा उमटला. थंडी वाजली. दोन्ही हात मी छातीशी लपेटून घेतले.

''थंडी वाजते ?'' उदयननं विचारलं. ''हं'' तो आत गेला. मधुराची शाल

त्याने माझ्या अंगावर टाकली. ती लोकरीची शाल माझ्या परिचयाची होती. माझ्याकरता फिकट क्रीम रंगाची मनूकरता पोपटी हिरवी आणि ही स्वत:करता पिवळी शाल तिने विणली होती. हा रंग पिवळा धमक होता. तो मला कधी नाही आवडला. मला फिके आवडते. भडक, बटबटीत नको वाटते. एकात एक मिसळलेले रंगही फिके असले, तर चालतात.

"याची गरज नाही उदयन."

"असू दे. परत नाही केली तरी चालेल."

मी शालीची दोन्ही टोके ओढून अंगाभोवती घेतली.

"तेव्हा पाऊस होता नाही" तो म्हणाला.

"हो" तेव्हा म्हणजे केव्हा हे मलाही कळाले.

"आज मी ऑफिसमधून लवकर आलो" तो म्हणाला. तो आर्किटेक्ट होता. एका चांगल्या कंपनीत होता. त्याचा जॉब त्याच्या आवडीचा होता. त्यात त्याचे मन चांगले रमले होते आणि इतक्यात तो सारखा मधूनमधून लवकर येत होता. चाटा मारत होता.

"काय केलं असेल मी लवकर येऊन." त्याने लहान मुलासारखे मला विचारले.

"काय ?"

"मधुराच्या जुन्या डायऱ्या वाचल्या. पत्रव्यवहार पाहिला."

"मग ?"

"मग काय; काही सापडले नाही. तिने साधी चिठ्ठीही लिहून ठेवली असली तरी चालले असते, असे लिहून ठेवतात ना !"

मी त्याच्याकडे पाहिले. मला ते बोलणे थोडे विसंगत वाटले. पण विसंगत काय ते कळेना. "ती तुलाच मनूपेक्षा जास्त जवळची होती न विभा ! तू मला मदत केली पाहिजे" तो म्हणाला. त्याच्या या बोलण्याने आमच्या ग्रुपमध्ये आमच्या दोघांत आणि पुन्हा मधुरा आणि माझ्यात जास्त जवळीक निर्माण झाल्याचे मला वाटले. मघा तो फक्त बोलून गेला होता. आता मुद्दाम बोलत होता. मी आणि तो गॅलरीत अगदी जवळजवळ उभे होतो. माझ्या हातावर त्याचा हात पडला होता. त्याचा जलद श्वास मला निकट जाणवला. वरून थंडी सांडत होती. मधुराची शाल मी अंगाभोवती घट्ट लपेटली होती.

चल म्हणून सांगायला भास्कर आला आणि न बोलता खाली उतरला. नंतर निखिल, मनू आणि शेवटी मी, जिन्याच्या एका वळणावरून उतरलो. उदयन वरच्या पायरीवर उभा होता.

निखिल मनूला सोडून घरी येईतो भास्कर अवाक्षर बोलला नाही. गाडीही खूप

वेगात घेतली. मी आपली 'हळू, हळू' म्हणत होते. घरी आलो, तो सपन अभ्यास करतच होता. "सपनचं बारावीचं वर्ष असताना आपण असं सिनेमाला जायलाच नको" भास्कर रागारागातच म्हणाला. तो असा अचानक का रागाला आला, हे मला कळलेच नाही. कपडे बदलून दिवा मालवताना भास्कर म्हणाला,

"रात्रीचं उदयनकडे जाण्याचं कशाला काढलंस ! आता उद्या उठायला उशीर." मी बोलले नाही.

"उदयन काय म्हणत होता ?" त्याने विचारले. काही तर नाही."

"अरे एवढा वेळ थंडीत बोलत उभे होता ! काहीच कसं नाही !" तो म्हणाला. तेही चिडूनच. ते मला काही आवडले नाही. ते दोघांतच ठेवायचे मला उदयनने बजावले तरी सांगून टाकले.

"मधुराच्या डायऱ्या बघत होता तो."

तिनं का केली अशी...,

"डायरीत नोंदी करून काही कोणी आत्महत्या नाही करत !" भास्करचे म्हणणे इतके बटबटीत होते, की वाटले उदयन म्हणतो तसे खरेच या गोष्टीचा कोणाजवळ उच्चारच नको ! ते दोघांत असू द्यावे. घ्यायचा तर दोघांनीच त्या कारणांचा शोध घ्यावा.

रात्री मी खूप उशिराने झोपले असेन. नऊ वाजता मला जाग आली. भास्कर साईटवर जाण्याच्या तयारीत होता. सपन क्लासला निघून गेला होता.

"बरं झालं, तू उठलीस ! मी आता उठवणारच होतो" भास्कर म्हणाला.

"विचारा-विचारानं झोपच उडाली."

"आता विचार करायचा कशाला ? केला इतके दिवस. पुन्हा पुन्हा तेच ते काय विभा..." तो म्हणाला. तो अतिशय कोरडेपणाने म्हणत होता. मी त्याच्याकडे पाहिले. तो कॉन्टॅक्टर होता. घर बांधायचा. मोठे नाव कमावले होते त्याने त्याच्या व्यवसायात. एक काम पूर्ण होत होते. शेवटला हात सुरू असताना एकाबाजूची भिंत कोसळली. कामावर असलेली दोन माणसे गेली. ते केवढे मनाला लावून घेतले होते तेव्हा याने ! वर्षभर ! "माझ्यामुळे त्या माणसांचं... " तो सारखे म्हणत होता आणि आता ?

निघताना भास्करने सांगितले, की उदयनचा तीनदा फोन येऊन गेला. तो तसे सांगताना मला स्पष्ट दिसलेच, की ते त्याला आवडलेले नव्हते.

"उठवायचं होतंस"

"मला अर्जंट वाटलं नाही. म्हणजे झोपलेली उठवण्याइतकं...."

तो गेला. मी आता माझे आवरायला लागले तर पुन्हा उदयनचा फोन."

"उठलीस का ?"

"हो."

"काय ! रात्री जागरण का ?"

"जागले नाही. पण झोप येत नव्हती."

"मला मात्र चांगली झोप लागली. पुष्कळ दिवसांनंतर. काल तुला सांगून टाकलं. तू माझ्याबरोबर आहेस. यानंच निश्चित वाटलं."

मी एक दीर्घ श्वास घेतला. तोही त्याला कळला.

"का गं ?"

"काही नाही"

काही नाही हे लगेच त्याला पटलेही.

"फोन कशाला केला होतास ! ऑफिसला जात नाही ?"

"हो जातो नं. तुला फोन करायलाच थांबलो होतो. विभा पंधरा सप्टेंबरच्या पानावर काही नोंदी सापडल्या अचानक. त्यात तुझा उल्लेख आहे."

"काय ? कशाबद्दल ?"

"तू घरी ये मग सांगतो."

"उद्या येईन आज दोनपासून ड्युटी" "उद्या फार उशीर होईल. आता ये." त्याच्या म्हणण्यात नुसता आग्रहच नव्हता, तर एक हट्ट होता. "आता नाही जमायचं उदयन."

"प्लीज" तो काकुळतीला आला. "मी उद्या येते. आता शक्यच नाही." "असं कसं शक्य नाही ? मी एवढे म्हणतो आहे तर." तो आता नुसताच हट्ट नव्हता राहिला. मला उदयनची थोडी भीती वाटली आणि मी ठरवूनच टाकले, की आता जायचे नाही.

"आणि मी तेव्हाच येईन जर तू ऑफिसला गेला असशील तर."

"तू आता येऊन गेलीस तर मला निश्चित वाटेल." मी फोन ठेवून दिला. पुन्हा वाजला तर ? रिसीव्हर काढूनच ठेवला.

रात्री सपन क्लासहून आल्यावर मी आणि भास्कर उदयनकडे गेलो. भास्करला तर ते जाणेच पटले नव्हते. गेलो तर प्रथम आपण घुश्शात आहोत, हे उदयनने मला दाखवून दिले. मी सकाळी न आल्याचा घुस्सा. तो माझ्याकडे पूर्ण दुर्लक्ष करून भास्करशीच बोलत राहिला. दोघांची काम एकमेकांना पूरक होती. त्यांच्याबद्दलच ते बोलत राहिले. मला जरा राग आला. एवढी मी माझा वेळ खर्च करून दिवसभराची थकली भागलेली. याचे चार जिने चढले, ते याने बोलू नये म्हणून ? मग मीही विषय काढला नाही.

"आज दूध संपलं बुवा. कॉफी नाही होऊ शकत," तो म्हणाला

"इथे काही मी कॉफी प्यायला आले नव्हते"

"चल निघू" मी भास्करला म्हणाले. मग त्याच्याच काही लक्षात आले.

"अग पण तुम्ही बोललात का ? तू उदयनशी काही काम आहे म्हणत होतीस," त्यानेच आठवण दिली.

"त्याचं काम झालं असेल," मीही रागावूनच म्हणाले. भास्करने आमच्याकडे आश्चर्याने पाहिले. इथे उदयनचा चेहरा थोडा बदलला. तो उठला आता भास्कर इथे नाहीच, असे भासवून फक्त मला त्याने एक कागद दिला.

"यावर तर तुझी अक्षरं आहेत"

मी उदयनला म्हणाले.

"मधुराच्या डायरीतल्या या नोंदी आहेत. एक पंधरा सप्टेंबरची. त्याआधीच्या काही आहेत. पण पंधरा सप्टेंबरची महत्त्वाची, कारण त्यानंतर दहाच दिवसांनी मधुरानं..." तो थांबला. मधुराची तारीख पंचवीस सप्टेंबर होती. मी उदयनकडून तो कागद घेतला. अजून माझा राग होताच आणि तोही त्याचा राग विसरलेला नव्हता. पंधरा सप्टेंबर ही तारीख घालून त्यापुढे उदयनने मधुरानं लिहलेली ओळ स्वत:च्या अक्षरात लिहिलेली.

"विभाला हे उगीचच सांगितलं का ?" मला काय उगीचच सांगितले तिने, पंधरा सप्टेंबरच्या आसपास ! मला आठवेना. ताण देऊनही स्मरेना. नंतर त्याआधीच्या वेगवेगळ्या तारखांवर तशाच नोंदी मधुराच्याच. पण आता उदयनच्या अक्षरातल्या उतरवलेल्या.

...समीर इथे असता तर हे असे नसते झाले-...

...आज मला माझीच भीती वाटते...

"यापुढे मला एकही ओळ लिहिता येईल असे वाटत नाही."

तो कागद मला देऊन उदयनने माझ्याकडे पाहिले. आता त्याची सकाळची अजीजी हट्ट नव्हता. उलट मी या सगळ्यांची संगती लावलीच पाहिजे, असाच एक विचित्र भाव दिसला. त्यात त्याचा माझ्यावरला अधिकारच दिसला. मला त्या ओळी मग एकदम दिसल्याच नाहीत. या सगळ्या कवडशातून गाळूनच त्या माझ्यापर्यंत पोहोचू शकल्या. त्या एकेकट्या ओळी काही सांगू पाहत होत्या, पण शेवटी त्यांचा संदर्भच महत्त्वाचा होता. त्या संदर्भानेच या चार ओळींना एकत्र जोडले असते.

"नुसत्या त्या कागदाच्या तुकड्यावरून काय समजेल ? मला डायरी दाखव."

"मी डायरीतून उतरवून घेतल्या आहेत. त्या त्या तारखांवर एकेकच ओळ आहे."

"मला डायरी बघावी लागेल, पण..." मी शांतपणे म्हणाले.

"तिची डायरी पर्सनल आहे. ती कशी देऊ ? कुणाची डायरी..."

“मधुरा म्हणजे काही कुणी नाही. तुला तिची डायरी वाचायचा जेवढा हक्क पोचतो, तेवढाच मलाही...” मी म्हणाले. तो उठला त्याने ती डायरी आणली. समोर केली नाही. ते ते पान उघडून माझ्या पुढे ठेवले. मला स्वत:ला कष्टाने आवरावे लागत होते. पण पहिले पंधरा सप्टेंबरचे पान बघताच मला लक्षात आले, ही डायरी मागच्या वर्षाची आहे. या सप्टेंबरच्या तारखांशी त्या नोंदीचा संबंध जोडायला ही पूर्ण डायरी वाचावी लागेल. म्हणजे मधुरा मागच्या वर्षीपासूनच, की त्याही आधीपासून काही ओझं वागवत होती ? तिने मला काय सांगितले होते ! मागच्या वर्षी पंधरा सप्टेंबरला किंवा त्याही आधी, की जे सांगायला नको असे तिला नंतर वाटले !

“काही लागतो का क्ल्यू ?” उदयनने विचारले. मी डायरी त्याला परत देत म्हणाले. “ही डायरी मागील वर्षाची आहे. तू मला ही वाचायला दिली, तर मला काही सांगता येऊ शकेल...”

इथे उदयनचा चेहराच बदलला. पूर्णपणे पराभूत. असहाय असा. आणि माझ्यावरचा रागही संपला इतका तो खचलाच. त्याची ही अवस्था मी अपेक्षिली नव्हती. त्या चार ओळींतून मला काही ठोस असे एकदम सापडेलच, अशी त्याला खात्री असण्याचेही काही कारण नव्हतेच ! या नोंदी मागच्या वर्षीच्याही असल्या तरी काय ! शेवटी सगळे तुटके कपटे असतात. आपणच ते एकत्र करतो. कदाचित या नोंदीचा उगम याही आधीचा असू शकेल. डायऱ्या बघायला सुरुवातच करतानाच उदयनला हे कळायला हवे होते ! मग ते त्याला का नव्हते कळत ? मला हे विचित्रच वाटले. त्याने काही मला ती डायरी दिली नाही. मीही आग्रह केला नाही.

रात्री उदयनचा फोन ! पावणेअकराला सपन अभ्यास करत होता. त्याने घेतला. मी भास्कर टी. व्ही. बघत झोपण्याच्या तयारीत होतो. सपनने सांगितले तर भास्कर उठायला लागला.

“आईलाच दे म्हणाले” सपन म्हणाला. भास्करने खांदे उडवून टीव्ही बंद केला.

“विभा मघा भास्कर होता म्हणून नसशील सांगितलं. पण आता सांग. मधुरानं तुला काय सांगितलं ?”

“काही नाही.”

“भास्कर जवळ उभा आहे का ?”

“तो जवळ असल्या नसल्याशी संबंध नाही. तिनं तिच्या दृष्टीनं काही सांगितलं असेल तरी ते मला आठवत नाही.”

“विभा हे खूप इनह्युमन आहे, असं तुला नाही वाटतं ?”

"काय ?"

"हेच मधुरानं तुला विश्वासानं काही सांगावं आणि तू ते चक्क विसरून जावं !"

"उदयन या दोन-चार ओळींना काही अर्थ नाही !"

"अर्थ नाही ?" तो चिडत चालला.

"अर्थ आहे, पण काही सुसूत्र कळावं इतकं त्या ओळींत काही मला तरी नाही दिसलं. मला डायरीच वाचून पाहावी लागेल. ही, यापूर्वीची आणि या वर्षीचीही..."

"म्हणजे तू आता डायरीकरता अडून बसली आहेस !"

"अडून ? काय म्हणतोस उदयन !"

"ती इतक्यात झोपेच्या गोळ्या घेत होती." त्याने सांगितले.

"बोलली होती," मी म्हणाले, "ती सायकिॲट्रिस्टकडेही जाऊन आली होती. हे तुला माहीत होतं ?"

"हो ते मी सुचवलं होतं. ती तुझ्याबरोबरच जाणार होती. म्हणून मी सोबत गेले नाही."

"ती एकटीच जाऊन आली होती. हे..."

"तिनं मला सांगितलं होतं आणि उदयन यापूर्वीच आपलं हे सगळं बोलून झालेलं नाही का ? तू आता यातून बाहेर पडून पहा !"

"मला ते जमणार नाही." त्याने फोन ठेवून दिला. मी झोपायला आले.

"आता काय नवीन ?" भास्करने विचारले.

"नवीन कसलं ! तेच ते सगळं" मी पुटपुटले.

"तिने मला काय सांगितलं, हे मला अजिबातच आठवेना. कसलीही लिंक जुळेना. ती वर्षामागं एकदा आकाशवाणीवर माझ्याकडे आली होती. ते आठवलं. ती कसलंसं स्क्रिप्ट घेऊन आली होती. श्रुतिकेचं. ते आकाशवाणीकडून तिला वापस केलं गेलं होतं. ते घेऊन ती आली होती. या कारणासाठी घरी न येता तिनं ऑफिसमधेच येणं पसंत केलं होतं. तिचं ते परत आलेले स्क्रिप्ट माझ्यापुढे ठेवत म्हणाली, "हे परत आले. मला नेहमी काही वाटत नाही, पण यावेळी फील झालं."

मी बोलले नाही.

"तू बघतेस का काही प्रयत्न करून !"

"परत येण्यापूर्वी काही करता आलं असतं आता म्हणजे... " मी गुळमुळीतपणे शक्यतो तिला न दुखवता म्हणाले.

"म्हणजे तुझ्यामार्फतच पाठवायला हवं होतं का ?"

इथे मी सावध झाले.

"नाही ते मुळातच चांगलं नसेल..."

''पण विभा किती तरी रद्दी असतं नं ! तुम्ही प्रसारित करता ते सगळंच चांगलं थोडंच असतं. मग हेही...''

मला एकदम सुचलं नाही. मग मी काही तरी जुळवलं मी विचारपूर्वक म्हणाले,

''मधुरा तू माझी मैत्रिण आहेस. तुझं चांगलं तेच इथे आलं पाहिजे. उद्या कुणी म्हणायला नको, की मैत्रीमुळे...'' मी बोलता बोलता थांबले. मुळात तिला का लिहावेसे वाटत होते ? कुठल्या ऊर्मीने ? इतके सुमार लिहण्याच्या कुठल्या प्रेरणा असू शकतात ! तिने दुसरे काही का नाही निवडले स्वत:करता ! आमच्यासारखी दुपारची कुठे नोकरीही केली तरी चालली असती. मी सांगितलेले तिला पटले- एकदम लहान मुले अशी समजून जातात ! तशीच ती समजली.

पंधरा-वीस दिवसांनी उदयन आला घरी. माझी सकाळची ड्युटी करून झाली होती. संध्याकाळ मोकळी होती. आज सपनचा वाढदिवस होता. आम्ही बाहेर जेवायला जायचे ठरवत होतो. तो उदयन आला. पूर्वी मुलांचे वाढदिवस आम्ही सहा जण एकत्रच मनवत होतो. आम्ही आणि मुले. आता समीर पवईला गेला. सपनची बारावी. मनूची मेघा, स्वाती त्यांचे तर वाढदिवस त्या त्यांच्या ग्रुपमध्येच करतात. तेव्हापासून एकेकटे बाहेर जाणे सुरू झाले. उदयन आला... सपन क्लासला जात होता. त्याला विचारले, ''बाबा आहेत ?''

''हो.'' त्याने सांगितले. उदयन आत आला. मी समोर होते तरी तो माझ्याकडे आला नाही. हे दाखवण्याकरता म्हणाला,

''आहे भास्कर ?'' हे विचारतानाही त्याने माझ्याकडे पाहिले नाही.

''हो'' मी म्हणाले आणि आत गेले. नाही याला बोलायचे तर कशाला.

''आम्ही आज बाहेर जेवायला जात आहोत. चलतोस ?'' भास्करने विचारले. तो एकदम ''चलतो'' म्हणाला. तो हो म्हणणारच नाही या खात्रीनेच विचारलेले होते. त्यामुळे भास्कर गोंधळला. त्याला उदयन चलायला नकोच होते. मी आतून खायचे घेऊन आले.''

''काही विशेष आज ?''

''हो, आज सपनचा वाढदिवस,''

मी सांगितले.

''मग नाही येत, तो एकदम म्हणाला. आधीचे येतो म्हणणे आणि नंतरचे एकदम नाही. म्हणणे काहीच मला सुसंगत वाटले नाही. त्याने बशीला हात लावलाच नाही.

''घे न'' भास्करने म्हटले.

पण तो म्हणाला, ''काही नको. मी प्रेझेंट नाही आणले.''

भास्कर मोठ्याने हसला. उदयनचे बोलणे सुसंगत नव्हतेच. पण भास्करचे हसणेही मला विसंगत वाटले. आवडले नाही. उदयन थोडा वेळ बसला. विशेष बोललाच नाही. तो विषय तर अजिबात नाहीच. टीव्ही उगाचच सुरू होता. तो मीच बंद करून टाकल्यावर तो उठला आणि जातो म्हणाला. माझ्याशी काही न बोलता त्याचे ते जाणे... मला बरे वाटले नाही. मी त्याच्याबरोबर गेले. मी मागे येते आहे, ते त्याला बरे वाटले. तो फाटकाशी थांबला.

"कसा आहेस ?" मी विचारले.

"ठीकच म्हणायचं" तो म्हणाला.

आणि निघून गेला. पायीच... इतके काही घरजवळ नव्हते. थंडीचे त्याने काही घातलेही नव्हते. तो शांतपणे जात होता. कुठलीच दिशा नसताना पावलांना जसा वेग नसतो तशी त्याची पावले पडत होती. मला पोटात तुटल्यासारखे झाले. आमच्या ग्रुपमधून तो हळूहळू निसटत जात होता हे कळलेच.

पुष्कळ दिवसांनी मनू, निखिल आले. आल्या आल्या मनू म्हणाली, "या उदयननं नाकात दम आणून सोडला."

"का ? काय झालं ?" मी विचारले.

"आजकाल संध्याकाळचं आमचं घर धरून ठेवलं आहे. अग मी शाळेतून येते. जरा हुशहाश करते तर हा हजर ! आजकाल निखिलला वेळ होतो यायला ! तो येईतो हा आपला बसून असतो. बुद्धिबळाचा डाव एकटाच मांडून, जेवायच्या वेळेस जेवतो का, म्हटलं की लगेच हो म्हणतो. पानावर बसतो. मग निखिलचीसुद्धा वाट बघत नाही. मी आता ठरवलं, की विचारायचंच नाही. चहा द्यायचा. कटवायचं बस्स."

"तेच बरं," भास्कर म्हणाला.

"मधुरा असताना आपण त्याच्याकडे किती खाल्लं आहे मनू." त्याच्यावर वेळ आली म्हणून !"

"ते ठीक गं ! पण आपल्याला काय आपले संसार नाहीत !"

"तो तुमच्या संसारातलं कुठलं काय मागतो पण !" मी म्हणाले.

"नाही मनू म्हणते ते बरोबर आहे."

निखिल म्हणाला, "तो असा तासंतास नुसता बसून राहिला, की आपणच अस्वस्थ होतो. मी तर त्याला साफ सांगायचं ठरवलं आहे..."

"तुझ्याशी त्याचं का बिनसलं !" मनूनं मला विचारलं. "बिनसलं नाही ?" मी जोरात म्हणाले. "तू आवाज चढवलास म्हणजे काही तरी घडलं आहेच." मी बोलले नाही.

"मला वाटतं मधुराची कारणं वेगळीच असतील. त्याशिवाय उदयन इतका अपसेट नाही व्हायचा. ती त्या प्रकाशकाकडे जायची. पट्टलवार की कोण तो ! तो

मला बरा माणूस नाही वाटला. मी एकदा गेलो होते मधुराकडे, तर तो होता आणि दार बंद...''

''मधुरा दार नेहमीच बंद ठेवायची. ती तिची सवय होती,'' मी म्हणाले.

मधुराला त्या माणसानं बरीच पत्रं लिहिली होती म्हणे !''

''हे कोणी सांगितलं ?'' मी म्हणाले

''असंच कानावर आलं.''

''पत्रं वेगळ्या संदर्भात असतील. असू शकतात.'' मी म्हणाले.

''आज मधुरा नाही म्हणून आपण हे बोलतो. तिचं आयुष्य म्हणजे काही तिचं लेखन नाही. ती नसताना चघळायला. एवढं समोरचं मागचं आयुष्य बाजूला सारून माणूस ते संपवतो ते उगीचच का ? त्याची कारणं काही इतकी बटबटीत नसतील राहात...''

दहाबारा दिवसांनी उदयनची भेट झाली तीही रस्त्यात. मी तीन वाजता आकाशवाणीवरून येत होते. तो समोरून. मी लूनावर तो पायी. त्याच्या हातात कसलेसे बाड होते. ते चांगले बांधलेही नव्हते त्यामुळे त्यातले कागद खाली पडत होता. उदयन ते उचलत होता. त्याचे माझ्याकडे लक्ष नव्हते. माझ्याकडेच काय, समोरून येणाऱ्या कुठल्याही वाहनाकडे त्याचे लक्ष नव्हते आणि चांगला रस्त्याच्या मधून चालत होता. मी त्याच्या अगदी जवळ लूना थांबवली. दोनदा हाक मारली, तेव्हा त्याचे लक्ष गेले.

''अरे !'' तो म्हणाला. तो त्याचा फक्त शब्दच ओठावर आलेला. त्यामागची कुठलीही भावना डोळ्यांत नव्हती. मी अचानक भेटले, त्याचा विस्मय किंवा काहीही. खूप साध्या साध्या शब्दांच्या उच्चारात असे काही काही असतेच; पण त्याचा तो 'अरे' अतिशय कोरडा होता.

''कुठं चाललास ?''

''चाललो नाही. आलो.'' कुठून आलो ते सांगितले नाही.

''आज ऑफिसला नाही गेलास ?''

''हो. थोडं काम होतं. मधुराचं लेखन त्या तिच्या प्रकाशकाकडे पडून होतं. ते घेऊन आलो.''

''का ? ते प्रसिद्ध नाही करत ते ?''

यावर उदयनचा चेहरा पडला. इतका पडला, की मलाच माझे विचारणे अपराधी वाटले.

''या रविवारी ये नं. किती दिवसांत नाही आलास. जेवायलाच ये संध्याकाळी.'' मी विषय बदलून पाहिला.

''संध्याकाळी नाही. काम असतं.''

“मग सकाळी !”

“तू किचनमध्ये राहशील. भास्करशी काय बोलायचं ? तो बोलतही नाही.”

“मी स्वयंपाक करून ठेवीन.”

“बघू. जेवायचंच काय ?” तो म्हणाला.

रविवारी मी सकाळी लवकर उठले. स्वयंपाक केला. कुणी जेवायला येते तसा नाही, तर साधा अगदी साधाच; पण वेगळा. मसाल्याची मुगाची खिचडी. चिंचेचे सार. कोबीचा रस्सा बस्स ! उदयनला फोन केला. रविवारची आठवण दिली. तो तर साफ विसरून गेला होता.

“जेवायला नाही जमणार.” तो म्हणाला.

“मी स्वयंपाक करून ठेवलायपण.”

“कोणी येणार असेल तर मी नाही येत.”

“कोणी नाही उदयन. तूच. फक्त तुझ्यासाठी.”

उदयन नाहीच म्हणाला, तेव्हा रागाने त्याचा डबा भरला.

“कशाला त्याच्या मागे लागतेस विभा ?” भास्कर म्हणाला.

“तो येत नाही तर मी डबा देऊन येते.” मी म्हणाले.

ते भास्करला आवडलेले नव्हते. हे स्पष्ट दिसले; पण मी पूर्ण दुर्लक्षच केले.

चार जिने चढता चढता धाप लागली. वर पोचले तो दाराला कुलूप. रागाने रडायलाच यायला लागले. निराशेने परत यायला लागले. डबा बंद दाराशी ठेवावा की शेजारी द्यावा ठरवता आले नाही. परत घेऊनच निघाले. खालच्या मजल्यावरच्या देवबाईंनी सांगितले, की उदयन घरीच आहे. दाराला बाहेरून कुलूप आहे. मग पुन्हा जिना चढले राग कुलपावर काढला. कुलूपच बंद दारावर वाजवायला लागले. खिडकी उघडली गेली.

“तू ?” उदयन म्हणाला. त्याने लगेचच किल्ली दिली खिडकीतून. दोनदा जिना चढणे झाले. मला धाप लागली होती.

“पाणी हवं ?” तो निर्विकारपणे म्हणाला. “मी घेते” मी रागातच आत गेले. पाणी अगदी तळाला गेले होते. गाळ दिसत होता. थोडे न हलवता घेतले.

“पाणी का नाही भरलं ?” मी घुश्शातच विचारले.

“नाही का त्यात ?”

“आहे. पण काय शेवटला थेंब संपेतो भरायचं नाही ? नळ येतो केव्हा ?”

“माहीत नाही”

“माहीत नाही ? मधुरा केव्हा भरत होती ?”

“ते नाही माहीत. प्यायचं पाणी मला वाटतं, ती खालूनच भरत होती !”

“खालून?” किती जेवणाचे प्रोग्रॅम झाले. मधुराकडे केवढे पाणी भरलेले

असायचे ! ते सगळे खालून भरत होती ती !

"एखादा मुलगा ठेव मग पाण्याकरता !"

"एकट्याला काय लागते ? बाई कामाला येताना दोन बादल्या आणते."

"सगळे लागते उदयन. राहायचे असेल तर सगळे लागते."

"जिना चढावा लागला म्हणून रागवलीस का ?"

तो आपला मूर्खासारखा म्हणाला.

"हे कुलूप लावून बसण्याचं सोंग कुठून काढलंस ?"

"सगळी सोंग करून संपली म्हणून आता हे..." तो जरासा हसत म्हणाला.

"काय उदयन तुझी ही दशा ! मधुरा तिच्या परीनं गेली. आणि तूही आता असा..."

मी जेवायचा डबा त्याच्या टेबलावर ठेवला.

"खाऊन तरी घेशील नं !"

"मुद्दाम कशाला विभा !"

"पाहा तूच. मुद्दाम आणलं आहे तर निदान खाण्याचे तरी माझ्यावर उपकार कर. नाहीतर दे फेकून." मी म्हणाले.

"विभा !" तो म्हणाला. त्याचा आवाज किंचित बदलला. त्यातला एकच एक निर्विकार रंग क्षणभर लोपला. त्याच्या आवाजाला किंचित कंप जाणवला.

"काय ?" मी विचारलं.

दुसऱ्या मिनिटाला तो पूर्ववत झाला.

"काही नाही." तो म्हणाला.

"काही सांगत होतास नं तू... !" "मी ?"

त्याचा चेहरा कोराच होता आणि त्याने पुन्हा विचारले तेच. तोच प्रश्न. "मधुरानं तुला काय सांगितलं ?"

पंधरा सप्टेंबरच्या डायरीत ?

त्याच्या या प्रश्नात आज एक अतिशय थंडपणा होता. कुणाला प्रश्न विचारताना तो कधी नसतोच. इतक्या थंडपणे कुणी कधी काही विचारत नाही.

एक दिवस सकाळी साडेसातला बेल वाजली. या वेळी येणारे माझ्याकडे नसते म्हणून मी दखल घेतली नाही; पण भास्कर म्हणाला. तुझ्याकडे आलेत. कुणी पट्टलवार. मला एकदम काही आठवले नाही. मी बाहेर हॉलमध्ये आले. त्या माणसाला यापूर्वी मी कधी नव्हते पाहिले. रोड, उंच, सावळा, डोळ्याला चष्मा, साधा पायजमा, शर्टातच होता.

"नमस्कार. मी पट्टलवार"

मी नमस्कार केला. पण त्यानंच काही सांगण्याची वाट पाहिली.

"मी फार अडचणीत सापडलो आहे." तो काकुळतीने म्हणाला.

"माफ करा... पण मी..."

"मी मधुराबाईंचा प्रकाशक..."

मला ते आठवले का नाही !

आठवायला हवेच होते. नावाच्या उच्चाराबरोबर समोर यायला हवे होते. मी ओशाळले.

"माफ करा." मी म्हणाले.

ते बोलायला सुरुवात करता करता थांबले. "सांगा. खरंच सांगा मोकळेपणानं."

"आजकाल साहेब सारखे माझ्याकडे येतात. मधुराबाईंची माझ्याकडे पत्र आहेत, ती द्या म्हणतात."

"कोण ? उदयन ?"

"हो; पण पत्र असतील तर नं ! त्यांनी मला कधी पत्र नाही लिहिली. गावातल्या गावात कशाला लिहितील. त्या येत होत्या. बोलत बसत होत्या. त्यात त्यांना आनंद होत होता. मलाही. बस्स. याहून काही नाही. मी साधा संसारी माणूस आहे बाई..."

"हे सगळं तुम्ही उदयनला ठासून, रागावून सांगा."

"सांगितलं बाई. आता ते पत्र नाही मागत."

"मग ?"

"येतात. कधी ऑफिसमधून परस्परही येतात. ते चांगले दहा वाजेतो बसतात."

"दहा वाजेतो !"

"हो मी, माझी बायको, मुलं- सगळी अस्वस्थ झालो आहोत. एवढ्या मोठ्या माणसाला हाकलून कसं द्यायचं ! येतात. आम्ही खातो-पितो. ते दिलं तर घेत नाही. जेवता का विचारलं तर जेवत नाहीत. वेड लागायची पाळी आली आहे. बोललं, विचारलं तेवढी उत्तरं देतात आणि बसून राहतात. अहो साधं कुत्रं, मांजरसुद्धा आपल्याकडे बघतं, तर त्या जनावराच्या डोळ्यात भाव असतो नं. साहेब तर नुसतेच बसतात. भीती वाटते बाई..." ते हतबल निराश बसले होते.

काय बोलायचं ? मी चहा घेऊन आले. त्यांच्या हातात कप देताना त्यांना आश्वासन दिले. खोटेच. मी काही करू शकणार नाही हे मलाच ठाऊक असतानाही त्या निराश माणसाला खोटे आश्वासन दिले.

"मी बघीन सगळं. तुम्ही काळजी करू नका."

त्याचा पडलेला चेहरा बदलला. "मला खात्री होती, तुम्हीच काही करू शकाल." तो म्हणाला.

"मधुराबाई तुमच्याबद्दल नेहमी बोलायच्या." "एक गोष्ट खरी खरी सांगाल

का ?'' मी विचारले

तो एकदम बोलला नाही. पण मग म्हणाला 'सांगीन'' पण त्याचा चेहरा मी काय विचारीन या शंकेने व्यग्र झाला.

''खरंच अशी पत्रं तुम्हाला मधुरानं नाही नं पाठवली ? पाठवली असती तरी त्यावर तुमचाच अधिकार आहे. ती तुम्ही कुणाला देऊ नकाच.''

ते क्षणभर थांबले.

''नाही. मधुराबाईंनी मला तशी पत्रं नाही लिहिली'' ते खरेच बोलत असावेत असे वाटले; पण ते जायला उठत होते, ते पुन्हा खाली बसले.

''पत्रं नाहीत; पण... पत्रात्मक लिखाण त्यांचं माझ्याकडे आहे. कादंबरीवजा...''

''ते तुम्ही छापणार असाल.''

''नाही. ते छापण्याकरता नाही.''

''का बरं !''

त्यांनी क्षणभर विचार केला. मग सुचेल ते समोर आले ते कारण त्यांनी पुढे केले.

''ते लेखन बाईंनी पूर्ण नाही केलं. अर्धवटच सोडलं.''

''का ?''

''नाही माहीत''

''ते पूर्ण करण्याचा आग्रह तुम्ही नाही केला ?''

''अं केला नं ! खरं म्हणजे नाही केला.''

''का ?''

''नाही सांगता येत. कदाचित हा आग्रह धरणारा मी नसेन. मी सांगेन म्हणून मधुराबाई लिहितील हे कसं शक्य आहे ?''

मला आणखीही काही विचारायचे होते; पण मी ते नाही विचारले. ते विचारण्याची ही वेळ नव्हती.

''मला ते लेखन द्याल ? मी परत करीन.''

मी विचारले.

ते एकदम उठलेच. तो विषय टाळलाच. 'निघतो' म्हणाले.

''एक तर अवेळी आलो. लवकरच जाणार होतो तर बसलो; पण संध्याकाळी नाही जमत. साहेब बसून असतात. तेही...''

''दहा वाजेपर्यंत नं !'' मी त्यांचे वाक्य पूर्ण केले ते किंचित ओशाळले. पुन्हा निरोपाचा नमस्कार केला आणि गेले... त्या दिशेने मी पाहिले.

ते खरेच बोलत होते; पण त्यांनी काही राखूनही ठेवलेले होते हे मला जाणवले.

मी एक दिवस मधे जाऊ दिला आणि दुसऱ्या दिवशी सुटीच घेतली.

संध्याकाळी सात वाजता पट्टलवारकडे जायला निघाले. भास्करला नाही सांगितले. एकटीच निघाले, उशीर होईल म्हणून स्वयंपाक करून ठेवला. काम आहे उशीर होईल म्हणून निरोप ठेवला. घर नीट माहीत नव्हते. अंदाजाने गेले. मधुराच्या बोलण्यातून काही खुणा हाती लागलेल्या होत्या. घर बरेच लांब होते. नवीन वस्ती होती. रेल्वे फाटक ओलांडून गणपतीचे देऊळ लागले. लेखन त्यांच्याकडे देण्यापूर्वी मधुरा या गणपतीला जायची. या गणपतीजवळ एक आंब्याचे झाड होते. त्याला हिरवट पिवळे मोहराचे तुरे लगडले होते. मी कुतूहलाने त्या तुऱ्याला हात लावला. थंडी आता कमी होत होती. पुढच्या महिन्यात सपनची परीक्षा... मार्चमध्ये छोट्या कैऱ्या येतील. हे सगळे केव्हा होते ! पानगळ संपून मोहर. मोहर संपून बाळ कैऱ्या. भर पावसात मधुरा गेली तरी हे चक्क सुरूच होते ! आठवले, मधुराच्या गॅलरीसमोरही एक झाड आहे. खरे तर आपले लक्ष तिकडे गेलेच नाही कधी. गणपतीच्या देवळात येणाऱ्याला मी पट्टलवारचा पत्ता विचारला. त्याने नीट समजावून दिले. रस्ता अगदीच खराब होता. मला पट्टलवारचे घर नंतर दिसले. आधी दिसली ती उदयनची स्कूटर. माझा श्वास जलद झाला. तो मलाच जाणवला.

तळहाताला घाम आला. मी पुढे गेले. माझ्याकरता दार उघडावेच लागले नाही. ते उघडेच होते आणि दारासमोरच खुर्चीत उदयन बसला होता. नुसता बसून होता. घरात बोलण्याचे, कामांचे इतर आवाज होते. घरातली माणसं इकडून तिकडे करत होती. कुणी आलेले होते आणि ते काही न बघता, न ऐकता पडवीत खुर्चीत हा उदयन आपला एकटा बसून होता. माझ्याकडे प्रथम लक्ष गेलं ते एका बाईचे. ती पट्टलवारची बायकोच असावी. तिने नवऱ्याला सांगितले तेव्हा उदयनचे माझ्याकडे लक्ष गेले. मी पाहिले, शर्टाची बटन वर-खाली लावलेली, गबाळा अवतार, कपडे चुरगळलेले...

"अरे ! तू कशी आलीस ?" त्याने विचारले. "मी पट्टलवारांकडे आले. तू इथं कसा ?"मी काही माहीत नाहीसे भासवले.

"मी ? मी असाच येतो मधूनमधून." तो म्हणाला.

पट्टलवार बाहेर आले, बोलले. त्यांच्या बायकोने कॉफी वगैरे विचारली. मी हो म्हणाले. कॉफी घेऊन आणखी थोडा वेळ उगीचच काढला. मग घड्याळाकडे पाहिले. म्हटलं,

"बाई गं, किती उशीर. सपन क्लासवरून आला असेल. उदयन मला पोचवून देतोस का ? खूप वेळ झाला. अंधारही आहे." उदयन उठला. माझी लूना मी घेतली. उदयनच्या मागे मी जात होते. उदयन पुढे गेला तर पट्टलवार आले.

म्हणाले, "हे घ्या. काल तुम्ही मागितलं तेव्हा नाही म्हटलं, पण आज घ्या."

"मी परत करीन" मी कृतज्ञतेने म्हणाले.
"थँक्स !" ते म्हणाले.
"तुम्हाला त्रास झाला. पण आता उदयन तुमच्याकडे येणार नाही याची मी काळजी घेईन." मी म्हणाले. उदयन रस्त्यावर माझी वाट पाहत होता. मी का थांबले, पट्टलवार काय म्हणाले, त्यांनी मला काय दिलं, मी त्यांच्या हातून काय घेतलं, हे काही त्यानं मला विचारलं नाही. तो जाण्याच्या दिशेकडे स्कूटर वळवून फक्त माझी वाटच बघत होता. यावेळी त्याच्यापुढे फक्त मला सोडून देणेच असावे. मला त्याची क्षणभर फार भीती वाटली. असे माणसाचे कधी नसते. निदान आमच्यासारख्या सामान्य माणसाचे तरी. एकाच वेळी माणसाचे पुष्कळ ठिकाणी लक्ष असते. इथे तिथे...

त्याचे घर आले तर तो पुढेच जात होता. मी आवाज दिला. तो थांबला "घरी सोडून देतो नं"

"हा आपला ओळखीचाच रस्ता... मी इथून जाईन," मी म्हणाले, "आता मी तुला पोचवून देते."

"त्याची काही गरज नाही," तो म्हणाला. "पण मला आहे," मी म्हणाले. त्याने कुलूप काढले स्वतःच आत गेला. मला ये वगैरे नाही म्हणाला. मीच होऊन गेले. बस नाही म्हणाला तरी बसले आणि एकदम मला काही सुचले मी काही ठरवले आणि विचारपूर्वक म्हणाले,

"मी पट्टलवारांकडे का गेले होते नाही विचारलं ?"
"का गेली होतीस ?" तो निर्विकारपणे म्हणाला.
"सांगू ? मधुराची पत्र आणायला..."

त्याचे डोळे चकाकले. इतक्या दिवसांत त्या निर्जीव डोळ्यांत प्रथमच चमक तरळली. शब्दांच्या उच्चारामागची भावना उमटली.

"म्हणजे अशी पत्र खरंच आहेत ! होती !"
"हो." मनातल्या मनात मी मधुराची क्षमा मागितली.
"मग त्यांनी ती तुला दिली ?"
"आता दिली. तू होतास म्हणून दिली. मी नेहमी मागायची तर नाही दिली."
"तू नेहमी मागत होतीस ?"
"हो."
"तिथे नेहमी जात होतीस ?"
"हो."

तिथे मी इतक्या दिवसात दिसले कशी नाही, हे त्यांने नाही विचारले.

"पण ती पत्र नाहीत, असं ते म्हणत होते. तिचं लेखनच आहे म्हणत होते."

"नाही, ती पत्रंच होती. पण कसली ? कशी ? ते मी आता वाचीन. हवं तर तू आधी वाच..."

"नाही. माझी हिंमत नाही. तूच वाच." मी बोलले नाही.

"यातून काही निष्पन्न होईल असं तुला वाटत नं ?" तो त्या पूर्वीच्याच अजीजीने म्हणाला.

पूर्वी ती काकुळती मला आवडली नव्हती. आज वाटले चला काहीतरी खळबळ माजली. पाणी ढवळले तर गेले !

"हो. मला खात्री आहे उदयन. तशी खात्री होती म्हणूनच ना मी त्यांच्याकडे दहा वेळा गेले."

उदयनने माझे हात धरले. दोन्ही हातानं ते हलवले, वर नेले, त्यावर ओठ ठेवले. म्हणाला,

"निदान तू तरी माझ्याबरोबर आहेस !"

त्याने एक नि:श्वास टाकला. आता मधुराच्या तशा मरणाचे दु:ख त्याला नव्हते ! मधुराच्या मरणाची एक संगती, एक पदर त्याने त्याच्या परीनं गच्च धरून ठेवला होता. त्याला मीही एक अर्थ दिला होता, देत होते. त्याला यावेळी एवढेच हवे होते. मी जिना उतरायला लागले. तो आता नुसता वरच्या पायरीवर उभा राहिला नाही. तो माझ्याबरोबर जिना उतरला.

मी लुना चालू करताना त्याने विचारले, "मग मी तुला उद्या फोन करू सकाळी ? की जायच्या आधी तूच करशील ?"

"उद्या ! उदयन, ते पुष्कळ मोठं बाड आहे. कादंबरीच म्हण ना."

"पण पत्रंच आहेस म्हणालीस ना तू ?"

त्याने लहान मुलासारखे म्हटले - मला इकडेतिकडे फटकू न देता.

"हो पत्रंच आहेत, पण पुष्कळ आहेत. मला वाचायला वेळ तर देशील."

तो हसला. म्हणाला, "सॉरी, मी तुला पुष्कळच त्रास देतो ना !"

मीही हसत लुना सुरू केली.

सगळं आवरून झाल्यावर मी रात्री मधुराचं ते बाड काढलं.

"आत हे काय नवीन ?" भास्कर म्हणाला. थोडे चिडून. मी रात्री उशिरा आल्याने तो आधीच रागावलेलाच होता.

"मधुराचं हे लेखन आहे." मी मुद्दाम पत्र हा शब्द टाळला.

"हे तू आता रात्री जागून वाचणार ? तुझंही डोकं फिरलं आहे त्या उदयनसारखं." मी त्याला शांतपणे म्हणाले, "अगदी थोडा वेळ. फार नाही. झोप येईतो."

भास्कर, निखिल, मनू सगळे आता उदयन आणि माझ्यापासून खूप दूरच राहून गेले होते. मधुराचे जाणे तर त्यांच्यापासून दूर झाले होतेच, पण आता उदयन आणि मीही त्यांच्यातून हळूहळू वेगळे होत होतो. मधुराच्या त्या एकाच धाग्यांनी मी उदयनजवळ जात होते का ? नाही. आता माझ्या बाबतीत तरी मधुरा आसपास नव्हती. एकटा उदयन होता. मधुराच्या मृत्यूचा अर्थ लावता लावता थकून गेलेला. वेडापिसा झालेला. आणि मी ? मी तर त्या अर्थाच्या जवळपासही नव्हते. मला तो शोध नकोच होता. माझ्या दृष्टीने आता त्या शोधाला काहीच अर्थ नव्हता. पण तरीही फक्त उदयन करता ! रात्री अकरा वाजून गेल्यावर मधुराचे ते कागद घेऊन बसले होते. ज्याची ती असताना आम्ही कधी साधी उत्सुकताही नाही दाखवली.

भास्करच्या डोळ्यांवर उजेड येऊ नये असा मी दिवा माझ्याकडे केला. सुरुवात केली वाचायला तरी लक्ष लागेना. पत्रासारखे ते लेखन होते. पत्रासारख्या तारखांच्या नोंदी होत्या. पण ती पत्रं कुणाला उद्देशून होती ? एक अनामिक 'तू' त्यात होता. त्या कुणाला उद्देशून केलेले ते एक मुक्त चिंतन होते. त्यात कुठलाही क्रम नव्हता. विषयाचे बंधन नव्हते. वाऱ्याने पाण्यावर हालचाल व्हावी इतके ते लेखन सहज आले होते. कुठलाही पवित्रा घेतलेला नव्हता. मला तर वाचता वाचता वाटले, की या पत्रातला तो अनामिक 'तू' म्हणजे दुसरे तिसरे कुणी नसेलच. ती स्वतःच मधुराच असावी. तिचे स्वतःतलेच हे द्वंद्व असावे ! स्वतःलाच असे दोन वेगळ्या वेगळ्या रूपांत बघता येते का पण ? तसे नसेल तरी ती पत्रं कुणा एकाला उद्देशून नसावीच. तारखांमध्येही सालांची, वारांची, तारखांची काही सुसंगती नव्हती. पण आम्ही टिंगलटवाळी करत होतो त्या तिच्या लेखनापेक्षा हे संपूर्ण वेगळे होते. नेहमी ती आपला मुलगा, संसार यातले काही काल्पनिक दुःख याबद्दल सुमार लिहीत राहायची. पेपरमध्ये रविवारच्या पुरवणीत दिसले की साधे चाळतानाही कळायचे ते. पण ही पत्रं तशी नव्हती. ती वेगळीच झळाळून उठली होती. तिला काही सांगायचे होते, विचारायचे होते ते अखेर त्या पत्रांतूनच काय ते तिला जमले होते का ? कुठेतरी नोंद होतीही, की हे लिहून झाल्यावर तिला पुष्कळ शांत वाटले. म्हणजे तिला अशांत वाटत होते. असेही लिहिले होते, की हे लिहून झाल्यावर आता तिचं नेहमीच लेखन करांवसं नाही वाटत तिला. म्हणजे ते नेहमीचे काय लिहिणे होते ते माहिती होते तिला. मग ती लिहीत तरी का राहिली होती ?

अडीच वाजेतो मी वाचत होते. जे मिटून ठेवताना त्यातून एक वेगळा कपटा गळून पडला. त्यावर लिहिले होते,

...तू आज मला म्हटले, की हा रंग मला विशेष खुलतो. माझ्या सावळ्या रंगाला हा फिकट आकाशी रंग छान दिसतो. आपण काही नेसावं आणि कुणी विशेषतः पुरुषानं त्याची दखल घ्यावी हे प्रथमच घडले. या सोमवारची मी वाट

बघते. बघीन, महिन्यातला तिसरा सोमवार.

आज मला कुणाकरता तयार होताना आनंद वाटला. माझा तोच सावळा चेहरा मलाच ताजा व नवा होऊन गेला, मला यापेक्षा जास्त काही नकोच होते. शनिवारपासून लागलेले सोमवारचे वेध, तयार होणे, केसात खोवलेले लहानसे फूल, नाहीतर माळलेला गजरा. बस्स, छान दिसता तुम्ही ! एक रसिक पावती ! बस्स एवढेच. मग परतून पुन्हा आपल्या संसारात. इतकेच मला हवे होते; पण तुला ते तेवढेच नको होते. बोट धरू दिले तर हातच मागितला. हात दिला तर आणि पुढे गेलास. हे थांबवले पाहिजे. मग मीच माझ्याकडून ते थांबवले हळूहळू. मग कळले, की ते तिथे जाणे हे माझे घराबाहेर निघणे होते. काही तास बाहेरचे मुक्त आभाळ बघणे होते. तो मोकळा निर्भर श्वास खोलवर भरून घेणे होते. तू भलतेच मागितलेस. माझे पंखच घेतलेस कापून. आता मला माझी दुपार जड जाईल. एकटी एकाकी उतरत जाईल. काय लिहीत, खरडत होते दुपारी त्यावरचे मनच तर उडून गेले रे. या मजकुराखाली सही होती. पण मधुरा अशी नव्हती. वेगळीच अक्षरे फिकट उमटली होती. इतर पत्रांवर खाली सही नव्हती. या कागदाचा रंगही वेगळा होता. जरा पिवळसर. हा तिच्या आधीच्या पत्रांना जोडूनच असलेला कपटा होता, की तिच्या डायरीचे पान ! तिच्या शेवटी शेवटी जमून आलेल्या कहाणीचाच एक भाग की चाळिशीला आलेल्या गृहिणीच्या एकाकी, एकट्या दुपारची ती कहाणी होती. ती तशी दुपार माझ्या कधी नव्हती वाट्याला आली. हा एक कपटा असेल तर मग पूर्ण काय होते ? त्या पूर्णाला सामोरी जायची तिची ताकद नव्हती म्हणून तिने...

दिवा मालवला, पण काही आठवणी भिरभिरल्या त्या त्या वेळी त्या खूप क्षुल्लक, बिना महत्त्वाच्याच वाटलेल्या. पण या वेळी एका वेगळ्याच झोतात त्या वेगळ्याच सामोऱ्या आल्या. सकाळची ड्यूटी संपवून घरी जाता जाता मधुराचे घर लागते. डोकेच सारखे दुखत होते. घरी एकटे बसायचे डोके दाबत, त्यापेक्षा मधुराकडे जावे. तिने केलेला एकदा ताजा पदार्थ खावा. आले घातलेली कॉफी घ्यावी तिच्या हातची. वाटले, घरी जाऊन सकाळी करून ठेवलेला स्वयंपाक गरम करून खाण्यापेक्षा... बेल दाबली. तिने दार उघडले. ती अगदी तयार होऊन कुठे जात होती. फिकट आकाशी साडी, केसात फूल, पण मला पाहताच ती आत गेली.

'ये, ये, किती दिवसांनी आलीस ?' ती मनापासून म्हणाली.

"कुठं बाहेर जातेस ?"

"गेलंच पाहिजे असं नाही. काही लिहिलं आहे तेच घेऊन जात होते. उद्या परवाही चालेल."

"माझं आज डोकंच दुखतं आहे ग. म्हटलं, तुझ्याकडेच जावं. तुझ्या हातची कॉफी घ्यावी."

"बाम देऊ चोळून." तिनं अगत्याने विचारले.

"नको गं."

"मग पड आत थोडी." ती म्हणाली.

तिने मला झोपायला लावले. थालिपीठ, त्यावर लोण्याचा गोळा, कॉफी चांगली दीड कप. सुंठपावडर टाकलेली. ती घेताना समोरचे आंब्याचे झाड दिसत राहिले. आंबे नव्हते, मोहर नव्हता. पाने झडत होती.

"बरं वाटेल. गोळी देऊ ?" तिने विचारले. "नाही गं. बहुधा भूकच लागली असेल."

"मी निघून गेले नाही हे किती बरं झालं." ती म्हणाली.

"काय लिहिते आहेस ?"

मला वाटतं, हा प्रश्न असा जिव्हाळ्यानं तिला प्रथमच केला असेल मी.

"कादंबरीसारखं काही."

"झालं पूर्ण ?"

"छे. गं. अर्ध्यावर थांबली आहे. सुचत नाही काही."

"तू लेखन घेऊन जात होतीस तर मला वाटलं, की पूर्णच झालं... तू असं अर्धवट घेऊन जातेस ?"

माझा प्रश्न शुद्ध कुतूहलापोटीच होता. म्हणजे असावा.

"थोडी थोडी नेते. चर्चा होते. बोलणं होतं. बरं वाटतं."

"चर्चा कुणाशी ?" माझा प्रश्न बावळटासारखा.

"कुणाशी करणार ? त्यांच्याशीच." ती म्हणाली. मी चांगली दोन तासांनी गेले.

तिचे जाणे राहिले. मी असा माझा वेळ कुणाला दिला नसता. हवी तर साधी कॉफी देऊन टरकवले असते.

एकदा ती दुपारची आकाशवाणीवर आली.

"बिझी आहेस ?"

"नाही. काय म्हणतेस ?"

"थोडा वेळ आहे ?"

"आहे ना"

"काही विचारायचं होतं."

"म्हणजे सांगायचंच होतं.."

"चल, मग कुठं बाहेर जाऊ. काही खाऊ. सामोसे खाऊ" मी आग्रह केला.

"छान वाटतं नाही गं." बाहेर पडल्यावर ती म्हणाली.

"काय छान वाटतं ?"

"आपल्या घरी कुणाला काही करून देण्यापेक्षा असं बाहेरच घेऊन जाऊन... एक वेगळाच रूबाब वाटत असेल ना !"

मला इतकं हसायला आले.

"रुबाब खाताना की खाऊ घालताना ?" मी थट्टा केली.

"दोन्ही समज." तीही हसतच म्हणाली.

सामोसे खाऊन झाल्यावर ती जायला लागली.

"तुला काही विचारायचं होतं ना ? मी आठवण दिली.

"काही खास नाही गं." ती म्हणाली. पण तिनं विचारलं.

"काही गोष्टी अशा असतात का ग विभा... ?" ती थांबली.

"कशा..."

"की त्या मित्राजवळ म्हणजे पुरुषाजवळ सांगण्यात जास्त जवळचं वाटतं. बर वाटतं." मला तिचा प्रश्न नव्हता समजला. मी मोघम म्हणाले,

"मित्र हवा तसा..."

"पण तो तसा आहे की नाही हेही केव्हा ठरेल विभा. आपण तेवढं जवळ जाऊ शकू तेव्हाच ना ?"

...खरं म्हणजे तो तिचा प्रश्न वेगळा होता. मित्र की मैत्रिण, हा होता. तो मला त्या वेळी का समजला नव्हता ? पहाटे केव्हातरी माझा डोळा लागला.

उदयनने सकाळीच मला उठायला लावलं. फोनवर तो विचारत होता.

"लागला का काही क्ल्यू ?" अजून माझ्या डोळ्यांत झोप होती. कालची पत्रंही तिथेच दाटीवाटीनं जागा मागत होती. आणि हा आपला सकाळी उठून फोन करतो. एकदम संताप आला. वाटलं, कोण लागतो आपण याचे ? कुठल्या अधिकारावे हा हे विचारतो झोपेतून उठवून.

"उदयन, तू सारखा सारखा फोन नको करूस."

"सारखा कुठे ? आत्ताच केला फक्त" तो लहान मुलासारखा म्हणाला. पण माझा राग नव्हता संपला. "आणि तू असं हे सारखं विचारू नको. माझं वाचून झालं की मी सांगीन आपणहून."

"म्हणजे अजून वाचलंही नाही ?"

त्या अजून शब्दाचा मला अतोनात राग आला. सपनला रागवावं तसं मी म्हणाले, "मी सावकाश वाचीन. पण तू चांगला वागला पाहिजेस. त्या पट्टलवारकडे जाऊन बसणं बंद कर. ऑफिसमध्ये नियमित जा. चांगला राहा. कपडे कसे घालतोस ? कसा राहतोस ? तू हे सगळे करशील तर आणि तरच मी ते वाचीन उदयन."

"पण मग नक्की वाचशील ना ?" त्याचा केविलवाणा प्रश्न आला आणि माझा पारा एकदम उतरलाच.

मी सावकाश म्हणाले.

"उदयन तसे मी वाचले आहे. पण मला अजून वेळ लागेल. आपणहून मीच तुला फोन करीन. चालेल ?"

पदर धरून ठेवणाऱ्या लहान मुलाला थोपटावे तसे ते माझे शब्द मलाच वाटले.

दोन दिवसांनी मधुराचे ते बाड घेऊन मी पट्टलवारकडे गेले. आता रस्ता शोधत जावे लागले नाही.

"तुम्ही ?" ते म्हणाले. जरा व्यग्र होऊनच. "माफ करा. मी तुम्हाला त्रास द्यायला नाही आले."

"नाही नाही. या बसा." ते म्हणाले. मी बसले. चार वाजताची वेळ... कदाचित मधुरा यावेळी त्यांच्याकडे येत असेल.

"मी ते बाड परत घेऊन आले आहे."

"का ? ते असूद्या तुमच्याजवळ." पट्टलवार म्हणाले.

"नाही. तुमच्याजवळच ते बरं. तीच त्याची खरी जागा."

ते अस्वस्थ झाले. आत सारखे सारखे पाहू लागले. बायकोची त्यांना भीती वाटत असावी.

"मी वेगळं म्हणते, हे लेखन तुम्ही प्रसिद्ध करा. पत्रात्मक लेखन."

ते चमकले. त्यांनी नाही नाही अशी मान हलवली. मग ते थोडे सावरले.

"एक तर ते पूर्ण नाही."

"तरी ते प्रसिद्ध होऊ शकते. ललित लेखन म्हणून." मी नेटाने म्हणाले.

"पण ते शक्य होतं, मधुराबाई असताना. आता ते कुणी समजून घेणार नाही."

"कुणी समजून घ्यावं म्हणून लेखन असतं का ? ते असतं. लिहिलं जातं आणि त्याच्या अनेक शक्यता, अनेक रंग आपणच अनुभवतो ना ?"

"छे !" ते पुटपुटले पण ते सारखे आत बघत होते. त्यांची बायको चहा घेऊन आली. ती रिकामे कप घेऊन जाईतो कुणीच बोलले नाही.

"तुम्ही मधुराचं सामान्य, सुमार लेखनही छापलं. तिची पुस्तकं काढली आणि हे चांगलं आहे तर त्याला नाही म्हणता ?"

"हे फारच तुरळक, तुटक झालें आहे. सलग जमलं नाही त्यांना."

"तरी पण आहे त्या स्वरूपात ते चांगलंच आहे ना ! मी देईन पैसे पण मधुरावरचा सुमार हा शिक्का तर जाईल ना !"

“ते लेखन छापण्यासाठी नव्हते. म्हणजे नसावं. यानंतर बाईंनी लेखन केलं नाही.” ते म्हणाले.

“म्हणजे या वर्षात...”

“हो.”

“एक प्रश्न विचारला तर रागवणार नाही ना”, मी विचारले तर त्यांनी पुन्हा आत पाहिले.

“तुम्ही मधुराचं लिखाण का प्रसिद्ध करत होता ?” मी सांभाळून विचारले.

ते काही वेगळे उत्तर देतील असे वाटले, पण ते म्हणाले... अगदी स्पष्टच म्हणाले, “लोक वाचत होते. आणि मुख्य म्हणजे त्यांना पैसे द्यावे लागत नव्हते.”

मी उठले. मला तरी हा माणूस खोटा वाटला नाही. तो म्हणत होता तसा तो खरंच सामान्य संसारी होता. मधुराही सामान्य होती.

त्या दोघांत काही वेगळे निर्माण झाले असण्याची शक्यताही होती. तो पिवळा कागदाचा कपटा ! तो तिच्या लेखनाचा होता, की तिच्या जगण्याचा ? की तिचे लेखन हेच तिचे जगणे होते ? एकदा चांगले लिहून झाल्यानंतर पुन्हा तिला दुसरे लिहावेसे वाटले नसेल का ? की ज्याचा हृदयाशी काही संबंध नाही. म्हणून तिने जिवंत राहणेच नाकारले ? की तो कळण्या-जाणवण्याचा क्षण म्हणजे फक्त एक विजेचा लोळ होता !

मी एक-दोन दिवस जाऊ दिले. तो मलाच आलेला थकवा जाऊ द्यावा म्हणून. उदयनचे फोन येत होते. मी ते घेतलेच नाहीत. मला स्वत:शीच एकटे राहायचे होते. कुणाशी बोलणे नको होते. दोन दिवस मी सुट्टी घेतली. रात्री मी पुन्हा ते बाड घेऊन बसले. ते बघता बघता माझा डोळा लागला केव्हातरी. पण मी आठएक दिवसांत इतकी गाढ प्रथमच झोपले. रात्री खूप वादळी पाऊस आला. खिडक्या थडाथडा आपटल्या एकावर एक. दारं वाजली. वारा झाडा-पानांतून घुमला. पिसाटासारखा घुमला. वादळाच्या खुणा इथे तिथे ठेवून पाऊस अखेर थकून थांबला ! मला सकाळी जाग आली, तर खरेच पाऊस पडला होता. वारा धुंद झाला होता. गारा पडल्या होत्या. दिवे गेले होते. पावसाने सगळी दाणादाण झालेली ! मधुराच्या बाडातले कागद इतस्तत: झाले होते. पाऊस तर खूपच पडलेला... पण मला तो गाढ झोपेतही कसा कळला ? मी लवकरच उठले. उदयन जागा असेल की नसेल याची फिकीर न करता त्याला फोन केला. साडेपाच- पावणेसहा होत होते. हवेत गारवा होता. उदयनची रिंग वाजली. बऱ्याच वेळा वाजल्यानंतर फोन उचलला. तो झोपेतून उठला होता तरी त्याने विचारले,

“विभा का ?”

“हो.”

''मी आता तुझ्याकडे येते ड्युटीवर जाताना चालेल ?''

''ये. तुझी वाट पाहतो.'' तो म्हणाला.

त्याने वाचलं का, विचारलं नाही. मी वाचनूच फोन केला होता हे निश्चित होते. मी फोन केला होता म्हणजे माझ्या हाती काही लागले होतेच. मी फोन ठेवला. पावसाने केलेल्या पडझडीकडे पाहत मला एकदम लक्षात आले, की मी ज्या सूक्ष्म अवघड वाटेने गेले त्या वाटेने मला उदयनला नेता येणार नव्हते. तसे माझ्याबरोबर येण्याची त्याची कुठलीही तयारी नव्हती. त्याला एक सरळ ठोकळेबाज उत्तर हवे होते. तयार निष्कर्ष हवा होता. त्यात गुंतागुंत नको होती. तेही त्याला अपेक्षा होती तसेच हवे होते. तोच बरोबर आहे हीच ग्वाही हवी होती. त्यानेच तो शांत होणार होता. एकात एक मिसळलेले रंग ओळखण्याची त्याची या वेळी तरी तयारी नव्हती.

मी त्याचा जिना चढू लागले. आता प्रथमच मला धाप लागली नाही. जिन्याच्या प्रत्येक वळणावर ते आंब्याचे झाड दिसत गेले. मोहर कालच्या पावसाने झडून जाऊनही उरलेला होता. काही आंबे पडले होते. पण काही लगडलेले होतेच. जिन्यावर प्रत्येक पायरीवर पाणी सांडले होते. वर पोचले. दार सताड उघडे होते. उदयन माझी वाट पाहत होता. त्याची अंघोळ झाली होती. घर आवरले होते. तो प्रसन्न वाटला. मला म्हणाला,

''मी आज दोन बादल्या पाणी प्रथम घेऊन आलो खालून. तुझा फोन आल्यावर. मागे तू रागवली होतीस !''

''हो.'' जिन्यावर सांडलेले ते पाणी हे होते ! बादलीतून हिंदकळलेले ! माझ्याच डोळ्यांत किंचित पाणी तरळले.

आज उदयनने मला काही विचारले नाही. किटलीतून चहा समोर केला. आलं टाकलेला. मधुरा करायची पावसाळी हवेत तसा.

''छान झाला.'' मी म्हणाले.

तो हसला.

मी मनातल्या मनात मधुराची क्षमा मागितली. सगळी सूक्ष्म गुंतागुंत उदयनपुढे न ठेवता एक ठळक बटबटीत रंगच तेवढा उचलला. खरे नि खोटे सारे एक केले. एरवी पावलोपावली खोटेच बोलत जातो माणूस ! तरी आज मला ते पेलवेना. मी शब्दांची जुळवाजुळव केली.

''तुला वाटत होतं ते सगळं खरंच होतं उदयन.

मधुराचे खरंच संबंध होते. त्या.... त्या पट्टलवारशी. असं होतं कधी. तिनं ते संपवलं. तिचं.... तिचं तुझ्यावरच प्रेम होतं. म्हणून म्हणून तिनं....''

माझ्याच शब्दांचे भडक रंग मला पाहवेनात.

"मधुराला तुला हेच सांगायचं होतं ?" त्याने विचारले.
"हो." मी त्याच्याकडे न पाहता म्हणाले.
"पंधरा सप्टेंबरच्या नोंदीचा हाच अर्थ होता न !
"हो." मी खालीच पाहत म्हणाले. दुसऱ्याक्षणी उदयनचे हात माझ्याभोवती मला जाणवले. त्याचा आवेग कळला. त्याची मिठी घट्ट होती. तो माझ्या कपाळावर, केसांवर, मानेवर ओठ ठेवत होता. त्याचा आवेग ओसरेतो मी त्याच्या मिठीत पुतळ्यासारखी निश्चल होते ! श्वास घेण्यापुरते डोळे वर केले तो ते आंब्याचे पिवळे तुरे दिसले. उदयन भानावर आला. त्याची मिठी सैल झाली. "सॉरी," तो म्हणाला. खाली मान घालून बाजूला झाला. पण मी ते समजून घेतले. त्याचा स्पर्श या वेळी फक्त एक वाहक बनूनच आला होता. एवढं कळू शकत होतं आता मला. मी एकटीच जिना उतरायला लागले. मला थकवा आला होता. दीर्घ प्रवासाचा थकवा !

मी जाईपर्यंत उदयन आता जिन्याच्या वरच्या पायरीवर उभा राहिला नव्हता, हे वळून न बघताच कळलं. तशी आता गरजही नव्हती.

□

साप्ताहिक सकाळ, दिवाळी ९६

एखाद्या वेळीच

◻

स्टेशनावरच्या संमिश्र कोलाहलाने अभिरामला जाग आली. त्याने डोक्यावरली चादर बाजूला केली. मुंबई-हावरा मेल कुठल्या तरी मोठ्या स्टेशनवर थांबली होती. थोडे उजाडलेही होते. चहा घ्यायचा तर तो इथेच चांगला मिळू शकतो; पण डोळ्यातली झोप पुरती गेली नव्हती. अजून चोवीस तास गाडीत काढायचे आहेत. इतक्या लवकर उठून काय करायचं ! पुन्हा लागेल झोप तर पहावं म्हणून चादर पुन्हा डोक्यावर ओढून घेतली. पण येणाऱ्या-जाणाऱ्यांची गर्दी आणि प्लॅटफॉर्मवरचे सरमिसळ आवाज ! त्याला झोपून राहणे अशक्य झाले. चहावाल्याला त्याने आवाज दिला. नुसते गरम गोड पाणी. आता पाऊस भुरभुरायला सुरुवात झाली. रात्रभर आकाश कोंदलेलेच होते. जोराने कोसळेल असे वाटत होते पण पाऊस हळूहळू सावधपणे, बेताबेताने पडत राहिला.

त्याच्या खिडकीसमोर एक घोळका आला. त्यातल्या एकाने घाईत डब्यात चढून सीट नंबर, बर्थ शोधला. तो त्याच्या समोरच होता. दोनच सीटचा- खिडकीजवळचा बर्थ त्याचा होता. वरच्या बर्थवर त्या दुसऱ्याने सामान ठेवले. आणि त्याच्या समोरच्या सीटवर हँडबॅग. मग तो अभिरामला म्हणाला, 'माय सिस्टर इज अलोन. वुईल यू माईंड एक्स्चेंजिंग द बर्थ.' 'ओ यस, डोन्ट माईंड' तो तत्परतेने म्हणाला, 'वर काय, खाली काय, फरक काय पडतो !'

मग त्या माणसाने खाली उतरल्यावर आपल्या बहिणीलाही सांगितले, की वरचा बर्थ तू एक्स्चेंज करून घे.

'तशी काही गरज नाही.' ती म्हणाली.

अभिरामचे आता अभावितपणेच त्या घोळक्याकडे लक्ष गेले. दोन साधारण वयस्कर बायका, दोन पुरुष, एक तरुण, पंजाबी ड्रेसमधली स्त्री आणि तिचा हात धरून एक साडेतीन-चार वर्षाचा मुलगा. तो छोटा मुलगा तिच्या हाताला हिसके देत होता. इकडेतिकडे बोट दाखवत होता. पण मुलाकडे विशेष लक्ष न देता तिच्या माणसांशी बोलण्यात ती गुंतली होती. मधून मधून त्या बायका तिला चढ चढ म्हणून घाई करत होत्या. पण तिला तशी काही घाई नव्हती. गाडी सुटायची वेळ झाली, की ती शांतपणे डब्यात चढेल असे अभिरामला वाटले. मध्येच एका ढकलगाडीकडे तिच्या मुलाने बोट दाखवले. त्यात मुलांना आकर्षित करणारे सटरफटर सामान होते. त्या मुलाला बहुधा चेंडू हवा होता. पण त्याच्या आईने तो त्याला घेऊन दिला नाही. याच्या केसांवरून हात फिरवला. दोन्ही हातांनी मोठा चेंडूचा आकार दाखवून तो आपण घेऊ असे समजावले. न बोलताच. अभिरामला त्याची बायको आठवली. तिला असे मुलांना समजावता येत नाही. मुले आता सहा-सात वर्षांची आहेत. आणि लहानपणापासून हट्टी होत चालली. त्यांच्याकरता आपल्याजवळ आणि आपल्या बायकोजवळही वेळ नाही.

गाडी जरा जास्तच थांबली का या स्टेशनवर ? स्टेशन कोणते ? त्याने कुणाला तरी विचारले. 'भुसावळ' सांगितल्यावर मग त्याच्याच लक्षात आले, भुसावळच असणार. या लाईनने अनेकदा प्रवास झाला, पण स्टेशने लक्षात ठेवत नाही आपण. त्यांच्या वेळा, त्यांच्या जागा... त्यांचा चेहरा- तो पुन्हा समोरच्या घोळक्याकडे पाहू लागला. ती तिच्या माणसांशी बोलण्यात रमली होती. तिच्या मुलाने तिचे धरलेले बोट सोडले. तो तिथेच इकडेतिकडे फिरू लागला. अभिरामला वाटले की, याच्या आईने याचे बोट धरून ठेवावे. गर्दीत इकडेतिकडे गेला म्हणजे ! तिच्या भावाने तिच्या हातात केळी ठेवली. मोठा घड ती नको म्हणत होती.

'आनंद घ्यायला येतील की नाही ? अपरात्री गाडी पोचते चक्रधरपूरला. तिथून उतरून पुढे असनसोल... वयस्कर बाईने विचारले.

'प्रत्येक वेळी उतरवून घ्यायला कुणी कशाला यायला हवं'? जाईन मी.'

'लहान मूल आहे !'

'म्हणून काय झालं ?'

'आनंद नाही आले तर सकाळ होईतो थांब वेटिंग रूममध्ये टॅक्सीनं निघायची घाई करू नकोस.'

'अगं, लहान आहे का मी आता ! ती म्हणाली. अभिरामला कंटाळल्यासारखे झाले तो खाली उतरला. तेवढ्यात गाडीची अनाऊन्समेंट झाली. पाच-दहा मिनिटात गाडी सुटणार होती. तो डब्यासमोरच थांबला. तिला निरोप द्यायला आलेल्या

बायका डोळे पुसू लागल्या. बरोबरचे पुरुषही गंभीर झाले.

‘आनंदच्या मुंबईच्या बदलीचं कळव,’ भाऊ म्हणाला. तिच्या डोळ्यात पाणी होते की नाही हे अभिरामला दिसले नाही. मुलाला तिने पाहिले तर तो नव्हता. तिने इकडेतिकडे पाहिले. सगळे घाबरले. इकडेतिकडे करू लागले. पण ती घाबरली नाही. शांतपणेच तिने मुलाला शोधले. असेलच इकडेतिकडे ! तिनेच बाकीच्यांना सांगितले, आणि तिलाच तो दिसला. तिने बोट दाखवून सांगितले. त्याच्यामागून हमालांची झुंबड आणि सामानाची ढकलगाडी येत होती. ती त्याला आवाज देत होती, आणि तो तिकडे लक्ष न देता इकडेतिकडे पाहत जात होता. तिचा भाऊ पोहोचायच्या आतच तिने मुलाला गाठले आणि अलगद बाजूला घेऊन कडेवर घेतले. ढकलगाडीवाला हमाल तिच्यावरच खेकसला. गाडी बाजूने वळवायलाही जागा नव्हती. तिने मुलाला गाडीकडे बोट करून दाखवले, की ती सुटते आहे. बस इतकेच. तो असा हात सोडून गेल्याबद्दल ती त्याला रागावली नाही. आपली बायको असती तर तिने मुलाला दोन लगावल्या असत्या, अभिरामला वाटले. पण आपला मुलगा असा हात सोडून नसताच गेला. आपल्या बायकोला थोडीही अनिश्चितता सहन होत नाही. ती मुलाला घेऊन डब्यात बसून राहिली असती. तिने त्याला खाली उतरवलेच नसते. तिला सगळे जिथल्या तिथे. जसेच्या तसे लागते. आताच निघताना कितीवेळा बजावले, उतरल्यावर फोन करा. काम झाल्यावर निघतानाही करा. बायको तर अशी लहान मुलाला घेऊन एकटी कधी निघालीच नसती.

ती आता मुलाला घेऊन गाडीत चढली. दाराशीच उभी राहिली.

पत्र पाठव. जप स्वत:ला, फोन कर. इतकी गॅप नको ठेवू येण्यात, असे सांगताना त्या आजी दिसणाऱ्या बाईचे डोळे वहायलाच लागले. गाडी हलली तिने कडेवरच्या मुलाला हात घेऊन तो साऱ्यांच्या दिशेने हलवला. तो मुलाने दोन्ही हात त्या लोकांकडे घेण्यासाठी पसरले. पण गाडीने हळूहळू वेग घेतला. ती मग मुलाला घेऊन आपल्या सीटवर आली. तिच्या जागेवर ठेवलेली तिची हँडबॅग वर ठेवून ी बसली. मुलाला दोघांच्या मध्ये बसवताना अभिरामकडे पाहून हसली. सहजच ओळख करून घेणारे ते सहज अकृत्रिम हसू. आणि आपोआपच त्यानेही सहजच विचारले. माहीत झाले होते तरी... ‘कुठे उतरणार ?’

‘चक्रधरपूर. पुढे असनसोलला जायचे आहे.’

‘भलत्याच वेळेला गाडी पोचते चक्रधरपूरला.’

‘हो नं ! तुम्ही कुठे ?’

‘एकदम शेवटले स्टेशन, कलकत्ता’

मग तिने विचारले नाही तरी त्याने सांगितले, ‘दोन दिवसांनी पुन्हा परत मुंबई. लांब जर्नी, कंटाळा येतो.’

"मला आवडतात लांबचे प्रवास," तीही सहजच म्हणाली. समोरचा माणूस खूप परका, अनोळखी आणि उगाच बोलायचे कसे ! असे काहीही तिच्या अविर्भावात नव्हते. होती ती एक सहजताच. मुलगा खिडकीतून बाहेर बघत होता. मध्ये थांबलेला पाऊस पुन्हा भुरभुरायला लागला. आणि ऊनही होते. गाडीबरोबर पळणाऱ्या हिरव्या झाडांवरचे ते ऊन आणि तो पाऊस त्या मुलाला आवडला. बोट दाखवून आईचे लक्ष त्याने तिकडे वेधले. तीही पाहात राहिली. लहान मुलासारखा तिने हात पावसात धरला. तो पाहून मुलानेही खिडकीतून हात बाहेर काढला. पण आता भुरभुरत पाऊस जरा तिरपा आणि जोराने पडायला लागला. खिडकीतून ओसाड यायला लागली. मुलाच्या चेहऱ्यावर, केसांवर पाणी उडायला लागले. त्याला मजा वाटली. थोडावेळ तिने त्याला ओले होऊ दिलं, मग खिडकीची काच खाली केली. बाहेरचे पावसातले ऊन आता काचेतून अस्पष्ट झाले. तिने मुलाला नॅपकीन दिला. त्यानेच आपले केस, चेहरा आपल्या चिमुकल्या हाताने कोरडा केला. अभिरामला पुन्हा आपली पत्नी आठवली, एक तर तिने मुलाला असे ओले होऊ दिलेच नसते. आणि तो ओला झालाच असता तर स्वतःच त्याचे डोके तिने खसाखसा पुसले असते. आणि ओलं झाल्याबद्दल मस्त रागावली असती. त्यानंतर पंधरा दिवसांनी झालेल्या सर्दीचा संबंधही तिने त्याच ओलं होण्याशी जोडला असता. त्याला एकदम बायकोची आठवण आली. तिच्यासाठी कलकत्ता साडी यावेळी आणायचीच आहे हे पण आठवले. मोठे लाल काठ आणि रंग... तो आठवू लागला... आता तिचा मुलगा काचेतून बाहेर आणि मधूनमधून आत डब्यातल्या लोकांकडे बघत होता. तिने त्याला एक खेळ हँडबॅगमधून काढून दिला. रंगीत खरड्यांचे वेगळे वेगळे आकार कापलेले. ते त्याची त्याची जागा शोधून त्यात बसवायचे. घोडा, उंट, ससा, हत्ती, वाघ असे प्राणी बनत. मुलाचे डोळे चमकले. तो हळूहळू एकेका तुकड्याचे आकार शोधू लागला. त्या आकारात तो तुकडा चपखल बसून एकेक प्राणी बनत होता आणि ते सगळे त्याच्या ओळखीचे होते. म्हणून तो खूष होत होता. टाळ्या वाजवत होता. आईची हनुवटी हलवून तिला ते बघायला लावत होता. तीही मग प्रेमानं त्याच्या गालावर गाल घासत होती. मुलगा त्या खेळात रमला. मग तीही मोकळी बसली. खिडकीतून पाहू लागली. तिचे केस उडून कपाळावर विखुरलेले, पाऊस थांबला म्हणून तिने खिडकी उघडली. तिच्या ओढणीचे एक टोक खिडकीबाहेर हवेत उडत राहिले. ते तिला आत घ्यायला सांगावे असे त्याला खूपदा वाटले. तो तसे सांगणारच होता तर ती खाली ठेवलेल्या हँडबॅगमधील काही वस्तू घ्यायला वाकली. तेव्हा ओढणी आपोआप आत आली. ती आता सरळ त्याच्याकडे तोंड करून बसली होती. आणि खिडकीतून बाहेरच पाहात होती. तिच्या कानात. गळ्यात, हातात काहीही नव्हते.

फक्त डाव्या मनगटाला घड्याळ, केसांचा बॉयकट ! अभिरामला तिच्याबद्दल उगीचच कुतूहल वाटले. तिच्याशी बोलावेसे वाटले. पण सुरुवात कुठून करायची ! ती तर अद्याप बाहेरच पाहात होती ! तो इतका समोर बसला होता, तरीही ती बाहेरच पाहते आहे ! बाहेर एवढे काय आहे बघण्यासारखे ? त्यानेही पाहिले. पळणारी झाडे, आभाळाला भिडलेली क्षितिजाची रेषा, पावसाने सारे हिरवेगार झालेले. त्याला आता आतापर्यंतची गरमी, चिक चिक आठवली. त्या पार्श्वभूमीवर हे हिरवेपण, आता पाऊस संपून पुन्हा ऊन झिरपायला लागले होते. तिने खिडकी उघडली. तो पाहत होता. त्याच्या बायकोला साधी गाडीतली खिडकी उघडणे- बंद करणे जमत नाही. खिडकी उघडून तिनेच सुरुवात केली.

'पाऊस पडला तरी उकडतं किती ?'

'हो न, तो म्हणाला, खरं तर त्याला आणखीही पुष्कळ बोलायचे होते, पण सुचलेच नाही. तिचा मुलगा आता खेळ सोडून तिच्या मांडीवर बसला. तो पूर्णपणे मातृमुखी होता हे त्याच्या लक्षात आले.

'तुझं नाव काय ?' अभिरामने त्या मुलाच्या गालाला हात लावून विचारले. तो मुलगा अतिशय गोड हसला. पण त्याने आपले नाव नाही सांगितले. 'सांग तुझं नाव', असं तीही म्हणाली नाही तिनेच त्याचे नाव सांगून टाकले.

'नील !'

'नवे नाव आहे, कुठे ऐकले नाही.'

''जुनेच आहे. खरं म्हणजे हनुमानाच्या ग्रुपमधला होता नील. रामाकरिता समुद्रावर सेतू बांधणाऱ्यापैकी आणि नवा नील आर्मस्ट्रॉग नाही का !'

'हो !' तो म्हणाला, मुलांची नावं इतकी विचार करून ठेवायची असतात ?

मग तिनं अभिरामबद्दल विचारलं.

आपली मुंबईची नोकरी बोरिवलीचा फ्लॅट, बायको, दोन मुलं, याबद्दल सांगताना त्यालाच वाटलं की आपण हे फक्त अभिराम केशव गर्दे याच माणसाबद्दल सांगत नाही तर मुंबईत राहणाऱ्या साठ टक्के लोकांपैकी कुणीही हा अभिराम केशव गर्दे असू शकेल. हेही आता तिलाच सांगताना लक्षात आलं आहे. यापूर्वी नाही, तिच्या सुटकेसवर एम. एम. अशी अक्षरं होती, म, मी, मा पासून सुरू होणारे तिचे नाव आडनावही असेल. त्याने तर्क केला. तिचा नवरा असनसोलला माईनींग इंजिनीयर होता.

'तुम्ही सध्या काय करता ? त्याने विचारलं.

सध्या तर खास काही करत नाही. याचे बाबा महिन्यातून बरेच दिवस टूरवर असतात आणि हा लहान, त्यामुळे काही खास करत नाही. मूक-बधिरांच्या शाळेत शिकवते. दोन-तीन तास. आता त्याच ट्रेनिंगकरिता मुंबईला गेले होते. याला

भाईजवळ ठेवून, तिने सविस्तर सांगितले.

'मूक-बधिर !' त्याला या असल्या मुलांची कल्पनाही करता येईना.

'वाईट वाटतं नाही अशा मुलांचं ?

कीव येते, तो म्हणायचंच म्हणून म्हणाला.

'कीव का म्हणून ? कीव करण्यासारखं काही नाही, नसते एखादी गोष्ट कोणाजवळ ! तरीही त्याचा जगण्यात संपूर्ण सहभाग असतो, 'ती काहीशा ठामपणे म्हणाली. त्याने तिच्याकडे पाहिले. कुठेही सहज सापडणाऱ्या अभिराम केशव गर्देपेक्षा ती कुठेतरी वेगळी असावी. कुठले तरी स्टेशन आले. तो खाली उतरायला लागला तेव्हा ती म्हणाली, चहाबिहा घ्यायचा तर घ्या. पण खायला माझ्याजवळ भरपूर आहे. तरीही तो शेगावला कचोऱ्या घ्यायला उतरलाच. तेव्हा ती म्हणाली,

'तुम्हाला प्रत्येक स्टेशनवर उतरायला आवडतं वाटतं !'

'मला गाडीत कंटाळा येतो. पण मी असा उतरलो की बायको ओरडते. तिला वाटतं मी राहून जाईन प्लॅटफार्मवर अन मला न घेताच गाडी सुटून जाईल.'' "मग चेन ओढायची' ती सहज म्हणाली,

'हे एवढे सोपे आहे हे माझ्या बायकोला सांगावे लागेल,' तो हसत म्हणाला, पण मग लक्षात आलं की बायको बरोबर असली की मुद्दाम तिला चिडवण्यासाठीच तो गाडीतून खाली उतरतो आणि पुन्हा चढायला मुद्दाम वेळ लावतो. तिचा मुलगा आता तिच्या मांडीवरच झोपून गेला. तिने वरच्या बर्थवर सामान सरकवून त्याला जागा केली. निजवले, पडू नये म्हणून अडकण लावली. "तुम्ही खालच्या बर्थवर निजा मी जाईन वर '' तो म्हणाला,

'मला वरही काही अडचण नाही पण,' ती म्हणाली.

'मघा तुमचे बंधू म्हणाले होते की बर्थ एक्सचेंज करून घ्या.'

'ते लोक माझी उगाच काळजी करतात.'

'वाटलं तसं, मघा तुमच्या आई वगैरे रडत होत्या.'

'आई आणि आजी. दोघींना माझी काळजी वाटते.

'साहजिक आहे. तुम्ही इतक्या लांब राहता. ती यावर बोलली नाही. तिने मागे डोके टेकवले. तिचे डोळे मिटत होते. तुम्ही झोपा इथे मी तिकडे बसतो तो म्हणाला.

'सहाला गाडी होती. पहाटे उठले म्हणून डोळे मिटताहेत. झोप नाही यायची' ती म्हणाली तिने बॅगमधून पुस्तक काढले. पुस्तक इंग्रजी होते. थोडा वेळ ती वाचत होती तर तो म्हणाला 'बघू पुस्तक' तिने दिले. कव्हरवर लहान मुलांचे चित्र. मुलाचे ओठ आणि कान यावर एकेक पट्टी होती. आणि डोळे अतिशय बोलके खरं तर

चित्रात मुख्य डोळेच होते ते कशावर तरी खिळले आहेत असे वाटत होते. त्याने अशी मुले पाहिली होती. त्यांची नजर रिती असायची. डोळ्यात काही भाव नसायचे. हे चित्र तसे नव्हते. त्याने तिला तसे म्हटले तेव्हा ती स्वत:लाच सांगावं तसं म्हणाली, 'कान आणि ओठ यांचा उपयोग न करता ही मुलं डोळ्यांनी संपूर्ण अनुभव घेऊ शकतात हेच त्या पुस्तकात सांगितलं आहे.''

'कठीण आहे पण अशा मुलांशी डील करणं.'

'विशेष कठीण नाही,' ती म्हणाली.

'आता तुमचा तो विषय आहे. पण आपल्यावर वेळ आली की ते कठीणच जाते नं !'

ती मग काही बोलली नाही. थोडा वेळ चाळून त्याने ते पुस्तक तिला परत केले. त्यात त्याला काही गम्य नव्हते. ती पुन्हा वाचू लागली. ती पुस्तकात मधून मधून खुणा करत होती. वाचण्यापेक्षा ती पुस्तकाचा अभ्यासच करत होती असं त्याला वाटलं पण ती अशी वाचण्यात गुंतली होती तर त्याला करमेना. बाजूच्या सीटवरचे लोक काश्मीरच्या प्रश्नावर तावातावाने तुटून पडले होते. त्याला गंमत वाटली. प्रवासात तसं हातवारे करून बोलायला मजाच येत असेल की ज्याच्याशी आपला तसा काही संबंध नाही ! आता ऊन थोडे कडक झाले होते. सकाळचा हवेतला गारवाही संपलेला होता.

'इथल्या तर जमिनीच्या भेगाही बुजल्या नाहीत !' ती म्हणाली.

त्यान पाहिले. इथे पाऊस पडलेला दिसत नव्हता.

'कुठे पाऊस पडतो आणि कुठे नाही याचा खरं तर काही मेळच नाही,' ती म्हणाली. तेही स्वत:शीच. ती पावसासंबंधीच बोलते आहे असं त्याला वाटलं नाही. एका नदीच्या पुलावरून गाडी गेली. ती खाली वाकून बघत त्याला म्हणाली, 'मागच्या वर्षी याच नदीने थैमान घातलं होतं. केवढा पूर आला होता आणि आता पाहा पाऊसच नाही. इथे त्याने जेवणाची ऑर्डर दिली. तेव्हा ती म्हणाली, 'मी जेवायला भरपूर आणले आहे. आम्हा दोघांना किती लागणार ! तो संकोचला पण तिचे सांगणे अगदी मनापासूनचे आणि सहज आहे हे त्याला पुन्हा जाणवले. तिचा मुलगा उठला. मग तिने डब्यातले काढून एका छोट्या प्लेटमध्ये प्रथम त्याला दिले. तिच्या हातातून प्लेट घेताना तो थोडा गोंधळला. 'घ्या नं,' ती आर्जवाने म्हणाली. प्लेटमधले त्याने संपवले. तिने आग्रहाने दिलेलेही खाल्ले. मग तिने कालवलेला दहीभात वर लिंबाच्या लोणच्याची फोड दिली. 'हे तर जेवणच झाले !' तो म्हणाला.

'मग ! जेवणच आहे. पुरा दिवस गाडीत काढायचा तर भरपूर खायला हवेच.'

तिचा मुलगा प्लेटमध्ये व्यवस्थित खात होता. दहीभातातल्या मिरच्या काढून

ठेवून त्याने त्या बाजूला केल्या. कढीपत्त्याची पानंही अलग काढली आणि भात संपवला. तो पाहत होता. अशा नको असलेल्या गोष्टी वगळून त्याच्या मुलांनी कधी खाल्लेच नसते बोट न भरवता, आणि चमच्याने तर नाहीच. तो मुलगा वाजवीपेक्षा जास्तच शहाणा होता.

'पुन्हा काही लागलं तर सांगा' ती म्हणाली.

'नाही हो. आता काय लागणार,' तो म्हणाला. मुलगा आता डब्यात बाहेर इकडे तिकडे पाहत होता. तिच्या सीटपासून दारापर्यंत जात होता, येत होता आणि ती त्याला ते करू देत होती आपल्या बायकोने मुलांना असे मोकळे सोडले नसते हे त्याला जाणवले. मध्येच कुणी त्यांच्या गालाला बोट लावत होते, तर तो गोड हसत होता. कुणी लाडाने चॉकलेट बिस्कीट दिले तर ते मात्र तो घेत नव्हता. स्वत:चे घरच असल्यासारखे तो डब्यातून फिरत होता. तो तिच्याजवळ येऊन बसल्यावर तिने एक चित्रांचे पुस्तक काढले. ते मुलाला दिले. मुलगा खूष. ते पुस्तक त्याच्या परिचयाचे असावे. अर्धा भाग एका प्राण्याचा तर अर्धा दुसऱ्याचा. मोराच्या पिसाऱ्याला जिराफाचे तोंड तो पानं पलटवत होता आणि खूष होऊन आईकडे बघत होता. ते पुस्तक संपले. मग तिने साधे चित्रांचे पुस्तक दिले. ती त्याला सतत गुंतवून ठेवत होती. ते त्याला आवडले. नाहीतर एवढ्या लांबच्या प्रवासात त्याच्या मुलांनी सळो की पळो करून सोडले असते. तो मुलगा झाडावर बोट ठेवत होता आणि बाहेरचे झाड बघत होता. लेव्हल क्रॉसिंगला मोटर, ट्रक, बस एक-दोन गायी त्याला दिसल्या. ती सगळी चित्रं त्याच्या पुस्तकात होती. त्याने टाळ्या वाजवल्या. मग मोराच्या चित्रावर बोट ठेवले आणि आईकडे पाहिले. आईने दोन्ही हात हलवून 'नाही' म्हणून सांगितले. मुलाने पुस्तक परत तिच्याजवळ दिले. तिने मग बॅगमधून वर्तमानपत्राचे कापलेले तुकडे काढले ते मुलाला दिले. त्याचे विमान, पतंग, करंडी, नाव वगैरे बनवून दिले. त्याला नाव बनवता येत होती. विमान तो खिडकीतून बाहेर फेकत होता ते गाडीच्या विरुद्ध दिशेने उडून मागे जात होते. पतंगाचा दोराही कागदाचाच. तो मुलगा अगदी मजेत होता. मग त्याचा कंटाळा आल्यावर तिने कागदाचा कचरा त्यालाच उचलायला लावला आणि मग तिने तो खिडकीबाहेर टाकला. गाडीत मध्येच भेळमुरमुरेवाला आला डब्यातले सगळे भेळ घेऊ लागले. मुलाने नुसते आईकडे पाहिले. पण ती मान हलवून 'नाही' म्हणाली. त्याने खिशात हात घातला. मुलासाठी तो मुरमुरे घेत होता. तेव्हा ती म्हणाली.

'पावसाळ्याचे बाहेर खाणे नको नं !' मुलानेही हट्ट केला नाही.

'हा नर्सरीत असेल नं !' त्याने विचारले.

'हो.'

‘आजकाल नर्सरीतही डोनेशन लागते. मी मुलांचे पाच पाच हजार भरले.’’ तो म्हणाला.

‘सगळेच बदलले. आपण एका सिस्टीमचा एक भाग म्हणूनच जगतो आहोत.’

‘याला काही इलाजच नाही.’ तो मन:पूर्वक म्हणाला. ही गोष्ट गाडीत चघळायला घ्यावी तशी त्याला वाटली नाही.

‘आहे याला उपाय आहे. आपल्याला यात सहभागी व्हायचे नसेल तर ते आपण टाळू शकतो. फक्त आपण एकटेच ते करतो आहोत, दुसरे नाही असं वाटलं तर मात्र पंचाईत होते.’

‘म्हणजे काय मुलांना शिकवायचंच नाही ?’

‘असं कसं म्हणता !’ शिक्षण काय फक्त महागड्या शाळेतूनच घेता येते का ? पुन्हा दोन-अडीच वर्षाच्या मुलाला शाळेत डांबायचे कशाला ! त्यांचा जीव केवढा ! केवढा त्यांचा अभ्यास ! ती जड जड दप्तरं.’

‘पण म्हणजे स्पर्धेत टिकण्याकरता हे जरूरी आहे,’ तो म्हणाला.

‘एवढ्या एवढ्या मुलांना कशाला हव्यात स्पर्धा ! त्यांना तरी बघू दे खुले मोकळे आभाळ ! आकाश निळे असते हे आजकाल मुलांना नाही कळत. कळते ते आभाळाचे स्पेलिंग. आणि ब्लू म्हणजे निळा हे पाठच करावे लागते.... ती म्हणाली. खिडकीतून आभाळाकडे बघू लागली. ती म्हणत होती ते त्याला पटले. पण आता ते त्याला गाडीत तावातावाने बोलण्यापुरतेच वाटले. ती म्हणते ते सगळे आपल्या मुलांच्या जगण्यातून खूप लांब फेकले गेले होते... त्यांचे बोलणे जरा थांबले. बाहेर पाऊस पुन्हा भुरभुरायला लागला. ती बाहेर पाहू लागली. आता वाटेत लागलेले छोटे छोटे ओहळ नदीच वाटत होते आणि ते थोड्या थोड्या अंतराने पुन्हा पुन्हा दिसत होते. मध्ये डोंगराआड, दाट झाडीआड लपत होते.

‘मी उन्हाळ्यात गेले होते तेव्हा हे सगळे खूप कोरडे होते,’ ती म्हणाली. आपण या रस्त्याने कितीदाही गेलो तरी हे आपल्या कधी लक्षात येणारच नाही. त्याला वाटले गाडी धावत होती. त्या तिच्या आवाजाला एक लय आहे असे त्याला वाटले, लहानपणी गाडीच्या लयीत आपण मनातले जो म्हणू ते फिट बसायचे !’ कशासाठी, पोटासाठी, खंडाळ्याच्या घाटासाठी’ हे शब्द तर त्या गाडीच्याच लयीसाठी होते. त्याने दोन्ही कानांवर हात ठेवले न् काढले, हात ठेवले न् काढले. वाऱ्याच्या घुमणाऱ्या आवाजाचीही एक लय अनुभवता आली. हे सगळे लहानपणचे. दोन्ही हात कानावर ठेवायचे आणि काढायचे. वाऱ्याचा तो घुमणारा आवाज कळायचा. मध्येच एकदम शरमून त्याने कानावरले हात काढले. ती बघत तर नव्हती ? नाही तिचे लक्ष नव्हते.

नागपूर स्टेशनवर गाडी थांबली. तेव्हा ती म्हणाली, ‘मी जरा उतरते. प्लीज

सामानाकडे पहाल ?' तिने मुलाकडे बघा म्हटले नाही. मुलाला खिडकीकडे तोंड करून बसवले. एक केळे हातात दिले. मग त्याला म्हणाली, 'तुम्हाला उतरायचे असेल नं ! मी येतेच...' पण पंधरा वीस मिनिटं झाली तरी ती आली नाही. अभिरामचा जीव गोळा झाला. हा अनुभव त्याला नवा होता. त्याने प्लॅटफॉर्मवर उतरायचे आणि दुसऱ्याने त्याची वाट पहायची हे ओळखीचे, सवयीचे होते. गाडी सुरू झाली ही आलीच नाही तर... या मुलाला... असे वाटत असतानाच लक्षात आलं की वेळ आली तर आपण चेनही ओढू शकतोच. हे लक्षात आल्यावर तो स्वत:शी जास्तच खजील झाला. मुख्य म्हणजे आपण तिच्याच येण्याची फिकीर करतो आहोत याचे नवल वाटले. अखेर त्याला ती येताना दिसली.

'तुम्ही फार वेळ लावला.' तो म्हणाला. 'अरे तुम्हाला जायचे आहे नं ?' ती म्हणाली तेव्हा आपण आपल्या जाण्याकरता म्हणत नव्हतो. हे तिच्यापासून लपवणे आपल्याला कठीण जाते आहेसे त्याला वाटले.

'गाडी सुटल्यावर ती म्हणाली, 'गाडी तासभर लेट आहे नाही ?'
'पण मेकप करेलच.'

पण गाडी लेट असल्याचे तिचे बोलणे ही दुसऱ्या बोलण्याची फक्त सुरुवात असावी. तिला त्यावर बोलायचेच नव्हते.

'मी इथे राहिले आहे. बी. ए. ची दोन वर्ष मावशीकडे. दोन वर्ष भुसावळ-नागपूर सारखं येणे - जाणे व्हायचे. जुन्या आठवणी होत्या. या स्टेशनात फिरून आले. एक नेहमीचा चहावाला होता. दोन नंबरच्या प्लॅटफॉर्मवर एक नेहमीची म्हातारी होती. तिला मी रुपया द्यायची. माझ्या मैत्रिणीचे वडील जोशीबाबू तिकीट तपासायला दाराशी असायचे. मी दिसले की म्हणायचे सारखी सारखी गावाला पळतेस तू ! नापास होणार नक्की !''

त्याला तिचं ऐकण्यात रस वाटू लागला.

'पण जुनं काही सापडलं, भेटलं नसणार.

'शक्यच नाही. पण त्या जागा पाहून आले. कधी कधी वाटतं की इथे गाडी थोडा वेळ बिघडावी. शहरातून एक फेरफटका मारून यावा. पुन्हा गाडीत बसावं.'

'पण त्याकरता गाडी बिघडायला कशाला हवी ! स्वतंत्रपणे जाऊ शकतो आपण'

'पण त्यात मजा नाही,' ती म्हणाली. 'आणि आपण गेलोच तर जुने काय भेटणार ? माझी मावशी नसते इथे आता. जुन्या मैत्रिणी नाहीत, जुने प्रोफेसर नाहीत. मुद्दाम येऊन काय करायचे ! हे एवढेच हवे असते बस्स !'

त्याला तिचे बोलणे आवडत होते, ते ऐकावे असेच वाटत होते.

'पण कधी कधी तुम्ही म्हणता तसं करावं असंही वाटतं. अगदी छोटसं काही

मनात असतं ते तसंच असेल की नाही बघावसं वाटतं. त्याचा खरं तर आपल्याशी काहीच संबंध नसतो, नाही !'

तो बोलला नाही. ती म्हणते तसं काही आपण अनुभवलेलं नाही. आणि ती नक्की काय म्हणते ते धड समजतही नाही. कानाला चांगले वाटते, बोअर होत नाही बस्स.

'माझे वडील कोलमाईन्सला होते. नदीपार करून नावेतून, मोटरलाँचमधून पलीकडे जावं लागे. नदीची वाळू सुरू होण्यापूर्वी एका उंचीवर एक झाड होते. पूर आला की नदीचं पाणी तिथपर्यंत जायाचं. उतारावरून वाळूपर्यंत धावत धावत यायचं आणि वाळूत झोकून द्यायचं. लोळायचं, उताणं पडलं की वर एरियल रोप वे करून कोळशाच्या वॅगन्स जा-ये करताना दिसायच्या. ते सगळं जाऊन बघावं वाटतं. पण एकदा वडील गेले होते तर त्यांनी सांगितलं की नदीच फक्त आहे. बाकी सगळं बदललं. मोटारलाँच, नावा सगळंच. पूलच झाला. आहे. आता नाही तिथे जावंसं वाटतं.'

'तुम्हाला आला कधी असा अनुभव ?'

'नाही' म्हणणं त्याच्या जिवावर आलं. त्याला वाटलं अजूनही तिच्याकडे एक मूलपण दडलेलं आहे.

'मी उगीचच बडबड करते नं ? तुम्ही बोअर झाला असाल !'

''छे. छे. नीलचे बाबा म्हणतात की मला जास्त बोलायची सवय आहे.''

'नाही नाही', तो गोंधळून म्हणाला.

'असू शकेल ! मला माझे शब्द वापरायला मिळतातच कुठे ! नीलचे बाबा सकाळी जातात तर बहुधा रात्रीच परततात. टी. व्ही असतो सुरू. पण तो काही आपल्याशी बोलत नाही. पुस्तकं मात्र असतात, ती बोलतात आपल्याशी !'

आपल्या घरी तर एरवी दुपारी कोणीच नसते ! बायको सातला परतते. आपण आठला, मुलं पाचला. नंतर टी.व्ही सुरूच असतो. म्हणजे नुसता आवाजच. शब्द ऐकू येत नाही, आणि मुलांशिवाय कुणाला एकमेकांशी बोलावसं वाटत नाही. सुट्टीच्या दिवशी बायको घर आवरायला घेते आणि उरलेला दिवस लोक येत राहतात. ते बोलणेही कुणाचे कुणाकरता नसते... हे सारे त्याला खूप जाणवले. कदाचित प्रथमच. पण तिच्याइतके छान बोलणे आपल्याला जमणारच नाही असे वाटले आणि तो काही बोललाच नाही. तीही थोडा वेळ गप्पच. आपण फार बोलतो की काय ! या जाणिवेनं ! तिला वाटलं, की एकाचे दुसऱ्याला कळल्याशिवाय शब्द अपुरेच असतात. ज्याच्याशी आपण बोलू शकतो अशी थोडीच माणसं असतात. आणि असतात त्यांनाही आपलं सगळंच कळतं कुठे !

तुम्ही सत्यजित रे चा 'आगंतुक' पाहिला ?'

‘नाही’

‘जरूर पाहा.’

‘बंगाली कळत नाही.’

‘मला तरी कुठे कळतं... सब-टायटल्स असतात. पण खरं म्हणजे ती नसली तरी कळतं. माणसांचा परस्परांवरचा विश्वास उडत चालला आहे. आपलीही माणसं त्यांना ओळखता येत नाहीत. माणसांना माणसांची गरजच उरली नाही. आणि एका गरजेपलीकडे कुणाला कुणाबद्दल साधी जिज्ञासही नसते. एकाला दुसऱ्याजवळ बोलण्यासारखं, सांगण्यासारखं काही नसतं. आपल्या भोवतीच्या जगण्याबद्दलच माणसाचं कुतुहलच संपून गेलं हे सगळं भयंकर वाटतं.’ ती म्हणत होती तिचा अनुभव आपल्याला चाटून गेला आहेसं त्याला वाटलं. त्याने सिगरेट काढली.

‘चालेल ?’ विचारलं.

ती हसली. ‘त्यात मला काय विचारायचं! इतके लोक ओढताहेत बघा !’ ती म्हणाली. मघाशीं तो दाराकडे जाऊन सिगारेट ओढून आला होता.

‘पण त्या लोकांचा तुमच्याशी संबंध नाही,’ तो म्हणाला. त्याने सिगारेटचा धूर सोडला.

‘माझ्या बायकोला नाही आवडत, ती रागावते.’ आणि बायकोला कुणी कधी घेऊ का विचारत बसत नाही,’ ती हसत म्हणाली.

‘हे मात्र खरं.’ तोही हसला.

‘नीलचे बाबा तर चेन स्मोकर आहेत.’ ती म्हणाली.

नील आता तिच्या मांडीवरच झोपून गेला. ‘त्याला झोपवा सरळ. मी तिकडे बसतो,’ तो म्हणाला.

‘तो आता जास्त झोपणार नाहीच.’

‘वर झोपवलं तर उठेल, राहू दे इथेच !’ ती म्हणाली. पण तो म्हणाला म्हणून मुलाचे डोके मांडीवर घेऊन पाय त्याच्याकडे केले.

‘तुम्हाला सिनेमा आवडतो की नाही ?’

‘अजिबात नाही. वेळही नसतो पण बायको बघते. तिला आवड आहे.’

‘मला ॲक्शन असलेले पिक्चरही आवडतात. एकतर त्याला डोकं लागत नाही आणि भाषेचीही गरज नसते.’

हे मात्र त्याला पटलं. तिला वाटलं शब्दाचं एक असतं. ते एकतर लागतच नाहीत. आणि जिथे लागतात तिथे पुरे पडत नाहीत.

गाडी सिग्नल दिला नव्हता म्हणून मध्येच थांबली. थोडे समोर अंतरावर स्टेशन होते. समोर एका डोंगरावर उंच निमुळत्या टोकावर एक मंदिर होते. आणि

पायऱ्या वरपर्यंत गेल्या होत्या.

संध्याकाळ व्हायची होती. उतरते ऊन पावसाने हिरव्या झालेल्या त्या डोंगरावर चमकत होते.

'मी नेहमी येता-जाताना हे मंदिर बघते. या पायऱ्या चढून वर जावं असं मला इतक्यांदा वाटतं.'

'आज अनायसे गांडी थांबलेली आहे बघा', तो थट्टेने म्हणाला.

'वा, असं वाटलं म्हणून आपण जातो थोडेच' पण आपल्याला तर हे मंदिर, या पायऱ्या कधी दिसल्याही नाहीत. तो आता सकाळी गाडीत घेतलेला पेपर वाचू लागला. तिच्या सततच्या बोलत राहण्याने तो बाजूला पडला होता.

'मी फार बोलते आहे का ? तिने विचारले. तेव्हा याने पेपर बाजूला केला.

'अं छे ! छे !' तो म्हणाला. पुन्हा पेपर वाचू लागला. तिनेही बोलणे आवरले. त्याला पेपर वाचू दिला. ती बाहेर पाहू लागली. उतरते ऊन आता संपत होते. संध्याकाळ होत होती. मनात विचार येत होते. नीलचे बाबा म्हणतात,

'तुला काही कळत नाही. काही म्हणजे व्यवहार.' आपल्यालाही तो कळायला नकोच आहे. त्या व्यवहारापलीकडलं काही असतं त्यानेच मधल्या भेगा बुजतात. आपल्याला व्यवहार कळत नाही म्हणूनच या समोरच्या अनोळखी माणसाशी आपण एवढे बोलतो आहोत ! तो प्रवासात आपल्या समोरच्या सीटवर बसलेला आहे इतकाच मर्यादित संबंध आहे का आपल्या बडबडीला ! कदाचित तो एक पुरुष आहे म्हणूनही आपल्याला इतकं बोलावसं वाटलं का ? त्याजागी एखादी बाई असती तर आपण बोललो असतो ?

आपल्याला बोलावसं वाटलं असतं ? आणि यानं तरी एवढं एखाद्या पुरुषाचं ऐकून घेतलं असतं ? गंमतच आहे ! बाजूच्या कुणाचं काही काही देणं घेणं नाही असं हे बोलणं ! गाडीतून उतरलं की विसरून जाण्यासाठीच असलेलं ! फक्त गाडीत चघळायला बोललेलं. पण रोजच्या रोज किती तरी गोष्टी लक्षात ठेवाव्या लागतात त्याने आपण थकून जातो. विसरण्यासाठीही काही तरी असायला पाहिजेच ! म्हणून हे एवढं बोलायचं ! आपलंही बोलणं असंच. आपणही असं मोघम बोलतो ! पण नीलचे बाबा प्रवासात असले की हे काही मनात येत नाही. गाडी धावत असते आणि आपण रिकामे बसून असतो. त्यापेक्षा एकट्याने प्रवास छान.

तिचा मुलगा उठला. त्याला लागणारे मुलाचे पाय तिने शरमेनं बाजूला घेतले. त्याला उचलून डोळे, तोंड धुवून आणलं. त्याचे कपडे बदलले. त्याला खायला दिलं. कुठले तरी स्टेशन आले तेव्हा ती त्याच्याकरिता दूध घेऊन आली. ते त्याने पिऊन टाकले. आपली मुलं उठल्यावर किती त्रास द्यायची. बोर्नव्हिटाखेरीज तर अजूनही कप तोंडाला लावत नाहीत, अभिरामला वाटले. तो मुलगा आत ताजातवाना

होऊन दोघांमध्ये बसला. खिडकीतून पाहू लागला. त्याला आता पुस्तकं, खेळणी काही नको होती. खिडकीकडे तोंड करून तो बसला. आता संध्याकाळ बाहेरच्या धावत्या झाडावर उतरलेली होती. एका वळणावर गाडी चंद्रासारखी अर्धगोलाकार झाली. तिने दारात जाऊन वाकून ते वळण पाहिले आणि मुलालाही दाखविले. त्याला तर भीतीच वाटली, तिच्या वाकण्याची.

संध्याकाळही संपली. दिवस पूर्णपणे दूरवरच्या भरून आलेल्या ढगाच्या पुंजक्याआड गेलेला. बाहेर पावसाचे थेंब टपटपू लागले. तिने पुन्हा लहान मुलासारखा हात पावसात धरला. मग तिच्या मुलानेही. तिने लहान मुलाच्या उत्सुकतेनेच त्याला सांगितले की, पाऊस पडतो आहे. तो तर सकाळपासून मधून मधून पडतच होता. त्याला त्या पावसाचे एवढे अप्रुप नव्हते. पावसाचा संबंध फक्त रेनकोट नेण्याशी होता. फर्स्टक्लासचा पास, पाकीट, रुमाल, चाळायला नेलेला एखादा 'इंडिया टुडे' आणि रेनकोट. पाऊस थांबला की त्याचे ओझेच.

'बहुधा इतक्यात पौर्णिमा असावी, आज-उद्याच. पाऊस आहे म्हणून; नाहीतर सगळीकडे दुधी प्रकाश छान दिसला असता,' ती म्हणाली.

पौर्णिमा आणि अमावस्या तर आपल्या फक्त पंचांगातच असतात. त्याचे कामही वर्षातून एकेकदा पडते. एका पौर्णिमेला आईची श्राद्ध तिथी आणि एका अमावस्येला मोठ्या मुलाचा जन्म.

पाऊस आता मंद मंद सुरू झालेला मध्येच वाढत, कमी होत पडतच राहिला आणि हळूहळू तो गाडीच्याच वेगानं पडू लागला. रात्र झाली तसे त्याला उदास वाटू लागले. ही अशी उदासी तो प्रथमच अनुभवत असावा. हव्या असलेल्या प्रवासाचा शेवट जवळ आला की, वाटावे तसे आपल्याला वाटते आहे का ? त्याने स्वत:लाच विचारले. लहानपणी आई-बाबांबरोबर जाताना वाटायचं की, प्रवास संपूच नये तसं काहीसं. पण प्रवास तर नकोच असतो आपल्याला ! तरीही मोठं होता होता पुन्हा थोडे लहान झालो का आपण तिच्यासारखं.

तिनेच आणलेल्या डब्यातलेच त्याने खाल्ले. फक्त कँटिनमधून टोमॅटोचे गरम सूप तेवढे घेतले. पाऊस सुरूच होता आणि थोडी थंडीही, पण हवीहवीशी. लोक आता झोपायच्या तयारीला लागले.

'तुम्ही झोपा. मी वर जाते,' ती म्हणाली.

'मला झोप नाही आली अजून.'

मला का माहीत नाही, पण गाडीत झोप येत नाही,' ती म्हणाली.

'मला तर उठवावेच लागते इतका गाढ झोपतो मी.'

तिने मुलाला वर झोपविले. ती आपल्या जागेवर बसली. आता त्याच्याकडे तोंड करूनच. दोघं समोरासमोर. गाडीतला मंद उजेड, बाहेरचा पाऊस, तिचे तोंड

त्याच्याकडेच, पण ती त्याच्याकडे नव्हती बघत. त्याच्याही पलीकडे काचेच्या तावदानातून जाणवणाऱ्या ओल्या अंधारापलीकडलं काहीतरी ती बघत होती. स्वत:तच काही जोडत, शोधत होती. तोही बघत होता. जसे दिवसभराचे बोलून संपले होते ! समोरासमोर बसलेली ती दोघं, बाहेरचा पाऊस...

पण सगळेच बोलून झाले असे त्याला वाटले नाही. बोलली तर तीच ! आपण कुठे बोललो ! ती बोलली त्याचे पडसाद आत आत उठत आहेत आणि आता आपल्याला बोलावेसे वाटते. पण काय ! काहीतरी आतले, मर्माचे, जे कधी बायकोजवळही बोलावेसे वाटले नाही ते, जे बोंलण्याची कधी वेळच आली नव्हती आली ते ! थोडी वेळेची चुकामूक झाली ! ही आधीच का नाही भेटली ! त्याचे डोळे मिटू पाहात होते तरी त्याला वाटले तिचे स्टेशन येईतो असेच न बोलता बसून राहावे. त्याला झोप येतेय हे पाहून ती आपल्या बर्थवर जायला लागली. सूटकेसमधून तिने चादर काढली. त्याच्याजवळ एक पातळशीच चादर पाहून म्हणाली.

'थंडी आहे, घ्या ही चादर.'

'तुम्हाला'

'आहे दुसरी'

'आठवणीने मागून घ्या, पण उतरताना,' तो म्हणाला.

ती वर झोपायला गेली. तिचे ओढणीचे टोकही खाली दिसत नव्हते.

साडेतीनला चक्रधरपूर आले. पाऊस थांबला नव्हताच. आधीच तिने सामान दाराशी नेऊन ठेवले होतें. झोपलेल्या मुलाला तिने घेतले. तो गाढ झोपेत होता. तिने आता अभिरामला उठविले. हळूच. तो एकदम गाढ झोपलेला होता. कसाबसा उठून बसला. डोळ्यात झोप.

''मी उतरते आहे. बाय !' ती म्हणाली,

'स्टेशनवर कुणी आले का ?' त्याने झोप आवरत विचारलं. ती त्याबद्दल काही म्हणत असतानाच तिला खिडकीशी तो दिसला.

'मीरा' त्याने आवाज दिला.

'आले.'

'पाऊस पडतो आहे. दाराशी येऊन थांबायचं होतं !' तो खेकसल्यासारखा म्हणाला. त्या दिशेनं पाहायचं अभिरामनं प्रयत्न केला, पण डोळे आपोआप मिटत होते. त्याला दारापर्यंत जायचं होतं, पण ही प्रचंड झोप ! तिचीही तशी अपेक्षा नसावीच. लोक चढत-उतरत होते. हमालाचे, 'चाय'वाल्याचे आवाज, पावसाची लय, स्टेशनावरचा उजेड आणि खिडकीबाहेरचा ओला, निथळता अंधार... गाडी सुटली. तिने वेग पकडला. अंगावरची सरकलेली चादर नीट ओढून घ्यायला गेला तर लक्षात आलं, चादर तिची ! तो उठूनच बसला ताडकन. तिनं मागितली नाही.

आपण दिली नाही. आता त्याची झोपच उडाली. गाडीने स्टेशनचे आवार केव्हाच सोडलेले. पायाला काही लागले. पाहिले तो ती वाचत असलेले पुस्तक होते. ती विसरून गेली होती. त्याने ते हातात घेतले. गाडीच्या मंद आणि धावत्या उजेडात त्याने ते पाहिले. कव्हरवरले ते चित्र ! लहान मुलाचे - ओठावर- कानावर पट्टी आणि बोलके डोळे कशावर तरी खिळलेले... एकदम काही जाणवले. गाडी वेगात असताना मध्येच एकदम थांबावी तसे झाले. काही तरी खटकले, काल दिवसभराच्या प्रवासात कळायचे राहून गेलेले. अगदी सहज दिसेल असे पण न दिसलेले. तिचा तो मुलगा तो... तो ! ती आपल्याशी शब्दांनी बोलत होती आणि मुलाशी शब्दाशिवाय. तिचा कालचा एकेक शब्द आता गाडीच्या धावत्या उजेडातही स्थिर होत गेलेला... तो थोडा अस्वस्थ. एकदा पुन्हा ती भेटली तर ! पण नेहमीच असे होणार नाही. आपण एवढे गुंतणार नाही. एखादीच वेळ अशी येते. त्यानं सिगरेट काढली, ठेवून दिली. खिडकी उघडली तर वेगानं ओसाड अंगावर आली त्याने खिडकी बंद केली. थोडा वेळ तो तसाच बसला. त्याच्या समोरची तिची सीट रिकामी होती. थोडाच वेळ तो तसा बसला. मग त्याचे डोळे मिटायला लागले. तिनेच दिलेली चादर अंगावर ओढून तो झोपला. थोड्याच वेळात त्याला गाढ झोप लागली पाऊस पडतच होता.

पावसाच्या सरी मध्येच मंद तर मध्येच वेगाने बाहेरच्या काळोखावर वाजत होत्या आणि गाडी वेगाने धावत होती.

❑

लोकसत्ता, दिवाळी ९५

हिवाळा

थंडी अगदी गडद आहे. इथे तर सकाळपासूनच धुके आणि गार गार वारे आहेत. तिकडे भारतातही थंडीचा ऋतू सुरू झाला की हृषीकेश पत्राची वाट पाहतो. विशेषत: घरच्या पत्राची. अरुणाच्या आईकडची पत्रे जास्त नियमित येतात. तेवढी त्याच्या घरची नाही येत. लिहिणारी त्याची आईच असते. आणि ती फार त्रोटक पत्रं लिहिते. पण ती मराठीत असतात आणि त्यांत थंडीच्या दिवसांत तिकडच्या थंडीबद्दल लिहिलेले असतेच. ते हृषीकेशला पुन्हा पुन्हा वाचावेसे वाटते. त्याच्या भावाची, हरीशची पत्रे कधीतरी येतात ती इंग्रजीत लिहिलेली. ती एकदा वाचल्यावर मग वाचावीशी वाटत नाहीत. कधी हरीशचा दुसरीत गेलेला मुलगाही इंग्रजीतून लिहितो. ते त्याला आवडते. ते आईनेच खरे म्हणजे सांगितलेले असते. म्हणजे त्याच्या आजीने. त्याची आई वैजयंती डॉक्टर आहे. तिला इतका वेळ नसतो. त्याच्या पत्रातले ग्रँड मा इज निटिंग स्वेटर फॉर मी. द कलर इज व्हेरी स्वीट - द सनफ्लॉवर कलर.' हे वाक्य तो कितीदा वाचतो. त्याच्या आईने विणलेले ते सूर्यफुलाच्या रंगाचे स्वेटर, ते विणणारे तिचे हडकुळे हात - सारे त्याला आठवायला आवडते. गाडी गॅरेजमधे ठेवल्यावर नेहमी तो प्रथम लेटरबॉक्सच पाहतो.

आज गाडी गॅरेजमधे ठेवण्यासाठी तो थांबला. बर्फाचा खच होता. बर्फ पुष्कळ जमा झाला होता. तो शॉव्हेलने बाजूला करायचा होता. पण त्यापूर्वी त्याने पत्रे पाहिली. महूचे, त्याच्या घरचे पत्र होते. जरा जाडसर. तिथेच त्याने ते घाईघाईने फोडले. तिथेच पत्र वाचायचा मोह झाला. तो आवरून त्याने गाडी गॅरेजमधे नेण्यापुरता रस्ता केला. तो खुषीत घरात गेला. अरुणा ऑफिसातून आलेली होती. अनीशशी लाडे लाडे बोलत होती. त्याने अरुणा टोकेल म्हणून फक्त बूट काढले. मोजेबिजे न काढता अधीरपणे पत्र वाचायला लागला. प्रथम आईचे. मग हरीशचे. पत्रं वेगवेगळी असली तरी मजकूर एकच होता साधारण. एकतीस डिसेंबरला

अनीश वर्षाचा होतो. त्या सुमारास जमले तर इकडे यावे. तिच्याबरोबर हरिद्वार, उत्तर काशी, गोपेश्वर सगळीकडे, थोडे थोडे जावे-राहावे. तिथे त्याचे बालपण गेले आहे. जास्तीत जास्त घेता येईल तेवढी सुट्टी घ्यावी. सगळीकडे, पुण्याला अरुणाच्या माहेरीही राहून मग पुन्हा महूला राहावे असे लिहिले, म्हणजे फक्त सुचवले होते. ते आईनेच सुचवले होते हे विशेष. हरीशने फक्त लिहायचे म्हणून लिहिले असावे. तिने सांगितले म्हणून. आई येण्याबद्दल असे कधी सुचवत, सांगत नाही की या वेळी या, इथे जा, तिथे राहा वगैरे. बहुतेक येण्याचे-जाण्याचे बेत हृषीकेशच आखतो, कळवतो आणि जातो बहुधा थंडीतच. मग आईचे पत्र येते की जरूर या, मी वाट पाहते. इथे सध्या 'थंडीचा ऋतू' आहे. हा शब्द आईचा. ती हिवाळा म्हणत नाही. थंडीचा ऋतू म्हणते. कधी क्वचित ऋतूऐवजी मोसम शब्द असतो. ती थंडीचे थोडक्यात वर्णनही करते. ते वर्णन दिल्लीच्या किंवा महूच्या थंडीचे नसतेच. असलेही क्वचित तरी हृषीकेशला ते तसे वाटत नाही. ते उत्तर काशीला पहाडावर पडलेल्या थंडीचे असते. हरिद्वारला गंगेच्या पायऱ्यांवर सांडलेल्या थंडीचे असते. हृषीकेशच्या गार भिरभिरत्या वाऱ्याचे असते. पहाडी रस्त्यावरल्या दंवाचे असते. थंडीचे लिहून ती मग बहुधा तिथल्या झाडाझुडपांबद्दल लिहिते. भाजी-पाल्याबद्दल लिहिते. तेही वर्णन पुष्कळदा उत्तर काशीचेच असते. उत्तर काशीचे तिचे घर सुटूनही किती वर्षे झाली तरी ! आजकाल तिथे कुणी नसते. घर बंदच आहे. आजी-आजोबा नाहीत. मामा फरीदाबादलाच जास्त असतो. मुलांकडे. आईला जायचे तेव्हा तोही त्या निमित्ताने उत्तर काशीला येतो. काही दिवस राहतो. घर साफसूफ होते. घरात दिवा लागतो. आईसुद्धा आजकाल महूला हरीशकडे असते. तो तिथे कॅन्टॉनमेंट एरियात डॉक्टर आहे. आजकाल, म्हणजे वडील गेल्यापासून. वडिलांचा विचार आल्यावर हृषीकेश अस्वस्थ झाला.

वडील होते तेव्हा तरी आई आणि आपण त्यांच्याबरोबर कुठे राहत होतो ! ते मिलीटरीत ऑफिसर होते. त्यांच्या सतत बदल्या व्हायच्या. उधमपूर, अंबाला, श्रीनगर वगैरे ठिकाणी. तो आईबरोबर उत्तर काशीला आजोळी, नाहीतर लहान मामांकडे हरिद्वारला सुट्टीत मावशीकडे गोपेश्वरला. हरीश मात्र वडिलांबरोबर बराच राहिलेला आहे, त्याच्यापेक्षा तर खूपच जास्त. तोही राहिला असता. पण त्याच्या वेळी बरेच काही बदलून जात होते. सहा फुटांच्यावर उंची असलेले वडील. काळे धिप्पाड. बटबटीत चेहऱ्याचे आणि पाच फुटांच्या आतच असलेली ठेंगणीठुसकी आई. गोरीपान, सुंदर पण लहान चणीची. दोघांतले अंतर तसेही वाढत गेलेले पाहतच तो लहानाचा मोठा होत गेला होता.

पत्र हातात धरून तो कोचात डोळे मिटून रेलला. आईला आता इतक्या वर्षांनी मुद्दाम या सगळ्या ठिकाणी कां जावेसे वाटते आहे ? तेही आपल्याबरोबर अनीश-

अरुणाला घेऊन ! तिच्या तिथल्या आठवणी काही सगळ्याच सुखाच्या नाहीत ! हरिद्वारला तर लहान मामांपैकी कुणीच नसते. त्याचे घरही विकले. लहान मामाला कसली तरी स्किन-अलर्जी झाली. त्याने हरिद्वार सोडले. तो तिथे काही खूप मोठा व्यवसायही करत नव्हता. तो काही करतच नव्हता म्हणून आजोबांनी त्याला मिठाईचे दुकान काढून दिले होते. तेही त्याने धड चालवले नाही. आजोबांचे-त्याचे नेहमी खटके उडायचे. तो आता मुलींकडे पाळीपाळीने राहतो. पण मामा राहत नसला तरी हरिद्वारला आईची खूप घरे आहेत. गोपेश्वरची मधूमावशी या सर्वांत लहान. ती पुष्कळ शिकली. तीही गोपेश्वरला नसते. दिल्लीला असते. कॉलेजमधे लेक्चरर आहे. पण गोपेश्वरला तिचे घर आहे. ह्या सगळ्यांपासून तो आता किती तरी दूर आला आहे. त्याला तिकडे पुन्हा जायची गरज नाही. त्याचे सगळे मुळी बदलूनच गेले आहे. हा बदल अगदी टोकाचाच आहे. आणि आता पुन्हा आई म्हणते म्हणून काही तिच्याकरता, काही स्वत:करताही, पण आपल्यालाही तिकडे जावेसे वाटते आहे. एकदा पुन्हा ती थंडी, ते पहाड, ते थंडगार पाणी, ती झाडे, ते गार झोंबते वारे ! इथल्या थंडीपेक्षा ते संपूर्ण वेगळे रूप ! पण आई म्हणते, तिथे काही बदलले नाही. तिथे माणसे अजूनही तशीच राहतात. तेच पोटापाण्याचे उद्योग, तोच संथपणा, तीच बकाल अवस्था. माणसेही आता खोटी, तुसडी, अप्रामाणिक झालीत. गंगेचा घाटही दिवसेंदिवस जास्त अस्वच्छ होत चालला; पण पाणी मात्र अजूनही वाहते आहे. आणि त्याला अतिशय अंधूक, अस्पष्टपणे वाटले, की मुळात सुरुवातीपासून सगळे जगणेच मुळी फक्त दोन गोष्टींत विभागून गेलेले आहे - आणि हे विभाजनही तसेच आहे. अजूनही जेव्हा माणूस एका गोष्टीत असतो, तेव्हा दुसरी गोष्ट त्याच्याकरता नसते. इतर मुलांसारखे आपण आई-वडील - दोघांबरोबर राहिलो नाही. आपण आजोळीच राहिलो किती दिवस.... आई, मामी-मावशी यांच्यासारखी 'बाबांबरोबर नाही राहिलो किती तरी दिवस.... आपण आईने विणलेली घट्ट विणीची उबदार, तऱ्हेतऱ्हेचे स्वेटर्स घालत होतो. आणि उत्तर काशीला कामाला येणारी अगनी अंगण झाडताना लहान मुलाला एका पटकुरावर झोपवायची; पुरेसे कपडेही अंगात न घालता. ते तिच्याकरता नसावेच. या दोनच गोष्टींनी सगळे जगणे व्यापले आहे : एकात असणे आणि दुसऱ्यात नसणे.

"पत्रं आहेत ?" अरुणाने विचारले.

"हं," तो म्हणाला. अनीश त्याच्याकडे पाहून हसला. त्याने घेण्याकरता हात पुढे केले, पण तो पुन्हा आईला बिलगला. अरुणाने विचारले.

"पत्रं कुणाची ? इंडियाची ?"

"हं."

"घरची ?"

“हो.”

“माझ्या ?”

“नाही, माझ्या.” तो म्हणाला.

अरुणाने पत्र घेतले, पण वाचायला सुरुवात नाही केली. उलट म्हणाली, “पुण्याचं पत्रच नाही !”

“फोन होतात नं सारखे.”

“अनीशच्या वाढदिवसाला मनीष आणि किरण यायची होती. त्याबद्दल काहीच कळवलं नाही.” अरुणा स्वतःच्या धाकट्या भावाबद्दल, वहिनीबद्दल म्हणाली,

“अनीशचा वाढदिवस आपण महूला करणार आहोत.”

“महूला ?” तिने आश्चर्याने पाहिले.

“कां ? एवढं आश्चर्य वाटण्यासारखं काय आहे ?”

“नाही. माझी किती सुट्टी गेली डिलिव्हरीत. आता पुन्हा सुट्टी घ्यायची ! पुन्हा तिथं थंडी असेल केवढी !”

“कां ? इथं मॉंट्रियलला थंडी नाही ? दिवसच्यादिवस बर्फ असतो.”

“पण थंडीची सगळी सोय इथं आहे. तिथं ती नाही.”

तो काही बोलला नाही. अरुणा अनीशला घेऊन गेली. पत्र न वाचताच तिथेच टाकून. ते त्याने उचलले. पुन्हा वाचले. वाचले म्हणण्यापेक्षा त्यावरून तो नुसती नजर फिरवत राहिला. पत्रात न लिहिलेलेही किती तरी त्याला दिसत गेले. लग्नानंतर आठ वर्षे त्याला मूल नव्हते. आता अनीश झाला. आई त्याला त्याबद्दल टोकत राहिली की काही प्लॅनिंग करता का म्हणून ! पण नवसाबिवसाचे ती कधी म्हणाली नाही. आताही हरिद्वारला जायचे ते नवसाबिवसासाठी नाही. आताही ‘या’ म्हटले. म्हणण्यापेक्षा सुचवले. जमले तर या. तिला कदाचित अनीशला पाहायचे असेल. पण तसा उल्लेखही नाही. तो कसा आहे ? दात आले का ? उभा राहतो-चालतो का धरून ? रांगतो का ? याबद्दल तर्क नाहीत. तेही उल्लेख नाहीत. फोटोवरून तो अरुणाच्या घरच्यांवर गेला आहे असं लिहिणार. बाळसला आहे किंवा रोड वाटतो म्हणून लिहिणार. त्याच्याबद्दलचे प्रश्न असतातच. पण त्यात तिने त्याल अद्याप पाहिलेही नाही याबद्दल काही नाही. तो कॅनडात - ती तिकडे महूला. हे अंतर तर तिच्या लेखी असणारच होते.

आईच्या किरट्या, तिरप्या, एकात एक विणल्यासारखे लिहिलेल्या सुवाच्य मराठी अक्षरांवरून त्याला आठवले ते तिने सतत वेळोवेळी विणलेले स्वेटर्स. वेगळ्या वेगळ्या रंगांचे. दोन-तीन-चार सुरेख रंग एकत्रित विणलेली. त्यांतला सूर्यफुलाचा रंग ठळक. वेगळ्यावेगळ्या डिझाइन्सची, घट्ट विणीची. लांब बाह्या,

अर्ध्या बाह्या; बंद गळा जाकीट. तिला स्वेटर्स विणायचा खूप नाद. तिची कृश, आखूड बोटे सतत विणताना तो बघत आलेला. विणणारे ते गोरेपान हात. थंडी भुरभुरायला लागली की आईचे हात चालायचे. पंधरा दिवसांत ती स्वेटर हातावेगळे करायची. तिच्या स्वेटर्सशी त्याचा थंडीचा एकेक ऋतू जोडलेला होता. थंडीची, हिवाळ्यातल्या थंडीची कितीतरी रूपे हृषीकेशने आईबरोबर अनुभवली. त्यांत या स्वेटर विणण्याचा केवढा तरी वाटा होता. तिने घरच्या-दारच्या सर्वांकरता विणले. हरिया, अगनी, बबुवा-सगळ्यांकरता विणले. बाबांना मात्र तिने जास्त स्वेटर विणले नाही. काय दोनचार विणले असतील तेवढेच. ते तिने विणलेले स्वेटर घालत नाहीत हे लक्षात आल्यावर तिने त्यांच्याकरता विणणे बंद केले. एकदा-दोनदा ती गमतीने म्हणाली,

"जर तुझ्या वडिलांपासून वेगळं व्हायची वेळ आलीच तर हृषीकेश, मी समर्थ आहे. या स्वेटरवर गुजराण करता येईल."

ती नेहमी 'तुझे वडील' म्हणायची. 'बाबा' वगैरे नाही.

'पण बाबांपासून वेगळेच तर आहोत आपण !' हे ओठांवर आलेले शब्द त्या वेळी त्याने जोरात मागे ढकलले होते. ते त्याला आताही स्पष्ट आठवले. हरीशच्या, त्याच्या शिक्षणासाठी पुढे आईने दिल्लीला घर केले तेव्हा तर बाबा दिल्लीत असायचे; तरी दिवसेंदिवस घरी यायचे नाहीत. एकदा बाबांना सिनेमाहॉलमधे, एकदा कारमधे, दुसऱ्या बाईबरोबर पाहिले. तेव्हापासून पुष्कळसे प्रश्न बंदच होत गेले. त्या वेळीच आईचे स्वेटर घालणे कमी कमी होत गेले. नाहीतर ती पुष्कळ स्वेटर घालायची. शाल घ्यायची. हातमोजे, पायमोजे असायचे तिनेच विणलेले. पण केव्हातरी हळूहळू तिची थंडी कमी होत गेली किंवा तिला थंडीची सवयच झाली असेल. ऐन थंडीत ती एखादे हलकेसे स्वेटर चढवी.

कधी ती म्हणायची,

"लवकर मोठा हो हृषीकेश. एकेक थंडी संपते आणि तू लहानच असतोस ! मला फार घाई आहे तुझ्या लवकर मोठं होण्याची."

हे ती त्यालाच म्हणायची. हरीशला नाही. तो तर त्याच्या आधीच मोठा झालेला होता. आईची कालगणना नेहमी हिवाळा ते हिवाळा अशी होती. तिने विणायला सुया हातांत घेतल्या की तिचा थंडीचा ऋतू सुरू होई. तिचा आणि मग तिच्याबरोबर हृषीकेशचाही. पेटलेल्या लाकडाच्या उजेडात ती मोठ्या मामांकडे सरसूची भाजी, मक्याची रोटी बनवी. तो हात शेकत अंगाचे मुटकुळे करत जवळ बसे. आई मोठ्या मामांकडे सतत कामच करत राही. इतके की तिला इंग्रजी चांगले येते हे त्याला कळले तेव्हा तो आश्चर्याने म्हणाला,

"तू इंग्रजी वाचतेस ?"

“हो. कां ?”

“तू किती शिकली आहेस ?”

“बी. ए. च्या पहिल्या वर्षाला असताना तुझ्या आजोबांनी माझं शिक्षण बंद केलं.”

“कां पण ?”

“त्यांना माझं लवकर लग्न करून द्यायचं होतं.”

“कां ? लवकर कां ?”

“मी ठेंगणी होते नं खूप ? म्हणून. पण माझ्यासाठी नवरा शोधला तो लंबूटांग.”

“मी, हरिश कसे आहोत ?” म्हणजे उंच की ठेंगणे हे हृषीकशेला विचारायचे असे.

“तुम्ही आमचे चांगले ते घेतले. माझा रंग, फीचर्स, तुझ्या बाबांची उंची.....”

‘आणि तुझी बोटं स्वेटर विणणारी - आखूड, हडकुळी ही कुणी उचलली ?’ हा प्रश्न पुढे हृषीकेशच्या नंतर कितीदा तरी मनात आला. तो बराच आईसारखा होत गेला. तिच्याजवळच राहिला म्हणून. त्याला तिला स्वेटर विणताना बघायला आवडायचे तसे स्वतः विणायलाही. तोही एकदोन सुया करायचा- चुकवायचा - उसवायचा. त्याचेही वर्ष थंडीपासूनच सुरू व्हायचे. थंडीची अनेक रूपे लहानपणापासूनच त्याच्या मनात उमटत गेलेली. भुरभुरणारी थंडी, गोठवणारी थंडी. मोहरीची छोटी पिवळीधमक फुले मैलभर पसरलेली. दुरून उन्हात चमकणारे बर्फाचे पहाड, त्या पहाडांवरली उतारावरची घरे, त्या चढावा-उतरांवरून सहज उतरणारी, चढणारी पोरे. अंगावर एखादे लहानसे पटकूर नावापुरते पांघरलेले किंवा तेही नाही. त्यांच्या शाळा कुठं ? त्यांना स्वेटर कोण विणेल ? असे किती प्रश्न त्याच्या इवल्याशा मनात असायचे. त्या सगळ्यांना थोडीफार उत्तरेही असायची. फक्त एक प्रश्न सोडून: ‘त्याचेच बाबा असे कां ? इतरांच्या बाबांसारखे कां नाहीत ?’

आईलाही उत्तर न येणारे प्रश्न असले की ती म्हणायची, “तुम्ही मोठे व्हा लवकर.” ती म्हणत होती तसा तो खरोखरच मोठा झाला होता की नाही ? निदान होत तरी होता की नाही ? असेच हृषीकेशला वाटायचे !

हरीश डॉक्टर झाला. मिलीटरीतच त्याने नोकरी केली. हृषीकेश इंजिनियर झाला. नोकऱ्या बदलत बदलत इथे कॅनडात स्थायिक झाला. स्थायिक हा शब्द आईचा. तो त्याला आवडत नाही. इथे परक्या देशात माणूस स्थायिक नाही होत - राहतो. हरीश मात्र महूला स्थायिक झाला. तिथे त्याने स्वतःचे घरही बांधून टाकले. त्याला दोन मुलेही तिथेच झाली. आई त्याच्याजवळच असते आता.

हृषीकेशने दिल्लीला एक फ्लॅट घेऊन ठेवलेला आहे. तो आईकरता - तिच्या नावावर. पण आई तिथे राहणार नाही. तोही नाही राहणार. ती त्याच्याकडे दोनदा आली. सहा सहा महिने राहिली. परतली. ती आली त्या वेळी बाबा आणि ती एकत्र होते. महूला हरीशकडे. बाबा रिटायर झाले होते. पण इथे येताना आई एकटीच आली. बाबांबरोबर येणे तिने कटाक्षाने टाळले. बाबा वेगळे आले. त्यांना इथे फार आवडायचे. तेवढे आईला नाही. बाबांना रिटायरमेंटनंतर दिल्लीच्या त्याच्या घरात आईबरोबर राहायची इच्छा होती. त्या वेळी त्यांना आईची गरजही होती. पण आईने त्यांच्यासोबत एकटे राहणे नाकारलेच. ती महूलाच राहू म्हणाली. मग बाबाही झक मारत आलेच तिच्याबरोबर. तिथे आल्यावर त्यांनी आईने हरीशकरता विणलेला स्वेटरही घातला. हेही त्याच्या चांगले लक्षात होते. पण नंतर तिने बाबांकरता मात्र कधी स्वेटर विणला नाही.

"बाबा किती बदलले गं " एकदा तो आईला म्हणाला, तर ती म्हणाली,

"काळ बदलला ऋषीकेश; ते नाही बदलले !' तिचा त्यांच्यावरचा राग सूक्ष्म पण तिच्या स्वेटरच्या विणीसारखाच घट्ट होता. हे त्याला कळत गेले. त्याला लग्नानंतर आठ वर्षे मूल झाले नाही. ती मधून मधून टोकत राह्यची. प्लॅनिंग करता का म्हणायची. मग बाबा महूलाच हरीशकडे असताना गेले. तेव्हा तो तिला भेटायला गेला. बाबांच्या संदर्भात आपण आता आईलाच असे भेटायला जात आहोत हे त्याला तेव्हाही जाणवून गेले. आईने बाबांचे जाणे सहज स्वीकारले होते. त्या माणसाने कधी अंतरंगात प्रवेशच नव्हता केला; म्हणूनही असेल. पतिपत्नी म्हणून एकत्र आयुष्य घालवताना किती लहान लहानशा जागा असतात ! त्या जगणं सुंदर करून टाकतात. आयुष्य भरून टाकतात. आईच्या त्या जागा रिक्तच असतील म्हणूनही असेल.

बाबांच्या वेळी तो गेला तोही ऋतू थंडीचा होता. कडक थंडीचा. तो निघायची तयारी करत होता तेव्हा आई म्हणाली,

"तुझे बाबा गेले. तुला आता मूलबाळ होईल हृषीकेश !''

तिने आता नुकतेच बाबा गेलेले असताना असे म्हणायला नको होते असेच त्याला वाटले. पण ते ती त्यांची बायको होती म्हणून. ते आपले बाबाच होते म्हणून तिने असे म्हणू नये असे त्याला त्या वेळीही नव्हते वाटले. तो चमकला होता. पण आई शांतपणे म्हणाली होती,

"माणसं आयुष्यात असं बेताल वागतात. त्यांना वाटतं, आपल्याला कुणी जाब विचारणारा नाही. पण हृषीकेश, अशा माणसाचं वर्तनच शाप होतं आणि घरादारावर त्याची सावली पडते.''

आईचे म्हणणे त्याने खोडून काढले नाही. ती तशी वेळही नव्हती. पण आईच

पुढे म्हणाली,

"बघ, अशाच थंडीत तुला मूल होईल. लवकरच...."

तिच्या मनावर परिणाम झाला होता, की ती सहज मनातून आलेले तो आता जाणार म्हणून त्याच्याजवळ बोलून टाकत होती ?

दिल्लीपर्यंत हरीश सोडायला येत होताच, तर आई म्हणाली, "मीही येते." या अशा वेळी तिनं घर सोडायचं ! त्याला, हरीशला, कुणालाच ते बरे वाटले नाही. हरीशने ते तसे बोलूनही दाखवले. तेव्हा ती शांतपणे म्हणाली,

"घर कुणाचं हरीश ? तुझ्या वडिलांनी मला घर दिलंच कुठं !"

ती हट्टाने त्याच्याबरोबर दिल्लीला गेली. विमानतळावर सोडायला गेली. थंडी खूप होती, तरी तिने तिचे नेहमीचे लांब बाह्याचे स्वेटर नव्हते घातले. जाकीटही नाही. गरम ब्लाऊजही नाही. साधी शाल पांघरून ती आली. संपूर्ण उत्तर भारतात त्या वेळी थंडीची लाटच आली होती. त्या दोन डिग्रीमधे ती नुसती शाल पांघरून. तिला थंडी वाजत कशी नव्हती ? त्याने त्याचा कोट तिच्या अंगावर टाकला. "तू थंडीनं कापते आहेस" म्हणत. पण तिने तो त्याला परत दिला. ती थंडीने कापतही नव्हती.

"शाल पुरते मला आता." ती म्हणाली होती.

'आता' म्हणजे ? म्हणजे केव्हा ? त्याला कळले नव्हते. या 'आता'चा संबंध कशाशी होता ? बाबांच्या जाण्याशी ? पण ते होतेच कधी तिच्याजवळ ! तिच्या त्या 'आता'चा अर्थ त्याने विमानातही लावून पाहिला पुष्कळ वेळ.

मॉंट्रियलला आल्यावर रात्री अरुणाला जवळ घेताना त्याने आई काय म्हणाली ते सांगितले. यावर अरुणा फक्त हसली. मूर्खासारखे कुणी काही बोलले की हसावे तशी. पुढच्या डिसेंबरचाच अनीशचा जन्म. पण, 'पहा. मी म्हटलं नव्हतं ?' असं काही आई म्हणाली नव्हती. आणि ते दोघेही एकमेकांशी बोलताना म्हणाले नव्हते. त्या आईच्या शब्दांची त्याला आठवण फक्त आली तशी ती अरुणालाही आली असेलच. आईबाबांमधले अंतर तिला माहीत होतेच. पण त्याची सगळी मुळं नव्हती माहीत. तिला ती माहीत करून घ्यायचीही नव्हती. तिचे जग सर्वस्वी वेगळे होते. ती नवऱ्याच्या भरवशावर जगत नव्हती. ती गणिताची पी.एच.डी. होती. बरोबरीने कमवत होती. स्वत:चा श्वास स्वत: घेत होती. आई आणि अरुणा ही तर दोन वेगवेगळी टोकं ! तिला आईचे बोलणे आठवलेही असेल- तरी तिने ते काही बोलून दाखवले नाही. ते तिच्या वर्तमानाशी, आणि जगण्याशी सर्वस्वी अप्रस्तुतच होते.

अरुणाची बातमी आईला फोनवर सांगून तो म्हणाला होता,

"तू माझ्या मुलासाठी स्वेटर विणशील नं ?" तर ती गमतीने हसत म्हणाली,

"त्याला माझ्या स्वेटरची काय गरज रे ! आईवडिलांच्या उबेत तो मजेत राहील."

"वा ! तू विणलेलं स्वेटर हवाच." तो म्हणाला होता. तिने हृषीकेशसाठीच जास्तीत जास्त स्वेटर विणले होते. तेवढे तिने हरीशलाही नव्हते विणले.

"तू दर हिवाळ्यात हरीशला स्वेटर कां विणत नाहीस ?" हृषीकेश विचारायचा.

"त्याला तेवढी नाही गरज. जुने आहेत. तेही तो घालत नाही."

"कां, त्याला थंडी नाही वाजत ?"

"त्याचे बाबा त्याला नवीन आणून देतात."

"कां ?"

"तो त्यांच्याजवळ पुष्कळ राहिला नं !"

"मी राहिलो तर मलाही आणून देतील ?" हृषीकेशने विचारले.

"आणून तर द्यायला हवेत."

हृषीकेशला स्वत:चे ते अनंत प्रश्न आठवले. किती प्रश्न ? हरीश सेंट्रल स्कूलमधे होता. त्या वेळी दिल्लीला तो आईबरोबर जाईपर्यंत त्याचे प्रश्न होते आणि समोरच्या उंचच उंच झाडाकडे, झाडाच्या शेंड्याकडे पाहून आईने दिलेली, शक्यतो न टाळलेली, उत्तरे होती. ती झाडं त्याला नेहमीच आठवत राहिली. सरळसोट उंच. सरळ आभाळातच घुसायला निघालेली. तासल्यासारख्या तपकिरी खोडाची. ती पहाडावरली झाडं. त्या वेळी घरी कामाला येणाऱ्यांची हरिया, अगनी, बबुवा ही नावे ओठावर होती तशी या झाडांचीही होती.

अरुणा त्याला जेवायला बोलवायला आली आणि कपडेही न बदलता त्याला बसलेला पाहून तिला हसू आले."एवढा हरवलास पत्रात ?"

"नाही, तसं नाही." तो म्हणाला, "खरं म्हणजे काही खाल्लं असतं. कॉफीबरोबर. पण पत्रानं माझा मूडच गेला."

"त्यात मूड जाण्यासारखं काय आहे ? नसेल जायचं, तर नाही म्हणून कळवायचं."

'त्याबद्दल नाही' तो म्हणाला.

'मग ?' ते स्तब्ध. ती म्हणाली.

मग कपडे बदलताना, जेवताना, रात्री वाचताना, टी. व्ही. पाहताना त्याला वाटत राहिलं : अरुणा जगते आहे ते जगणं खरोखरच सोपं आहे. कष्टाचं आहे. धावपळीचं आहे. पण तरी ते कठीण नाही. आई जगत आली ते कठीण होतं. आईसारख्याच कितीतरी जणी तसं जगत आल्या असतील. अवघड. कठीण. म्हणजे पुन्हा हे सगळं दोनच गोष्टींत विभागून गेलं. आईसारख्या आणि अरुणासारख्या. टी. व्ही. उगाचच सुरू आहेसे त्याला वाटले. त्याचे टी.व्ही.कडे लक्षही नव्हते. त्याने टी. व्ही. बंदच केला. "अरे, मी बघते आहे !' अरुणा म्हणाली, "सॉरी, तो म्हणाला, टीव्ही पुन्हा लावला. पण मग अरुणानेही तो बंदच केला. ती उठायला लागली.

“अरुणा, सहज विचारतो-” तो म्हणाला.

“काय ?” ती पुन्हा बसली.

आपल्याला तिला काय विचारायचे आहे ते कसे विचारायचे हेच त्याला कळेना.

“म्हणजे तू हसू नको. पण मी आपलं लग्नं ठरलेल्या दिवसापासून बघतो. तू एका आत्मविश्वासात राहतेस.”

“मग ते काय वाईट आहे”

“नाही गं ! तुला तो खूप शोभूनही दिसतो.”

“मग प्रश्न काय तुझा ?”

“तो तुला कुणी दिला, की तो तुझा तूच मिळवलास ?”

“आत्मविश्वास कुणी कुणाला देतं का हृषीकेश ? तो आपला आपणच....”

“पण अशीही माणसं असतातच नं अरुणा, की....” तो थांबला.

“कशी माणसं ?”

“अशी, की ज्यांना या आंतरिक विश्वासाची फार गरज आहे आणि त्यांना योग्य वेळी नाही मिळू शकला-म्हणजे तुझ्याच भाषेत म्हणायचं तर स्वत: तो त्यांना मिळवता आला नाही.”

“तू कुणाबद्दल बोलतोस हृषीकेश ? तुझ्या आईबद्दल का ?”

तो बोलला नाही.

“पण काळात फारसा फरक नसूनही माझी आई यापेक्षा वेगळं जगली, म्हणजे तुझ्या आईपेक्षा.”

“माझ्या आईला माणसं चांगली नाही मिळाली, अरुणा.”

“म्हणजे हे काय दान असतं का हृषीकेश ? कुणाला मिळतं आणि कुणाला नाही ?”

त्याच्या मनात पुन्हा ते विभाजन अस्पष्टपणे उभे राहिले. ज्यात संपूर्ण जगणेच मुळी व्यापून राहिले आहे असे त्याला सारखे वाटत होते.

“तुझ्या आईसारख्या पुष्कळच असतील, हृषीकेश..... पण त्या झगडल्या असतील....”

“अरुणा....” तो जोराने म्हणाला. एवढ्या जोराने की अरुणा दचकली. चमकली “सॉरी” म्हणाली. पण आता बोलणे चमत्कारिकपणे संपले होते. तरीही अरुणाला अजून काही सांगायचे होते.

“एखाद्या माणसाचा नुसता रागच करत राहणं हे काही झगडणं नाही हृषीकेश !” अरुणा म्हणाली आणि झोपायला गेली.

पण मग आई दुसरं करू तरी काय शकत होती ! त्याला वाटले. तो तिथे

बसून राहिला.

बबुवा त्याला कडेवर घेऊन जायला लागला की आई ओरडायची,

"बबुवा, उसको पैदल चलनेदो."

"पहाडी रास्ता है माई." बबुवा म्हणायचा.

"इथं राहतो म्हणजे इथल्या रस्त्यांनी चालायलाच पाहिजे." आई रागवायची. एकदा अगनीने त्याला हळूच विचारले,

"तुझ्या वडिलांनी टाकलं का तुझ्या आईला ?" तर त्याने ते सरळ आईलाच विचारून टाकले. तेव्हा ती स्वत:च त्या प्रश्नाचे उत्तर दिल्यासारखं म्हणाली,

"अशी माणसं भित्री असतात. टाकायलासुद्धा हिंमत लागते. ते कसले टाकतात ! मीच टाकीन त्यांना वेळ आली की...."

त्याने ते अगनीला सांगितले तर ती घाबरूनच गेली. दिल्लीला पुढे आई हरीशला आणि त्याला घेऊन राहिली. ते घर खूप मोठे होते. आईला स्वैपाकाचेही काम नव्हते. सर्व कामाला माणूस होता. तिथे आईने खूप स्वेटर्स विणले. ती कमी दरात जवळच राहणाऱ्या एका पंजाबी बाईमार्फत ती विकत असे. याबद्दल हरीशचा आणि तिचा एकदा बराच वाद झाला होता तेही आठवले त्याला. हरीशने तिला स्वेटर विकण्याबद्दल टोकले होते. "वाईट दिसतं" वगैरे तो म्हणाला होता.

"मला स्वेटर विणायला खर्च येतो तो त्यातून निघतो. पुन्हा मंदिरात ठेवायचा पैसा यातूनच निघतो."

"याने बाबांना कमीपणा येतो. बाबा एवढे ऑफिसर." हरीश म्हणालेला.

"ते त्यांचे त्यांना."

"कां ? आम्हांलाही आहेत."

"हो. तुम्हाला असतीलच."

"तुला नाही ?"

"नाही." ती शांतपणे म्हणाली.

मग तिथून उठून जाऊन तो विषय संपवताना म्हणाली,

"माझ्या कमाईनं तुमचंच काय, माझंही पोट नसेल भरत; पण मंदिरात ठेवायचा पैसा पवित्र हवा हरीश......."

"पवित्र ?"

"हो. ज्यावर कसलाही डाग नाही असा.'

पुष्कळ नंतर-तेव्हा हरीशचे लग्न झाले होते-एकदा बाबांनी आईला 'लता' म्हणून हाक मारली. आईने 'ओ' दिली नाही. त्याला आश्चर्यच वाटले. आईचे नाव स्वर्णलता. पण कोणीच कधी उच्चारले नाही. मामांकडे सुन्नू म्हणत. बाबांनी आईला लता म्हणून हाक दिलेली तो नव्यानेच ऐकत होता. एकदा-दोनदा हाक दिल्यावर

ते त्यांच्या अंगवळणी पडलेल्या रागाने म्हणाले आईला,

"मी तुला हाक मारतो आहे !"

"हो !' ती थंडपणे म्हणालेली.

"हरीश म्हणतो, की सकाळ-संध्याकाळ फिरायला जात जा."

"डॉक्टर आहे तो. ठीकच सांगेल."

"तू सकाळी कामात असतेस, संध्याकाळी जात जाऊ."

"माझं जमायचं नाही. तुम्ही उठायच्या आधी माझं फिरून येणं होतं."

"हरीश म्हणतो की एकटं जात नका जाऊ."

"सोबतच हवी असेल फिरण्याकरता तर एखादा माणूस ठेव म्हणावे."

तिचे ते शब्द अतिशय तीक्ष्ण होते.... त्याने डोळे मिटून घेतले. लाईट मंद करावेत असे वाटले. अरुणाने अनीशची व्हिडिओ फिल्म घेतली. इंडियात पाठवायला. तशी कुणी तरी आपल्या गेलेल्या दिवसांची घेतली आहे आणि तीच आपण बघतो आहोत का ?

अरुणा त्याला बोलवायला आली. झोपायला चल म्हणाली. तो उठला. "अनीश झोपला ?"

"केव्हाच ! किती वाजले माहिती आहे ?" ती हसत म्हणाली.

"किती ?"

"असू दे. जास्त वाजले असले की झोप उडून जाते." ती म्हणाली. अरुणाला लगेच झोप लागलीही. पण तो जागा होता.

..... तो इंजिनियर झाला तेव्हा आईला म्हणाला,

"तू आता विणू नको स्वेटर. तुला दिसतही नाही नीट." 'मी तुला पैसे देईन आणि माझा पैसा तुला हवा तसा शुद्ध असेल' असे खरे म्हणजे त्याला म्हणायचे होते. पण तेवढे सगळे सांगता आले नाही. आईने त्याच्या पाठीवर हात ठेवला होता. आणि ती खोल आवाजात म्हणाली,

"तू प्रेमानंच सांगतो आहेस. पण हृषीकेश, एखाद्याचा श्वास हिरावून घेऊ नये. कधी तो परत देता येत नाही."

ही कदाचित कुणी कुणाला देण्याची गोष्टच नसेल.

मघा अरुणाला हेच म्हणायचं, सुचवायचं असेल. पण आपण ओरडलो तिच्यावर.

तो कॅनडाला यायला निघाला तेव्हा हरीश म्हणाला, "तू नाहीस. आता आईबाबांच्या भांडणात मीच एकटा सापडीन." त्याला हरीशचे बोलणे नव्हते आवडले. ते दोघे असे कधी शब्दांनी भांडले नव्हतेच. आईने फक्त एक भिंत स्वत:भोवती उभी केली. ती भेदून नंतर बाबांना कधी शिरता आलेच नाही.

''या दोघांमुळं माझं बालपणच संपलं. बालपण असतं ते आईमुळंच ! तू सतत आईजवळ राहिलास !'' हरीश म्हणाला.

कुठं गेलं आपलं बालपण ? पहाडावर, हरिद्वारच्या गंगेच्या घाटावर. थंडीत. गोठवणाऱ्या थंडीत. लाकडाच्या शेकोटीत. उंच तपकिरी खोडांच्या झाडांबरोबर. अगनी झाडत असलेल्या अंगणात. या सगळ्या परिसराला काय काळाचा स्पर्श नसेलच झाला ? आई म्हणते, तिथं काही बदललं नाही ! निसर्ग तर बदलत असो. जगणंही बदलत जातं-काही मुळं तीच ठेवून बदलत जातं.....

एकदा आई त्याला, त्याच्या सगळ्या दोस्तांना घेऊन दरी दाखवायला गेली. तिथे दऱ्या पुष्कळ होत्या. पण ही लांबची. सर्वांत खोल. बाजूला कडा. विसरायला लावणारे, चुकणारे रस्ते. तिथेच भाजी-पराठे खायचे होते. जायचे ठरले, पण सकाळपासून धुकेच होते. सूर्य दिसत नव्हता. थंडी तर खूप होती. आता जाणे रद्द होईल म्हणून सारी खट्टू झाली. आजी तर सगळ्याच गोष्टींना नाही म्हणायची; पण आजोबाही नको म्हणाले. आई म्हणाली, मुलांचा विरस होईल. येईल सूर्य जराशाने वर. मग आजोबांनी ऐकले. पण हरियाला घेऊन जा म्हणाले. आई हो म्हणाली. पण तिने कुणाला बरोबर घेतले नाही. ती जेव्हा अशा लहान लहान गोष्टी ऐकत नसे-स्वत:च्या मनाने जे पटेल ते करत असे तेव्हा ती त्याला वेगळीच वाटून फार आवडतही असे. त्या दरीपर्यंत जातानाची वाट मस्त होती. दाट गर्द झाडे पार करता करता मधेच थोडे मोकळे रान. त्यावर शेतात मोहरीच्या फुलांच्या ओळी. पिवळीजर्द मोहरीची फुले आणि सूर्य हळूहळू उगवत असलेला. त्यानंतर चढण लागत होती. ''सूर्य आपल्याला दाट झाडीमुळं कळला नसेल.'' आई म्हणाली. दरी इतकी खोल, वाकून पाहिले तर भोवळ येत होती. मग तिने दरीत आवाज घुमवायला लावले. तिथल्या झाडांची नावे घेऊन, सगळ्या दोस्तांची नावे घेऊन. त्याचे नाव सर्वांत जास्त वेळा. ते सगळे आवाज दरीत घुमून परतून त्यांच्याकडे यत होते. घुमले नव्हते ते तिचेच नाव. ते तिच्याकडे घुमून परत आले नव्हते. तिला जसे काही नावच नव्हते. पण 'आई' हेदेखील नाव दरीत घुमवता आले असते, पण कुणाला त्याची आठवण राहिलीच नाही. खूप मजा केली. खूप खाल्ले. पोट फुटेस्तवर. पण परतताना इंदर मागे राहिला. त्याला शोधण्यात रस्ता चुकला. परतायला खूप उशीर झाला. सारे खूप बोलले. आजी सर्वांत जास्त. रात्री त्याचे पाय खूप दुखले. एवढे चालायची सवय नव्हती. आई त्याला तेल चोळून देत होती. त्याचे डोळे पेंगत होते.

''तुझं नाव विसरलोच गं घ्यायला.'' त्याने म्हटले.

'त्यात काय !' अशी ती हसली.

''आजी खूप रागवली कां ?'' विचारले.

''रागवू दे रे.'' ती म्हणाली.

सकाळी तो ऑफिसकरता तयार होत होता. अरुणाही तिच्या घाईत होती. अनीशचे सगळे आटोपून त्याला 'डे केयर' मधे ठेवायचे. विशिष्ट वेळेत, शिस्तीत सगळे बसवायचे. यंत्रासारखे तिचे काम सुरू होते. एकामागून एक. इथली सकाळ कधी संथ उगवतच नाही, त्याला वाटले. पहाडापासून, धुक्यातून हळूहळू सूर्य वर येत इथला दिवस कधी निघत नाही. बंदघरात, रूमहीटरच्या उबेत, फायरप्लेसच्या समोर. चहाचे सजवलेले टेबल पण चहा नीट बसून घ्यायला इथे फुरसत नाही. ऐन थंडीत तोंडातून वाफ निघते. तीच बघायला मजा यायची. सकाळची शाळा असायची. तरी रमतगमत, तोंडातून वाफ काढत काढत शाळेत पोहोचायचे.

ही वेळ आता घाईची आहे हे माहीत असूनही त्याने बोलणे काढले,

"मी घरी फोन करणार आहे, येतो म्हणून."

फोनही काही तो आता करणार नव्हता. तरी मुद्दाम हे आता या घाईच्या वेळी बोलावेसेच वाटले.

"तसं ठरलं आहे कुठं अजून ?"

"ठरायला काय वेळ लागतो ?"

"लहान मूल असलं की लागतो वेळ. मनात आलं की निघालं असं होत नाही."

"मग आज मनात आण. उद्या ठरव. उद्या फोन करू."

"हे पहा, तू अशी घाई करू नको आणि सकाळच्या या घाईच्या वेळी हे बोलणं नकोच."

ती काहीशी ठामपणे म्हणाली आणि आपल्या कामाला लागली. तो तिच्या त्या नकाराकडे पाहत राहिला. तो त्याच्या मनाविरुद्ध होता तरी त्याला आवडला. ठामपणे काही सांगणारी अरुणा आवडली. वाटले, स्त्रीचे हे रूप किती विलोभनीय आहे ! जे स्वत:ला नको आहे ते नाही म्हणण्याचे सामर्थ्य असलेले ! आईने स्वत:पुरते जे जे अबोल प्रतिकार केले त्याला हे सामर्थ्य लाभते तर... तो मोजे घालायला लागला तेव्हा अरुणा म्हणाली, "डबा घेऊन जा."

तो बोलला नाही तेव्हा म्हणाली,

"आता यावेळी रागवू नको हं. तुझा राग काढायला मला वेळ नाही आता."

तो तरीही बोलला नाही. तेव्हा जवळ येऊन तिने त्याच्या केसांतून बोटे फिरवली.

"हृषीकेश....."

"मी रागावलो नाही गं !" तो म्हणाला.

तो ऑफिसमधे गेला. पण आज त्याला सेट्‌ल व्हायलाच वेळ लागला. दहा

वाजता मीटिंग होती. ती त्याला नको वाटली. दोन तास बोलत राहणे आणि बोलणे ऐकणे. मीटिंग संपल्यावर तर त्याचे डोकेच दुखायला लागले. काळी कडवट कॉफी घेतली. एकदा-दोनदा. तेव्हा सॅमने विचारले,

"बरं नाही का तुला ?"

"नाही, ठीक आहे."

"यंदा हिवाळा जरा जास्तच आहे नाही ?" हे शब्दही त्याला दर वर्षीचेच वाटले.

ख्रिसमसच्या सुट्टीत काय बेत आहे ?" सॅमने विचारले.

"घरी, इंडियात जाणार."

"म्हणजे यंदा तू इथं नाहीस न्यू इयर पार्टीला. तुझा मुलगा डिसेंबरचाच, नाही ?"

"हो." त्याला तो दिवस आठवला. ३१ डिसेंबर. नवीन वर्षाच्या आधीचा दिवस. उद्यापासून नवे साल. दुपारी-भर दुपारी बारा वाजताचा अनीशचा जन्म. दुपारचे बारा वाजले तरी तसे वाटत नव्हते. धुके, थंडी. चार वाजताच अंधारत गेलेले. रात्री बर्फही पडला. अरुणाच्या आईला तर थंडी सहनच होत नव्हती. हाडांतून वाजते थंडी, त्या म्हणायच्या. म्हणजे कशी, हे त्याला कळले नव्हते. त्याच्या आईला इथे इतकी थंडी कधी वाजली नव्हती.

"थंडी काय रे, वाजवून घेतली तितकी वाजते." आई म्हणायची.

"तुमच्या देशात इतकी थंडी असते का ?"

सॅमने विचारले तेव्हा तो भानावर आला. सॅम काही म्हणत होता.

"काय ?" त्याने विचारले.

सॅमने पुन्हा विचारले.

"उत्तरेला असते. पण थंडीपासून इतकं प्रोटेक्शन नसतं- म्हणजे सगळ्यांना नसतं."

"मग तर थंडीनं माणसं मरत असतील ?"

"मरत असतीलच. थंडीच्या मोसमात पेपरमधे असायचं ; इतके मेले-थंडीनं तितके मेले. पण मी तरी थंडीनं कुणी मेलेलं पाहिलं नाही, कुणी. थंडी पहाडासारखी उघड्यावाघड्या अंगावर झेललेलीच पाहिली."

हळूहळू मग त्याचे कामात लक्ष लागत गेले. प्रॉजेक्टची डेडलाईन समोर स्थिर होत गेली.

तो संध्याकाळी घरी आला तेव्हा पूर्ण अंधार झाला होता. अरुणा त्याच्या खूप आधी घरी येऊन गेली असावी.

"लवकर आलीस ?" त्याने गाढ झोपलेल्या अनीशकडे पाहून विचारले.

"गेलेच नाही !"

"तू तर तयार झाली होतीस !"

"हो. पण अनीशच अंग गरम वाटलं. मग नाही गेले."

"गरम कशानं ? डॉक्टरकडं जाऊन आलीस ?"

"कशाला एवढ्याशाला ? मीच दिलं औषधं. थंडी बाधली असेल"

सदा सर्वकाळ गरम कपड्यांत लपेटून ठेवलेल्या मुलाला थंडी बाधेलच कशी ? - त्याला वाटले. मग त्याला एकदम गरम वाटायला लागले. हीटर जास्त झाला होता. बंद, बंदिस्त घर. हीटरने जास्तच उबदार झालेले. तो गारठा, बर्फाळ हिवाळा बाहेरच्या बाहेर आणि आपण आत. कोंडलेले. श्वासही ताजा नसलेला. कुठे होते ते कठोर कठीण पहाड, त्यावर सांडलेली ती थंडी ! आईचा तो थंडीचा ऋतू.... दवानं भिजलेली झाडं.... आणि ती पहाडावरच वाढलेली मुलं....

"किती बंद करून टाकलं गं सगळं !' तो जरासा चिडून म्हणाला. अरुणाने त्याच्याकडे आश्चर्याने पाहिले तेव्हा तो जरा ओशाळला. एकदम का चिडलो आपण ? त्याला कळेना. अनीश उठला. किरकिर करायला लागला. अरुणाने त्याला घेतले. पण त्याला अनीशला घ्यावेसे वाटले नाही. त्याचा ताप, त्याचा टापसलेला मलूल चेहरा, त्याची किरकीर ही जशी फक्त अरुणाकरता होती- त्याच्याकरता नव्हती. पुन्हा तीच अंधूकशी जाणीव. तेच सगळे जगणे. व्यापून असलेले..... एकासाठी असणे आणि दुसऱ्याकरता नसणे.... तो त्याच्या खोलीत गेला. त्याची कॅम्प्युटरची खोली. तिथे त्याला थांबवेना. सारेच कॅम्प्युटरवरल्या एका ठिपक्यासारखे होऊन गेले का आपल्याकरता ?

... एक वेगळा हिवाळा समोर आला. शाळा अर्ध्यातून सुटलेली. हृषीकेशहून येणाऱ्या यात्रेकरूंच्या बसला अपघात झालेला. बसचे ब्रेक फेल होत गेले. एका बाजूला खोल दरी. एका बाजूला ते पहाड. थोडे पुढे नदीचा ब्रिज. खाली नदीचे खोल गंभीर निळे हिरवे पात्र. वेळ पहाटेची. थंडी. ड्रायव्हरने बस पहाडावर टकरू दिली. त्याने कुणी मेले नाही. पुष्कळ जखमी झाले. हात-पाय तुटले पण प्राण वाचले. शेवटी पुन्हा तेच दोन पर्याय : असणे आणि नसणे. तो शाळेतून घरी आला तेव्हा आई त्याला म्हणाली,

"चल माझ्याबरोबर."

"कुठं ?"

"अपघाताच्या जागी."

"अपघात बघायला ?"

"अपघात नुसते बघत बसायचे नसतात." ती म्हणाली.

तो आईबरोबर तिथे गेला. ती खोल दरी ! तिच्यातून त्याने किती वेळा त्याचा आवाज घुमवला होता. त्याचा आवाज पुन्हा त्याच्याकडे परत आलेला पाहिला होता. आता त्याच्या बाजूलाच लोक असे जखमी, रक्त मांसाने लडबडलेले आणि वरून सांडत असलेली थंडी. लोकांना तिथल्या हॉस्पिटलमधे हलवले जात होते. ती आईच्या स्वैपाकाची वेळ होती. पण आई त्या लोकांबरोबर हॉस्पिटलला गेली. बराच वेळ थांबली. ते हॉस्पिटल लहान होते. पुरेसा स्टाफ नव्हता. नंतर दुसरीकडे हलवणार होते. आईने पुष्कळ शुश्रूषा केली. आजोबा बघायला, बोलवायला आले तरी ती त्यांच्याबरोबर गेली नाही. त्याला पाठवून दिले. घरी परतल्यावर ती म्हणाली,

"मला नर्सिंगचा कोर्स घ्यायचा आहे."

ते कुणी ऐकून घेतले नाहीच.

"काय ते तुझ्या नवऱ्याला विचार !" सर्वांत कडाडली ती आजीच

"त्यांना विचारायची गरज नाही !"

आई त्याला त्या वेळी खूप वेगळी वाटली. ओळखीची आणि अनोळखीही. मग काय झाले ! ती नर्सिंगच्या कोर्सला नाही गेली. तिचे काही चालले नसेल. आणि ते त्यालाही बरेच वाटले होते. तिच्याशिवाय त्याला आजोबांकडे मुळीच चांगले वाटले नसते. रात्री झोपताना त्याने काही दिवस आईला विचारले होते की नर्सिंग म्हणजे काय ? आणि ते आईने हॉस्पिटलला जे केले तसेच असेल तर ते शिकायला कशाला जायचे ? ते तर तिला येतच होते. आई गेलीच नाही, मग ते प्रश्नही उरले नाहीत.

अरुणा आली. "आता कुठं झोपला ! सारखी किरकीर सुरू होती." ती थकून बसत म्हणाली. त्याने एकदम विचारले,

"अरुणा, तू कधी अपघात असा जवळून पाहिलायस ? बसचा, ट्रेनचा, मोटरचा ?"

'हे काय नवीन ?' अशासारखे तिने त्याच्याकडे पाहिले.

"अगदी तुझ्या घराजवळ असा अपघात झाला तर तू काय करशील ?"

अरुणा बोलली नाही. त्याला नक्की कुठले उत्तर अभिप्रेत आहे ? त्याला नक्की काय म्हणायचे आहे ? ते तिला कळेना. ती हळूहळू म्हणाली,

"मी प्रथम हेच पाहीन, की माझं कुणी त्या अपघातात सापडलेलं नाही ना !"

"तसं नसलं सापडलेलं तर ?"

"तर मी सुटकेचा नि:श्वास टाकीन, की आम्ही सगळे आमच्या घरात सुरक्षित आहोत. हृषीकेश, तुला माहीत आहे - माझा मोठा भाऊ विमान अपघातात गेला.

अपघात आमच्यापासून दूर होता, पण तो आमच्या घरातच झाला. दिवाळी होती. आजूबाजूच्या घरात दिवे लागत होते आणि आम्ही पूर्ण अंधारात. आमच्या दुःखाचा अंशही बाजूच्या घरांतून नव्हता. आम्ही त्या वेळी एका विळख्यात सापडलो होतो आणि बाकीचे त्यापासून दूर. असा अपघात झाला. तो न होवो, पण झाला तर आपण, आपली माणसं त्यातून निसटली आहेत याचा मला आनंदच होईल, जेव्हा आम्ही अपघाताच्या संकटात होतो तेव्हा बाकीचे निसटले होतेच. त्यांनी त्या निसटल्याचा आनंद घेतलेलाच होता ना !''

तिच्या डोळ्यांत पाणी होते. त्याने तिच्याकडे पाहिले. त्याला सारखे अंधूक, अस्पष्टसे वाटत होते : त्याचेच एक कुरूप-विरूप स्वरूप अरुणा म्हणत होती त्यात...

अरुणा उठून गेली होती. त्याला वाटले, तिला उगाचच दुखवले. सगळे माहीत होते तरी कां हा विषय काढला ? अरुणा कांदा चिरत होती. त्याने मोढा ओढला. तो त्यावर बसला.

"काय करतेस ?"

"कांदा चिरते आहे."

"ते दिसलं. पण काय बनवतेस ?"

"साधंच, नेहमीचच. थकले आज. सारखं अनीशला घेऊन."

"खिचडीच कां करत नाही ?"

"तेच करते."

"अरुणा, तुला सरसूची भाजी, मक्याची रोटी असं येतं ?"

"नाही."

"आईकडून शिकून घे. थंडीत खूप छान लागते. तब्येतीलाही चांगली असते. मक्याच्या रोटीवर लोणी.... मजा येते....."

"शिकीन," अरुणा म्हणाली. तिला त्याला फक्त मूडमधे आणायचे होते.

"मी दिल्लीला शिकायला गेलो नं तेव्हा....."

अरुणाचे लक्ष नव्हते. तेच वाक्य त्याने पुन्हा म्हटले तेव्हा ती म्हणाली,

"काही म्हणालास ?"

"असंच गं.... दिल्लीला शिकायला गेलो तेव्हा पहाडावरलं एक हिरवं छोटं झाड छोट्या कुंडीत घेऊन आलो."

अरुणा त्याच्याकडे नुसते बघत होती; पण ती ऐकते आहे असे नाही वाटले त्याला. पण तरीही त्याला ते सांगायचे होते. अरुणालाच असे नाही कुणाला तरी; आणि तिथे आता फक्त अरुणाच होती.

त्या झाडाची गंमतच होती. त्याला फारसे ऊन सहन व्हायचे नाही. आणि थंडीही नाही. उन्हाने ते मलूल व्हायचे. थंडीने मान टाकायचे. एका मोठ्या कुंडीच्या

सावलीत ते दिवसभर असायचे. आणि रात्री व्हरांड्याच्या शेडमधे. तिथेही थंडीत खूप गारगार वारे यायचे. व्हरांडा बंद नव्हता. पण तसे ठेवले की ते एकदम ताजे व्हायचे. त्याच्या गुलबक्षी रंगाच्या पाकळ्या फुलायच्या. हिरवी लांब काळपट पाने तरारायची. आई म्हणायची, ''एवढं पहाडावरून आणलंस, पण झाडाच्या जातीचं नाही हे. पाळीव कुत्र्यासारखं आहे. झाडानं कसं ऊनपावसाला बेधडक समोर जावं.''

''अरुणा, तू-तू लहानपणी अशी होतीस का गं ?''

अरुणाचे लक्षच नव्हते. पण तो तिलाच काही म्हणतो आहे हे लक्षात आले.

''काही म्हणालास ?''

तिचे अजिबात लक्ष नाही हे कळूनही त्याने ते पुन्हा विचारले. तिला संदर्भ फारसा लागला नाही. तिचे मुळी लक्षच नव्हते.पण ती म्हणाली, की ती फार आखीवपणे आणि जागरूकपणे वाढली. आईवडिलांनी तिला तसेच वाढवले. शिस्तबद्ध.

''आईनं मला मात्र असं वाढवलं अरुणा. बेधडक. फारसं जपलं नाही. माझ्या भविष्याचे बेत केले नाहीत....''

''ते चांगलं की वाईट ?'' अरुणाने आता कुठे बोलण्यात भाग घेतला.

''हे कसं ठरवायचं ?''

''ठरवता येईल. पूर्वीच्या स्त्रिया स्वत:चा बचाव करता करता थकून जात होत्या. मुलांकरता त्यांच्याजवळ काही वेळ तरी होता का ?''

''माझी आई तशी नाही, अरुणा !'' तो जरा वरच्या पट्टीत म्हणाला, ''आणि ती फार पूर्वीचीही नाही. तू म्हणतेस ते माझ्या आईला मुळीच लागू पडत नाही.''

''पण तू तसा बेधडक वगैरे झालेला नाहीस मात्र. नेमका त्याच्या विरुद्धच झालेला आहेस.'' ती हे थोडे खरे आणि थोडे गमतीत असे म्हणाली. त्याने तिचे बोलणे खूप गंभीरपणे घेऊ नये म्हणून.

''मी नसेन झालो तसा तर तो माझाच दोष.'' तो म्हणाला.

अरुणाने जांभई दिली. ती झोपायला गेली. तोही उठला. डोळे मिटता मिटता त्याला वाटले, की आईने लहानपणी दिली ती निसर्गाची तद्रूपता. तिथल्या झाडा-पहाडांनाच त्याचे दोस्त बनवले. तिथल्या उंच सरळसोट, आडव्या, वाकड्या पसरलेल्या साऱ्या झाडांची नावे त्यावेळी त्याला पाठ होती. गार वाऱ्याने पाने झडलेली निष्पर्ण झाडेही त्याला आवडायला लावली....

हळूहळू छोटे छोटे वाद होऊन पण अखेर इंडियात जाण्याचा दिवस ठरला. निर्णय झाला. तिकीट बुक केले. वीस डिसेंबरला जाऊन वीस जानेवारीला परतायचे. वाढदिवस मात्र पुण्याला करायचा. सर्व दिवसांचे तारीखवार वेळापत्रक ठरले. तेव्हा हृषीकेश बराच मोकळा झाला. घरचे पत्र आल्यापासून त्याच्या मनावर एक ताण

होता तो गेला. तोच तोच विषय घोळून बोलायचे, आठवायचे हे कमी कमी होत गेले. त्याला आता लहानसहान गोष्टींत रस वाटायला लागला. जाण्यापूर्वी त्या करायच्या होत्या. ऑफिसच्या, घरच्या.

सॅम म्हणाला,

"सो, यू आर गोइंग होम !'

"येस."

"देन व्हॉट अबाऊट ख्रिसमस ? वुई वुईल मिस यू."

मग तो म्हणाला, की त्यांचा मोठा सण दिवाळी आहे. त्याने दिवाळीबद्दल सांगितले.

"मला तुझ्याबरोबर एकदा दिवाळीत यायला आवेडल" सॅम म्हणाला.

"त्यापेक्षा थंडीत ये तू. आताच चल."

"थंडीतर इथंच खूप आहे."

"ही थंडी नाही. तिकडली पहाडावरची थंडी, सॅम, तो एक वेगळाच ऋतू असतो. पहाडावरल्या थंडीचा. आपल्याजवळ भरपूर गरम कपडे असतात आणि काही जण उघडेवाघडे, हात पोटाशी घेऊन, काटक्यांची शेकोटी पेटवून ती थंडी पार करतात. दंवाने भिजलेले डोंगर चढतात-उतरतात."

बोलता बोलता तो थांबला. त्याला काही आठवले. जाणवले. हरिद्वार. गंगेचा घाट. तोच थंडीचा ऋतू. पाण्याचा स्पर्श बर्फासारखा. बोटे गारठलेली, आखडलेली आणि त्या थंडगार पायऱ्यांवर, सकाळी भिरभिरत्या गार वाऱ्यात उघडीवाघडी भिकारीण. त्याच्या अंगावरचे गरम कपडे. नाकडोळेच तेवढे उघडे. त्याने आईचा हात घट्ट पकडला. त्या भिकारणीकडे बोट दाखवले. मग आईकडे पाहिले. तिच्या अंगात जाकीट. वर पांघरलेली शाल. आईने शाल तिला दिली. पदर अंगाभोवती लपेटला.

"तुला गं ? तू एकच शाल आणलीस नं ?"

त्याचा प्रश्नही ओठाबाहेर पडत नव्हता थंडीत.

आता सॅमशी बोलता बोलता त्याला जाणवले : जे आतापर्यंत अंधूक, अस्पष्ट कळत, जाणवत होते ते लख्ख कळले. समोर दिसावे असे दिसले. जे लहानपणापासून तो नुसता बघत होता ते आता असे कळले. जे आईचे पत्र आल्यापसून त्याला सारखे अंधूकपणे आठवणी देत होते, ते आता पूर्णपणे समोर आले.

तो घरी पोचला तेव्हा अरुणा नव्हती. दार बंद. अनीश झाल्यापासून असे नव्हते झाले. दोघांच्या वेळा वेगवेगळ्या होत्या. पण अरुणाच नेहमी डे-केयरमधून अनीशला घेऊन आलेली असायची. अनीशला बरे नसले की तीच घरी थांबायची.

तो शाळेतून, कॉलेजमधून घरी यायचा तेव्हा आई घरी असायची तसे. तो दार उघडायला लागला तेव्हा लक्षात आले की अनीश..... तो अद्यापही तिथेच असेल. तो सॅलीकडे गेला. बहुतेक सगळी मुले घरी नेलेली होती. एकटा अनीशच... सॅलीने अनीशचे सर्व सामान त्याला दिले. पण तो त्याच्याकडे जाईना. तो सॅलीकडेच झेप घेत होता. त्याने जबरदस्तीने घेतले तर हातपाय ताठ करत होता. तो कसा तरी त्याला घरी घेऊन आला. कारसीटमधेही अनीशची कुरकूर सुरूच होती. सॅलीने तयार करून दिलेले दूध त्याने देऊन पाहिले. ते त्याला देताही येत नव्हते. पण अनीशला मुळी दूध नकोच होते. आता तर तो रडायलाच लागला. त्याला कसे समजवावे ते त्याला कळेना. अतिशय असमर्थ वाटले. स्वतःचा राग आला. अरुणाची तर चीडच आली. तोअसहाय असा त्याच्या रडण्याकडे पाहू लागला.... पण अरुणा आलीच. तिने अनीशला जवळ घेतले. ''उशीर झाला रे. तू घेऊन आलास ना अनीशला म्हणत. तोही तिला बिलगला. तिचा स्वेटर त्याने त्याच्या छोट्याशा मुठीत घट्ट धरून ठेवला. तो हसायला लागला. रडायचे विसरला. त्याने मुकाट दूधही घेतले. मग बाटली हाताने दूर करून तो अरुणाकडे पाहू लागला. हसू लागला. हृषीकेश हे अनिमिष बघत राहिला. आईने त्याला असेच घेतले असेल. पण अगनीने तिच्या मुलाला असे घेतलेले त्याला आठवेना. ते नेहमी पटकुरावर आणि ती कामात. ते रडत असले तरी नाही. एकदा अगनी एक दिवस कामाला आली नाही. पण दुसऱ्या दिवशी आली. बरोबर मूल नव्हते. ते मूल गेले होते. ती रडत कां नव्हती असे त्याने विचारले, तेव्हा म्हणाली,

''रडू तर खाऊ काय ?''

रडण्याचा आणि खाण्याचा काय संबंध होता हे त्या वेळी कळले नाही. पण त्याला वाटले, की ते आता कळते आहे. मघा कळण्याचा, समजण्याचा जो एक लख्ख उजळलेला झोत दिसला. त्यातलेच हे आहे. एका संपूर्ण सलग कळण्याचे लहान लहान अंश..... रात्री अरुणाला जवळ घेताना त्याने विचारले,

''अरुणा !''

''काय ?''

''आपलं संपूर्ण जगणं दोन गोष्टींतच अडकून राहिलं आहे असं तुला नाही वाटत ?''

''कुठल्या दोन गोष्टी ?'' ती त्याच्याजवळ जास्त सरकत म्हणाली.

''बघ, एखादी गोष्ट जेव्हा आपल्याकरता असते तेव्हा दुसरी आपल्यासाठी नसतेच.''

''म्हणजे ?'' तिने त्याला एक हाताने वेढून घेतले.

''म्हणजे असं अरुणा...'' त्याने प्रयत्न केला पण त्याला तिला सांगता आले

नाही. काही उदाहरणे समोर आली ती फारच ढोबळ होती. जे सूक्ष्मपणे हळूहळू पण पक्केपणी लख्ख समोर येत कळत गेले ते त्या उदाहरणांच्या पलिकडले होते. असे का व्हावे ? तो अस्वस्थ झाला पण अरुणा हसत कुजबुजत म्हणाली,

"जाऊ दे ना ! ही वेळ काही इतकं गंभीर होण्याची नाही !"

निघायला आता सात-आठ दिवसच होते. अरुणाही आता इंडियाला जाण्याच्या गोष्टी काढत होती. तिथे देण्यासाठी खरेदी सुरू होती. कमी कमी म्हणता म्हणता सामान वाढलेच. मित्र-मैत्रिणींना इंडियात त्यांच्या माणसांना दिलेले सामान होते. भेटी होत्या. सूटकेस भरण्यात, त्याबद्दल बोलण्यातही मजा वाटत होती.

"येताना इतकं सामान राहणार नाही." तो म्हणाला.

"वा ! माझी आई देईल नं." ती म्हणाली.

"आई तिथं खाऊपिऊ घालील, पण बरोबर काही फारसं देणार नाही. आणि ती आपल्याला देणार तरी काय !"

"मी तुझ्याबरोबर इकडं प्रथम यायला निघाले नं हृषीकेश, तेव्हा तुझी आई काय म्हणाली माहीत आहे ?"

"काय ?"

"म्हणाल्या, 'हृषीकेशला पगार किती असेल ?'"

"मी गोंधळले. म्हटलं, 'नाही माहीत.' मग म्हणाल्या, 'कितीही असला तरी तू तुझे कमव. घरी राहू नको.' चमत्कारिकच नं ! इतकी शिकले ती काय घरी राहणार होते ?"

"मग तू काय म्हणालीस ?"

"काय म्हणणार ! हृषीकेश, तुझ्या आईत नं, काही तरी एक असा अविकसित भाग आहे, नाही, कदाचित तो परिस्थितीनंही असेल...."

हृषीकेश बोलला नाही. अरुणाला आई काय माहिती होती ! आई हे एक टोक होते. अरुणा हे दुसरे टोक होते. कदाचित आईची आई - आजी - हे ते पहिले टोक असेल. आई या दोघींच्या मधली. 'हृषीकेश, माझा श्वास हिरावून घेऊ नको' म्हणणारी. आजीला तो स्वतःचा श्वासच नव्हता. आणि अरुणा ? ती तर आजची होती पूर्णपणे. तिचा आत्मविश्वास - तिचा प्रत्येक श्वास हा समर्थपणे तिचा होता-तो कुणी कधी हिरावून घेण्याचा प्रश्नच नव्हता. 'मला कुणी काही दिलं नाही' अशी तिची तक्रार कधी असणारच नव्हती. कुठलेही काही अविकसित असे तिच्या वाट्याला तिने येऊ दिलेच नव्हते.

"हे ठेवायचं का ?" अरुणा विचारत होती. पण त्याच्या चेहऱ्याकडे बघून थांबली.

उत्तररात्र होऊन गेलेली. पहाटेपूर्वीची वेळ. आणि फोन वाजला. अशा वेळी वाजणारा फोन बहुतेक बाहेरचाच, जास्ती करून इंडियाचाच असतो, हृषीकेशला वाटले. झोपेतही तो काहीसा जागा, शंकित असा फोनजवळ गेला.

वाटले तसा फोन घरचाच होता. हरीशचा. आई गेली होती अर्ध्या तासापूर्वी. हृषीकेशला क्षणभर काही समजूच नये असे झाले. तो फोन धरून तसाच.... अर्ध्या तासापूर्वी म्हणजे केव्हा ? आपण गाढ झोपेत होतो त्या वेळी... आता साडेतीन होताहेत. तिकडे किती वाजले असतील ? दुपारचे बारा ? एक ?

"तू ऐकतो आहेस नं !" तिकडून हरीशने विचारले.

"हो. ऐकतो आहे."

"तुला कळलं नं ?"

"हो. काय कळायला हवं आहे ?"

"ठेवायचं नाही नं हृषीकेश ? तू लगेच निघू शकणार नाहीस नं ? तुझ्याकरता थांबायचं म्हणजे...."

"नाही, थांबू नको. मी बघतो कुठली फ्लाईट आता मिळते ती-"

"अरे, अगदी चांगली होती. एकदम हार्टफेल. चांगलं जेवली वैजयंतीबरोबर आणि व्हरांड्यात बसली. पुष्कळ वेळ ती तशीच बसली होती. खांबाला टेकून. गार वारं होतं. वैजयंती शाल घेऊन गेली अंगावर टाकायला तर तिची दोन्ही टोकं तिनं पकडली नाहीत. ती शाल घसरून आली. तिची काही हालचालही नाही. ती गेलीच होती. अरे, हल्ली चमत्कारिकच वागायची. एवढी थंडी ! आणि स्वेटर, जाकीट काही घालायची नाही. मी ओरडलो की तिचं ते लोकरीचं जाकीट घालायची. एवढ्यात रात्रीही व्हरांड्यात बसायची या चारपाच दिवसांत. थंडीची. टोकलं तर म्हणायची, चांदणं आहे. चंद्राचा प्रकाश कलला की येते आत. तुम्ही झोपा. आणि तशीच रे शालीशिवाय. आम्हांला वाटलं, की काही मनावर परिणाम वगैरे झाला असेल तर तसंही दाखवलं-पण ठीक होती तशी.... खरं म्हणजे तू आठ दिवसांनीच येत होतास.... तू ऐकतो आहेस नं ? हॅलो हॅलो...."

"हो. ऐकतो आहे मी."

फोन बंद झाला तरी हृषीकेश फोनजवळ उभा होता. तिचा हा मृत्यू आणि तिची सगळ्या जुन्या ठिकाणी ऐन थंडीत त्याच्याबरोबर फिरून येण्याची इच्छा यांत काही सूत्र होते ? अदृय ! न कळणारे ? तिचे पत्र आल्यापासून सतत भिरभिरणाऱ्या सगळ्या आठवणींच्या मुळाशीही तेच होते का ?

"काय झालं ? या वेळी कुणाचा फोन ? इतका वेळ बोलतो आहेस !" अरुणाने उठून येऊन विचारले.

"हरीशचा. आई गेली !"

हिवाळा । ६७

“काय ? कशानं ?” अरुणा एकदम ओरडलीच. दुःख उमाळून येण्याइतकी काही ती त्याच्या आईला जवळ नव्हती. पण तिला हृषीकेशचीच भीती वाटली. तो कसं घेईल ! तिने त्याच्या खांद्यावर हात ठेवला. तो त्याने हलकेच बाजूला केला.

तो दार उघडून बाहेर बॅकयार्डमधे आला. काळोख आणि थंडी. अंगावर नाईटगाऊन. गार वारे मस्तकात शिरत होते. ते तसे शिरू न देण्याचा त्याने प्रयत्न केला. पहाडावर पहाटेपूर्वी चंद्रकोर उमटायची तसे इथे काही नव्हते. हरीशने सांगितलेले सगळे डोळ्यांपुढे आले : थंडी. हरीशचा तो व्हरांडा. चंद्राचा कलता प्रकाश तिथपर्यंत पोहोचलेला. खांबाला टेकून बसलेली आई. ती गेली त्या वेळी बाराएक वाजले असतील दुपारचे. तिच्यापर्यंत कदाचित ऊनही आले असेल. थंडीतले ऊन... आईने कदाचित अनुभवले असेलही : दोन गोष्टींतच माणसाचे जगणे सामावलेलेआहे. तिला ते जास्त स्पष्ट कळू शकले असेलही ! तिने तिच्या परीने त्याला धडक देण्याचा प्रयत्नही केला. तिने आणखी नुसते जगतच कशाला राह्यचे होते ? कशासाठी ? कदाचित अजून राहती तर बाबांवरचा तिचा घट्ट जमलेला रागही ती विसरली असती. माणसाचे जुने रागलोभ काही शिल्लक राहू नयेत अशी वेळ येतच असेल ! त्या वेळी अरुणा म्हणते तसे काही अविसकित असेही शिल्लक राहत नसेलच.

अरुणाने मागून येऊन खांद्यावर हात ठेवला. दाबला. “आत चल हृषीकेश. थंडी आहे.” ती त्याला समजावण्याच्या सुरात म्हणाली.

“मी ठीक आहे, अरुणा.” तो म्हणाला.

हिवाळ्याचे आता हे असेही रूप, असे त्याला वाटले.

❒

मौज, दिवाळी ९७

निर्मला

बसमधून श्रीवास्तव उतरले ते चिडलेले, कावलेलेच. नागपूरपर्यंत तर काही त्रास झाला नाही. रेल्वेचा प्रवास चांगला झाला. पण वाटेत एक तिरका ओहळ पूर आल्याने रस्ता अडवून बसला. चांगली दीड तास बस अडकून पडली आणि सकाळी जोरदार पाऊस झाल्याने बसस्टँडवर सर्वत्र चिखल होता. मुतारीचा दर्प असह्य होत होता. बस स्टँडला शेडही अगदी नावाचीच होती. तिथेच दाटीवाटीने माणसं येणाऱ्या जाणाऱ्या बसची वाट बघत ताटकळत होती. श्रीवास्तवना हा टिनपाट बसस्टँड नि गावही यावेळी मुळीच आवडले नाही. माणसं अशी कीडा मुंगीसारखी जगू तरी कशी शकतात ! त्यांना चीड आली. रिक्षावाल्यांची झुंबड भोवती जमली तेव्हा तर त्यांना पावसाळ्यात खाद्यपदार्थांवर घाणेरड्या माशा बसाव्या तशी किळस आली. त्यांची सुटकेस उचलून धरणाऱ्या एका आगाऊ रिक्षावाल्याला त्यांनी चांगले दाटले. त्यांची सुटकेस, होल्डॉल चिखलातच उभे ठेवावे लागले याने त्यांचे डोके पारच सणकले. कुणी न्यायला आले का ते त्यांनी पाहिले. अरुण तर दिसला नाही. पण त्याची बायको आलीच असेल तर ते तिला ओळखत नव्हते. पाच-दहा मिनिटं वाट बघून त्यांनी रिक्षा ठरवली. खूप घासाघीस करून पाच रुपयाखाली कोणी उतरायला तयार नव्हतं. अखेर तीन रुपयात रिक्षा मिळाली. पण सामान उतरवणार नाही या अटीवर. एकदाची रिक्षा सुरू झाली. रिक्षावाला म्हातारा होता. तो रिक्षा कशीबशी ओढत होता. मधे एका खड्ड्यातले चिखलाचे पाणीच उसळून त्यांच्या अंगावर उडाले तेव्हा श्रीवास्तवचा संताप संताप झाला. झक मारली नि निवांतपणे लिहायला अरुणच्या गावी आलो असे वाटले. दीड-दोन वर्षांपूर्वी ते अरुणकडे आले होते. तेव्हा हा छोटासा नदीकाठचा गाव आणि अरुणचा मोठा निवांत बंगला त्यांना फार आवडला होता. तसे आता मुळीच वाटले नाही. पुन्हा शाळेत जाणाऱ्या येणाऱ्या मुलांच्या गर्दीमुळे रिक्षा मधे मधे थांबू

लागली तेव्हा तर त्यांनी स्वत:लाच लाख शिव्या मोजल्या.

एकदाचे अरुणचे घर आले. मेन गेटपासून अरुणचा बंगला जरा आत होता आणि मधल्या मोकळ्या रस्त्यावर मुलांचं क्रिक्रेट सुरू होतं. श्रीवास्तवच्या कपाळावर आठ्या पडल्या. त्यांचं डोकं दुखायला लागलं. शाळेत जाणारी तेरा चौदा वर्षाची तरतरीत मुलं पाहिली की त्यांना आपला निर्बुद्ध, लठ्ठ अजुनही तिसरीच्या वाऱ्या करणारा मुलगा आठवे. त्याचे ते मोठे डोके आणि एकदम रिते डोळे.... नि मग त्यांचे डोकेच दुखू लागे.... ते रिक्षातून उतरले. सामान उतरवले आणि चिखलात भरलेला चेंडू सपकन त्यांच्या सुटकेसवर आदळला. 'इडियट' ते चिडून म्हणाले. पण त्यांचा घुस्सा झेलायला त्यांची खालमानी बायको नि लग्नाचे वय उलटून गेलेली बहीण इथे नव्हती. मग ते नुसते धुमसत राहिले. सामान आत न्यायचे होते. मुलांच्या घोळक्यातून एक मुलगा धावत आला. 'नमस्ते अंकल' म्हणाला. नि आपल्या आईला सांगायला आत गेला.

निर्मला बाहेर आली. तिने श्रीवास्तवना नमस्कार केला. श्रीवास्तवनी कसेबसे हसून हात जुळवले. श्रीवास्तवचे सामान ती उचलायला लागली तेव्हा त्या मुलाच्या घोळक्यातून एक पुढे आला नि श्रीवास्तवचे सामान दोन फेरीत आत ठेवून गेला. रिक्षावाल्याला पैसे देण्याकरता श्रीवास्तवनी पाकीट उघडले. चिल्लर नव्हती. मग सामान उचलू लागलेल्या त्या मुलाला त्यांनी पन्नासची नोट दिली. चिल्लर करून रिक्षावाल्याला पैसे द्यायला सांगितले. मुलांचा खेळ मोडून ती पांगली. श्रीवास्तव आत आले..... निर्मलाने फॅन सुरू केला."पाऊस पडला तरी गरमी किती होते !" ती काही तरी सुरुवात करायची म्हणून म्हणाली.... श्रीवास्तव अजुनही घुम्मच.....

"अरुण बसस्टँडवर येईल असं वाटलं," ते मनातली चीड लपवून म्हणाले." तो मुंबईला गेला. मिटींग होती फायनान्स ऑफीसर्सची. पण मी गेले होते स्टँडवर. मधल्या नाल्याला पूर आल्याने बस अनिश्चित, लेट होतीसं कळलं. सकाळपासून एकही बस आलेली नव्हती...." निर्मला म्हणाली.

"अरुण येणार केव्हा ?"

"परवा येईल." ती म्हणाली.

"हे गाव अगदीच भिकार आहे हो ! आणि इथले रिक्षावाले फारच मग्रूर आहेत.' श्रीवास्तवनी कुरकुर केली. खरं म्हणजे त्यांना प्रत्येकच गोष्टीबद्दल सांगायचं होतं. बसस्टँडच्या मुतारीपासून, तो शाळेच्या मुलांच्या गर्दीत रिक्षा कशी हळूहळू येत होती इथपर्यंत...

पण निर्मला म्हणाली, "तुम्हाला चांगला रिक्षावाला मिळाला नाही. अहमद, देवा हे आमचे नेहमीचे रिक्षावाले आहेत. नुसता निरोप दिला तर येऊन हजर होतात."

श्रीवास्तव बोलले नाही.

"हा माझा मुलगा नीरज." निर्मलाने ओळख करून दिली. नीरज खाली वाकून पाया पडला. काय शिकतो हे त्यांनी विचारणे टाळले तरी निर्मलाच म्हणाली, "नववीत आहे." श्रीवास्तवनी अरुणच्या मुलाकडे पाहिले. तो तर पहिलीतच वाटत होता. त्यांची डोक्याची शीर तडतडायला लागली.

"आणि तुम्हाला लिहून द्यायला कुणी मुलगा हवा होता ना ! तुमच्या पत्रात होतं...."

"आहे का कुणी ?"

"हो मघा तुमचं सामान आणलं नं तो मुलगा. नीरजच्याच वर्गात आहे.... चांभाराचा पोरगा आहे. पण अक्षर वळणदार. थोडं अशुद्ध लिहतो आता.... पण सवयीनं येईल. हिंदी लिहायची मात्र सवय करायला हवी...."

आणि श्रीवास्तव ताडकन उभे झाले.

"काय झालं ?" निर्मलाने विचारलं."त्या त्या मुलाला मी पन्नासची नोट दिली होती चिल्लर करायला."

"कोणत्या मुलाला ?" निर्मलाने विचारले.

"माझं सामान घेऊन आला तो...."

"मग तो तर घरचा भरोशाचा मुलगा आहे. येईल तो चिल्लर घेऊन...." निर्मलाने सांगितले. पण श्रीवास्तवना मुळीच विश्वास वाटला नाही. मूर्खासारखी आपण पन्नासाची नोट त्याच्या हवाली करून दिली ! इथे येण्याचा मूर्खपणा केला तोच खूप झाला. त्यात आणखी ही भर. ते अस्वस्थ फेऱ्या घालायला लागले. एव्हाना तो मुलगा येऊन जायला हवा होता.... निर्मला चहा घेऊन आली तेव्हा त्यांनी विचारलेच.

"हा पोरगा पळाला तर नाही ! पैसे घेऊन !"

निर्मलाला गंमतच वाटली. पाहिल्या क्षणी एकदम कुणाबद्दल अगदी अविश्वासच कसा वाटू शकतो ?

एकदाचा तो चिल्लर घेऊन आला. तेव्हा श्रीवास्तवना हायसे झाले. "तुला वेळ झाला रे ?" निर्मलानेच विचारले.

"चिल्लर मिळालीच नाही. पार बसस्टँडपर्यंत गेलो", तो म्हणाला. स्टँडवरून धावत पळत आल्याने त्याला दम लागला होता आणि घामाने त्याचा शर्ट भिजला होता. लिहून देण्याबद्दल श्रीवास्तवसमोरच निर्मलाला त्याला विचारायचे होते. पण निर्मलाने यावेळी विचारलेच नाही.

जेवणबिवण झाल्यावर श्रीवास्तव झोपायला गेले. निर्मलाने त्यांच्याकरता सजवलेल्या खोलीत. अरुण म्हणाला म्हणून निर्मलाने आपली बेडरूम त्यांना दिली.नीरजचं अभ्यासाचं टेबल त्यांना ठेवलं होतं खिडकीशी.त्यावर अरुणचा रात्री

वाचायचा टेबललॅम्प. टेबलाला लागूनच कॉट. त्यावर पांढरी शुभ्र चादर. टेबलावर बगिच्यातला ताज्या फुलांचा गुच्छ. खिडकीशी वर चढत गेलेला जाईचा वेल... खिडकी उघडून दिली तो समोर एक टाकं. त्यात कमळं फुलली होती. ''त्याला कमळाचेच टाके म्हणतात, ''निर्मलाने सांगितले. पण श्रीवास्तवचे धड लक्ष नव्हते. तलावाच्या बाजूला हिरवीकंच शेतं नि मधूनच गेलेली नागमोडी पायवाट शेतांच्या मिरेल. त्या नागमोडी वाटेच्या वळणावर एक मोठा डेरेदार पिंपळ. अवाढव्य विस्ताराचा. त्याचे प्रचंड तपकिरी खोड... नि त्या पिंपळाच्या हिरव्या माथ्याला टेकलेले भुरकट ओले आभाळ. श्रीवास्तवने हे सर्व पाहावे म्हणून निर्मलाने खिडकी उघडली. आपल्या या बेडरूममध्ये टेबलापाशी बसून खिडकीतून कमळावरून येणारे झुळझुळ वारे अंगावर घेत श्रीवास्तव लिहतील ही कल्पनाच निर्मलाला फार आवडली. पण श्रीवास्तव काहीही बोलले नाहीत. त्यांनी प्रथम ती खिडकीच बंद केली. ''मी आता झोपतो. या बसच्या प्रवासाने सारं अंग खिळखिळं झालं आहे.'' असं ते म्हणाले. तेव्हा निर्मला निमूटपणे खोलीबाहेर आली.

श्रीवास्तवचे कपडे साबणात टाकावे म्हणून ती बाथरूममध्ये गेली तो बाथरूमभर त्यांचे कपडे पसरले होते. बनियनला घामाचा कुबट वास होता. अंडरवेअरसकट पॅट लोंबत होती नि साबण तर केससकट बादलीत भिजत घातले होते. तिला तिचे वडिल, सासरे आठवले. आंघोळ करून बाथरूमबाहेर यायचे ते आपले कपडे स्वच्छ धुवूनच. बाथरूममधला पाट उचलून उभा केलेला. तांब्या नीट फळीवर. टॉवेल नि धोतर तेवढे मोलकरणीसाठी साबणाच्या फेसात बुडवून ठेवलेले.

'असतात काही माणसं अशीही !' निर्मलाने स्वत:ची समजूत घातली. त्यांना लिहिता येते. तात्या, आण्णा लिहितात कुठे - लिहिणारी बिहणारी माणसं वेगळीच असतात. असा विचार समजुतीखातर करता करता तिला आपलं फिसकन हसूच आलं. स्वत:ची एवढी समजूत काढत बसण्यापेक्षा श्रीवास्तवनाच सांगावं, बाबा रे महिना-दीड महिना काय राहणारेस तो तुझी पूर्ण सरबराई करीन. पण तेवढी बाथरूममध्ये दाणादाण नको करूस....

मग श्रीवास्तवच्या खोलीवरून जाताना तिने सहज डोकावून पाहिलं तो ते अगदी गाढ झोपले होते. आणि पालथे, लहान मुलासारखे पाय पोटाशी घेऊन. तिथे टाकलेली स्वच्छ पांढरी चादर त्यांच्या अंगाखाली गोळा झाली होती. खिडकी लावलेली होती नि तिच्या मुद्दाम लावलेल्या पडद्याचे टोकही बंद खिडकीत दबले होते. पलंग खिडकीकडे ओढला होता नि टेबलफॅन खाली. फॅन फुल स्पीडवर. तिने मुद्दाम केलेल्या ॲरेंजमेंटची त्यांनी पुरती वाट लावून टाकली होती.

'त्यापेक्षा त्यांना कुठलीही खोली दिली असती तरी चालले असते....' तिला वाटले.

पाऊस पडत नव्हता पण आभाळ अगदी कुंद होते. सकाळी अकरा, साडेअकराला ती शाळेतून आली. नीरजही शाळेतून आला, जेवला. त्या पोराचं पुन्हा क्रिकेट सुरू झालं. तरी श्रीवास्तव झोपूनच होते. ते बहुधा रात्रभर लिहित होते. पहाटेपर्यंत त्यांच्या खोलीत निर्मलाला दिवा दिसला होता नि मग निर्मलाचा राग हळूहळू कमी कमी होत गेला होता. तसं रात्री लिहायचं म्हणून ते जेवले नव्हते. लाईटच काही खाल्लं होतं. थर्मासमध्ये निर्मलाकडून कॉफी भरून घेतली होती तेव्हा तिचा त्यांच्याबद्दलचा राग थोडा कमीच झाला होता. आता श्रीवास्तव उठले. बाहेर मुलांचा आरडाओरडा सुरू होता.

''शाळा नाही या मुलांना ?'' त्यांनी कपाळावर आठ्या घालत विचारलं.

''सकाळची झाली नं !''

''म्हणजे रोज दुपारभर यांचा असा हैदोस सुरू असतो !'' श्रीवास्तव तक्रारीच्या सुरात म्हणाले. निर्मला चमकली. ''पण तुम्ही लिहित असाल तर तुम्हाला त्रास होणार नाही.'', ती म्हणाली. तिने त्यांना चहा दिला तेव्हा ते म्हणाले, ''मी मधे उठलो होतो. पण तुम्ही कुणी नव्हता मग मी पुन्हा झोपून गेलो.''

''मी शाळेत गेले होते पण मोलकरणीला मी सांगून ठेवलं होतं.''

''शाळेत ?''

''मी नीरजच्याच शाळेत शिकवते नं''

श्रीवास्तवने निर्मलाकडे पाहिलं.ती साधीसुधी संसारी बाईच तर वाटत होती. त्यांच्या बायकोपेक्षा किंचित स्मार्ट पण सर्व्हिस करणारी असेल असं वाटलं नव्हतं.

''तुम्ही बोलला नाहीत काल ?'' ते म्हणाले.

''तुम्ही विचारलं कुठे ? आणि तसा विषयही नाही निघाला.'' श्रीवास्तवना मग थोडंसं चाटून गेलंच की ज्यांच्याकडे आपण महिना दोन महिने राहणार आहोत त्यांच्याबद्दल काहीच कळून कसं घेत नाही आपण ?

''तुम्ही काय लिहिता ?'' निर्मलने विचारलं.

''आत्मचरित्र. जवळजवळ कादंबरीच म्हणा...''

''म्हणजे स्वत:बद्दल लिहिताहात ?''

''अगदी अक्षरश: नाही पण स्थूलमानाने.... !''

''स्वत:बद्दल अगदी लिहावं बिहावं असं काही असतं का हो ?'' निर्मलाने विचारलं तेव्हा श्रीवास्तव गडबडले. मुळात आपण असं आत्मचरित्रपर काही लिहावं की नाही इतका मूलभूत प्रश्न तर कधीच समोर आला नव्हता. आपली बायको, मुलगा, बहीण, सावत्र आईच्या रागावर सोडलेलं घर. नंतर आपण आपल्या काकाला दत्तक गेलो ते.... सगळे चूळ भरावे इतके पाणी.... एवढ्याचेच होईल का आत्मचरित्र ! त्यात काही इतरही प्रवाह हवेत. काल वाटेत अडकलो तो ओहळ

अगदी लहानसा आहे म्हणतात. पण वरून इतर प्रवाह मिसळले तेव्हा तो आपले तट फोडून कसा बेबंद झाला होता.

श्रीवास्तवचं डोकं दुखू लागलं. निर्मला त्यांच्या घराबद्दल, त्यांच्या मुलाबद्दल, बायकोबद्दल विचारू लागली तेव्हा ते काहीसे तिची नजर चुकवत म्हणाले, "ते सगळे लोक फार निराळे आहेत. एकदम वेगळे. आमच्या घरान अजून बाहेरचा स्वच्छ मोकळा प्रकाशसुद्धा नसेल पाहिला. आमचं गाव म्हणजे मध्यप्रदेशातलं एक खेडंच तर आहे."

निर्मलाने मग काही विचारले नाही.

दोन दिवसानंतर आज लक्ख ऊन पडले होते. निर्मला शाळेतून आली. तो श्रीवास्तवनी जेवून घेतले होते आणि ते बाहेर जायच्या तयारीत होते.

"कुठे जाताहात ?"

"पाय मोकळे करून येतो. आल्यापासून बाहेर पडलोच नाही. आज स्वच्छ ऊन पडलेही आहे. हो, मी स्नान रात्रीच करीन. चालेल ?"

"न चालायला काय झालं !" ती हसून म्हणाली.

फिरून आल्यावर श्रीवास्तव निर्मलाला म्हणाले, "तुमचं गाव अगदी भिक्कार आहे हो ! तुम्ही इतकी वर्ष कसी काढली ?"

निर्मला म्हणाली, "आम्हाला नाही आमचं गाव भिकार वाटत. तुमचं कसं आहे ?"

"तेही रद्दडच आहे...."

यावर निर्मला अगदी सहज म्हणाली,"आता तुम्हाला तुमचंच तर गाव नाही आवडलं ! मग आमचं तर नाहीच आवडणार ! कसंही असलं तरी आपलं गाव आवडतंच नं आपल्याला !"

श्रीवास्तव तिच्याकडे पहात राहिले. कुठल्याही प्रकारचा पवित्रा न घेता ती अगदी सहज बोलून जाते नि ते कुठे तरी आपल्या वर्मावर बोट ठेवते हे श्रीवास्तवना जाणवलं.

"तुम्ही लिहून देणारा मुलगा आहे म्हणाला होता..." श्रीवास्तवने मग वेगळा विषय काढला.

"आहे. आज माहीत नाही मुलं खेळतात का नाहीत ती ! रोज येतो खेळायला. नीरजला सांगीन निरोप द्यायला."

"दुसरा मुलगा नाही मिळणार ! याहून मोठ्या वयाचा. हा थोडा अशुद्धही लिहितो नं ! पुन्हा हिंदीची सवय नाही याला. अक्षर चांगलंच पाहिजे असंच काही नाही. तुम्ही शाळेतच शिकवता तेव्हा मुलं तर पुष्कळ मिळतील !' श्रीवास्तव

म्हणाले. त्यांना का कोण जाणे तो मुलगा आवडला - पटला नव्हता. पाहिल्यावर प्रथम त्याच्याबद्दल वाटला तो मत्सरच. स्वत:चा मुलगा सारखा समोर येत होता. मग काहीसा तिरस्कारही वाटला.

"मुलं पुष्कळ मिळतील", ती म्हणाली. "डिक्टेट करणार की उतरवून घ्यायचे ?"

"दोन्हीही. प्रथम उतरवेल. मी रात्री लिहीन ते फेअर करत जाईल नि मुलगा पुरेसा शार्प असला तर मग डिक्टेटही करीन"

"पण रात्री नाही कुणी येणार ! दुपारी आणि संध्याकाळीच."

"माझी वेळ मी बदलवू शकतो", म्हणाले.

संध्याकाळी अरुण आला. त्याच्याबरोबर त्याचे वडिलही जळगावहून आले. अरुणच्या वडिलांचा सगळा स्वतंत्र सरंजाम असायचा. त्यांना वेगळी खोली लागायची. त्यांचे पानदान त्यांना लख्ख लागायचे. कोणी त्याला हात लावलेला त्यांना चालत नसे आणि त्यांचे लहानसे कामही कधी कुणी केलेले त्यांना आवडायचे नाही. स्वभाव अगदी रोखठोक. त्यांना पाहिल्यावर निर्मलाला वाटले की आता श्रीवास्तवचे ह्यांच्याशी कसं जमेल ! अरुणची नि तिची बेडरूम तर श्रीवास्तवला दिलीच होती. आता गेटच्या अंगणाच्या बाजूची खोली तिने स्वत:करता ठेवली. श्रीवास्तवच्या जवळचीच खोली तात्यांना दिली.

पहिल्या सलामीलाच तात्यांनी श्रीवास्तवना उडवले. लिहायला आलो म्हटल्यावर तात्यांची मल्लीनाथी - "लिहायला इतक्या लांबून आलात ! तुमच्या गावात विषय नाही सापडत का तुम्हाला ? पोटापाण्याचा धंदा कोणता ? नुसते लिखाणावरच पोट भरते का ?"

हे नि ते तात्यांचे सुरू झाले नि निर्मलाला हसावे की रडावे तेच कळेना. अरुणने मात्र सांगितले की तात्यांचे मनावर घेऊ नकोस. ही जुनी माणसं अशीच परखड. मनात येईल ते बोलून दाखवणार ! श्रीवास्तवनी ते समजून घ्यायचे ठरवले.

मग रात्री लिहायला जाण्यापूर्वी श्रीवास्तव आंघोळ करून आले आणि तात्या नहाणीत घुसले. घुसले ते त्या पावलीच मागे फिरले. टेबलाशी लिहिण्याचे कागद जुळवत असलेल्या श्रीवास्तवना म्हणाले, "अहो लेखक ! नाव काय तुमचे ?"

"राजन !' श्रीवास्तव गोंधळून म्हणाले, "का ?"

"अहो राजनसाहेब, बाथरूममधले तुम्ही फेकलेले कपडे उचलायचे कुणी ? आम्ही ? ते उचला बघू अगोदर. अहो आमचा छोटा नीरजही आपले कपडे उचलून ठेवतो." मागे अरुण, निर्मला हतबुद्ध उभी. आता यांना आवरायचे तरी कसे ? श्रीवास्तव निमूट उठले. बाथरूममधली स्वत:च केलेली दाणादाण त्यांनाच मग बघवली नाही. त्यांनी मुकाट्याने आपले कपडे उचलून बादलीत टाकले. बाथरूममधेच

निर्मला | ७५

काढून ठेवलेलं त्यांचं घड्याळ भिजलं होतं. ते उचललं आणि कुणाकडेही न बघता ते आपल्या खोलीत गेले.

सकाळी निर्मला शाळेतून आली तो टेबलावर चार पानं मांडली होती आणि श्रीवास्तव उठले होते. त्यांचे स्नानही झालेले दिसत होते. निर्मला दिसल्याबरोबर ते म्हणाले, ''नीरजचं जेवण झालं. अरुणचा निरोप आहे, तो उशीरा येईल. आपण बसू'' निर्मला टेबलाशी आली तेव्हा तात्या श्रीवास्तवसमोरच म्हणाले, ''तुमच्या पाहुण्यांना मी उठवलं दहा वाजता. म्हटलं, स्वयंपाक तयार आहे, गरमच जेऊ.''

''पण वरणबरण केलं कुणी ?''

''मीच ! करायचं काय होतं असं ! तू भाजी करून गेलीसच होती. बाईंनी पोळ्या केल्या. कुकर लावला. मग फक्त वरणाच्या फोडणीकरताच तुझी वाट कशाला पाह्यची ? मी दिली फोडणी. बघ कसं मस्त झालं. तुझा पोरगा बोट चाटून चाटून खात होता.'' तात्या तसे मधून मधून स्वैंपाक करायचेही आवडीने. प्रत्येक मुलाकडे, मुलीकडे राह्यला गेले की वेळ घालवायला स्वैंपाक करायचेही आवडीने. त्यांना स्वैंपाक करायला आवडे. कधी भाजी, कधी वरण, कधी थालीपीठ, मसालेभातसुद्धा... पण अगदी श्रीवास्तवसमोरच त्यांनी असं करावं हे तिला बरं वाटलं नाही.

''आणि तुझ्या लेखक पाहुण्याला म्हटलं, आंघोळ करून घ्या. तसंच नका बसू आमच्या पंक्तीला...'' निर्मलाला काय बोलावे तेच कळेना.

''तुमचा चहा बिहा ?'', ती श्रीवास्तवना म्हणाली तो तात्या सहज म्हणाले, ''मी दिला करून. आलं टाकलं होतं ! काय हो बरा झाला होताना ?''

निर्मलाने आता डोळ्याच्या कोपऱ्यातून श्रीवास्तवकडे पाहिले... भीत भीत... ते आपले मान डोलवून जेवायला लागले होते. मग ती म्हणाली,

''तात्या ते लिहायला मुद्दाम आलेत इतक्या लांब. त्यांना त्यांच्या मनाप्रमाणे राहू द्या.''

''मग लिहा नं ? मी कुठे काय म्हणतो ?''

''ते आपल्या तब्येतीन उठू देत. रात्रभर जागतात.... असे सगळे त्यांच्या घरी नसेल जमत म्हणून तर ते आले नं इथे !'' तिने तात्यांना सुनावले, सौम्यपणे. तेव्हा श्रीवास्तवने कृतज्ञतेने तिच्याकडे पाहिलं.

''असं म्हणतेस !'' तात्याही मऊ होऊन म्हणाले. श्रीवास्तवना ह्या दोघांचे नातेतर बापलेकीचेच वाटले. आणि बायको तर आपल्या काकांसमोर उभीसुद्धा राहत नाही.

जेवण झाल्यावर तात्या बगिच्यातल्या बाकावर त्यांचं पानदान घेऊन आले. तब्येतीत विडा कुटला. समोरचं मुलांचं क्रिकेट बघू लागले. श्रीवास्तवना ते कंकय्या

नायडू वगैरेंच्या गोष्टी समरसून सांगू लागले. श्रीवास्तवना त्या मुळीच ऐकायच्या नव्हत्या. ते त्यांच्या पानदानातले पान घेऊन विडा लावायला लागले तेव्हा तात्यांनी सुरू केले की पान पुसायचे, देठ काढायचे, काथ थोडा जास्त, चुना मात्र कमी, सुपारी थोडी, एखादी लवंग. पान छान जमते. रामटेक पान असले तर फारच उत्तम. श्रीवास्तवचा पान खाण्यातला उत्साहच संपला. घाईघाईने पान खाऊन ते सटकायला लागले. तेव्हा तात्यांनी पुन्हा टोकलं, ''अहो, चुन्याच्या डबीचं झाकण लावा. पानंही तशीच कोंबलीत डब्यात. अहो जी वस्तू आपण वापरतो त्यावर प्रेम करायला शिका साहेब तुम्ही. आणि तुमची ती खोली की काय हो ? सिगरेटची थोटकं काय ! चादर काय ! चहा सांडला होता ! थर्मास कलंडला ! अहो बसवतं कसं तिथे तुम्हाला !''..... तात्यांना आता थांबवावं कसं ते निर्मलाला कळेना. श्रीवास्तवनीही तिथून पळच काढला. त्यांना गाठून निर्मला कसंबसं म्हणाली, ''तात्यांचं मनावर घेऊ नका हं तुम्ही.''

नंतर अरुण आल्यावर दोघांची जुगलबंदी अरुणला सांगता सांगता निर्मलाला हसू आवरेना.

''एक तर तात्या तरी जातील नाही तर श्रीवास्तव तरी पळ काढेल.'' अरुण म्हणाला.

श्रीवास्तव संध्याकाळी फिरायला गेले एकटेच आणि निर्मला त्यांच्या खोलीत घुसली. खोलीची तर पार दाणादाण झाली होती. सिगरेटचा वास कोंडला होता. टेबलावरचा फ्लॉवरपॉट कोपऱ्यात भिरकावला होता. खिडकी तर बंदच. नेहमीप्रमाणे चादर गोळा झालेली बघायची तिला आता सवय झाली होती. तिने खिडकी उघडली. बाहेरचे हिरव्या शेतांवरून नागमोडी पायवाटेवरून कमळाच्या टाक्यावरून येणारे वारे खुशाल आत येऊ दिले. मग खोली आवरली. सिगरेटची थोटकं फेकली. चादर बदलली. फ्लॉवरपॉट मात्र उचलूनच घेतला. त्याची इथे गरज नव्हती. खोलीत अस्ताव्यस्त फेकल्यासारखे पडलेले त्यांचे कपडे तिने उचलले. कपाटात ठेवले आणि टेबलावर पेपरवेटखाली ठेवलेले कागद ती चाळायला लागली. श्रीवास्तवने काल लिहून ठेवलेला तो मजकूर असावा. संदर्भ अर्थातच नाही कळला. पण श्रीवास्तवच्या मनातला माणसांबद्दलचा विखार, द्वेष, पर्यायाने आपल्यावरचाच खोल अविश्वास त्या ओळीत ठासून भरला होता. खोलीतल्या सिगरेटच्या दर्पासारखा. तिला नवल वाटले, फक्त चाळीशीच्या आसपास या माणसाला एवढा विखार कुठे भेटला असेल ?

फिरून आल्यावर श्रीवास्तव तणतणतच तिच्याकडे आले. ''माझ्या खोलीत कोण गेलं होतं ?''

निर्मला । ७७

“मी,” निर्मला हसू दाबून म्हणाली, “खोली आवरून दिली.”

“माझ्या कागदांना हात का लावला ?”

“हात नाही लावला, वाचलेत”, निर्मला म्हणाली.

“मला आवडत नाही”, ते चिडून गुरगुरत म्हणाले.

“बरं !” निर्मला म्हणाली.

मग मात्र श्रीवास्तना जाणवले, आपला आवाज जरा चढलाच होता.“आयॲम सॉरी”, ते पुटपुटले नि तिथून निघून गेले. मग जेवताना तात्या, अरुण-निर्मला साऱ्यांच्या गप्पा सुरू झाल्या. पण श्रीवास्तव अवाक्षर बोलले नाही. अरुणने त्यांना गप्पात ओढण्याचा प्रयत्न केला, तरी नाही.

सकाळच्या डाकेत श्रीवास्तवचे पत्र आले. निर्मलाने ते त्यांना नेऊन दिले...

“भाबीचं ?”, तिने विचारलं.

“हो.”

“काय लिहिलं आहे ?”

“वाचलं कुठे अजून ?”, ते म्हणाले.

“खरंच ?” ती हसली.

ते हसणे श्रीवास्तवना फार आवडले. साधे निर्व्याज हसणे. हो आणि एवढ्या तेवढ्याला हसायची तिची सवय.

“तुमच्या मिसेसना तुम्ही का आणलं नाही ? तुम्ही असेतो त्यांनाही चेंज होता....”

“घरी मोठं कुटुंब आहे. ती घरात गुंतून असते.”

“तरी पण एखादे वेळेस बाहेर पडायला काय हरकत आहे !”

श्रीवास्तव बोलले नाही. मग निर्मला म्हणाली, “एक विचारते, राग तर नाही येणार ?”

“विचारा ना.”

“काल मी तुम्ही लिहलेलं चाळलं. तुम्हाला माणसांचा इतका राग का ? एकजात सगळी अशीच माणसं भेटली तुम्हाला ?” श्रीवास्तव पहातच राहिले. आजवर हा प्रश्न तर त्यांना कोणीच विचारला नव्हता.

तीन वाजता निर्मलाने सांगितलेला मुलगा लिहायला आला. श्रीवास्तवना हवा तसा मोठा होता. श्रीवास्तव झोपले होते. पहिली सलामी त्याची तात्यांशीच झाली.

“आता लिहायला कशाला बुवा मुलगा हवा त्यांना ? स्वत:च नाही लिहिता येत ?” ते म्हणाले. तेव्हा मात्र निर्मलाने टोकलेच, “तात्या, तुम्ही एखाद्यावर

सारख्या कॉमेंटस् नका नं करत जाऊ. कोणी कसं ऐकून घेईल !''

''राहिलं'', तात्या म्हणाले मग लहान मुलासारखे चूप बसले.

निर्मलाने श्रीवास्तवचे दार ठोठावले. श्रीवास्तवनी प्रथम बराच वेळ दार उघडले नाही. उघडले तर त्रासिक चेहऱ्याने निर्मलकडे पाहिले.

''काय आहे ?'', ते जरा चिडूनच म्हणाले. आधीच तात्यांनी दहा वाजता उठवून दिल्याने झोप अपुरी झाली होती.

''तुम्ही लिहायला मुलगा सांगितला होता ना तो आला आहे.''

''उद्या येऊ दे'', श्रीवास्तव म्हणाले.

''पण आज तो तुमच्याचकरता आला आहे. घर लांब आहे त्याचं.'', निर्मला म्हणाली. मग श्रीवास्तवनी त्याला आत बोलावलं. थोडा वेळ सुरुवात करून द्यावी म्हणून निर्मलाही आत आली. श्रीवास्तवनी त्याला कागद दिले. उतरून घ्यायचा मजकूर दिला नि विचारलं, ''पेन ?''

''पेन नाही आणलं !''

''मग लिहणार कसा ?'' ते खेकसले.

''पेन मी देते'', निर्मला म्हणाली. पेन देऊन निर्मला तिथून उठलीच. त्या मुलावर आपण जणू उपकार करतो आहोत अशा थाटात श्रीवास्तवनी त्याला समजावून दिले. अक्षर मोकळं दूर काढ म्हणून सांगितलं. त्या मुलाने जेमतेम पानभर लिहले असेल. काय लिहिलं ते बघायला श्रीवास्तवनी कागद उचलला. ते संतापले.

''हे असं लिहतात ? पॅरा नाही, हिंदी मराठीहून वेगळं लिहितात हे तरी माहीत आहे ? नुसतं जसंच्या तसं उतरवायला काय होतं ? इडियट !'' ते म्हणाले. तो कागद घेऊन त्यांनी त्या मुलाच्या चेहऱ्यावर फेकला. भेदरून तो मुलगा सटकलाच. निर्मला हतबुद्ध. आता पुन्हा तात्यांच्या कॉमेंटस् सुरू होतील त्याची वाट पाहात; पण तात्या काही बोलले नाहीत. दुसऱ्या दिवशी निर्मलाने तिच्या सेक्शनमधली मुलगी आणली. तिचीही तीच गत. श्रीवास्तवनी चिडून तक्रार केली की साधं लिहून घ्यायला मिळत नाही कुणी ? मग निर्मला शांतपणे म्हणाली, ''कुणी मिळणार नाही असं होईल कसं ! पण तुम्हाला अजिबात पेशन्स नाही. एक दोन दिवसही तुम्ही कोणाला देत नाही !'' मग श्रीवास्तव काही बोलले नाही.

''मी देऊ का लिहून ?'' तात्यांनी विचारलं. नि मग मात्र निर्मलाला फिसकन हसू आलं. श्रीवास्तव मजकूर सांगताहेत आणि तात्या निमूटपणे खालमानेने लिहून घेताहेत ! दोन गुरगुरणारे बोके मिनिटभर एका ठिकाणी स्वस्थ बसलेत असं चित्र स्वत:च्या मनापुढे आणताना तिला खूप मजा वाटली.

मग एकदोन दिवसांनी ती श्रीवास्तवना म्हणाली, ''मी आमच्या सुदेशलाच सांगते. तोच अखेर लिहून देईल तर देईल !''

"सुदेश कोण ?"

"तुमची चिल्लर नव्हती आणली ?"

"तो चांभाराचा मुलगा ? तो तर अशुद्ध लिहतो नं !" ते त्याच्याबद्दलच्या पूर्ण अविश्वासाने म्हणाले.

"अशुद्ध लिहतो म्हणजे ती त्याच्या घरातली सरावाची भाषा आहे. जास्तीत जास्त संस्कार त्याच भाषेत झालेत त्याच्यावर. तुम्ही त्याला थोडा वेळ दिलात, शिकवलं, सांगितलं तर तो स्वत:ला बदलू शकतो. तो पोरगा शार्प आहे."

"म्हणजे माझं लेखन सोडून मी ट्यूशन घेत बसू ?" श्रीवास्तव रागाने म्हणाले.

"तो प्रश्न तुमचा आहे. इतर कुणापेक्षाही हा जिद्दीने लिहून देईल. तुम्ही दहा वेळा हाकललं तरी येत राहील. तुमच्या लेखी तो फक्त तुमचं लिहून देणारा असेल पण त्याच्या बाजूने गोष्ट वेगळी आहे. एक चांभाराचा मुलगा ब्राह्मणाच्या घरात तुमच्यासारख्याचं लिहून द्यायला येतो ही त्याच्याकरता फार मोठी गोष्ट असेल.... बाकीची मुलं, अगदी आमचा नीरज घेतला तरीही ती सगळी समृद्धीतच वाढलीत. कुठली कशाची आंच म्हणून त्यांना लागली नाही. सुदेशचं तसं नाही. अखेर आपल्याला प्रामाणिक अशीच माणसं हवीत नं !..." निर्मला श्रीवास्तवशी प्रथमच अशी जरा वरच्या पट्टीत बोलली.

दुसऱ्या दिवशी दुपारी बारा वाजता सुदेश नीरजकडे खेळायला आला तेव्हा निर्मलाने त्याला सांगितलं. श्रीवास्तवकडे घेऊन गेली. श्रीवास्तवनी त्याला लिहायला दिले. सगळी आधीची पुनरावृत्ती. पुन्हा भरीस भर भाषा काहीशी अशुद्ध. श्रीवास्तवनी त्याला 'गेट आऊट' म्हणून हाकलून दिले आणि पुन्हा निर्मलाजवळ कुरकूर की तुमच्या भिकार गावात साधं लिहून देणारं कुणी मिळत नाही म्हणून. आता त्यांच्या भानगडीत पडायचं नाही असं निर्मलाने ठरवलं. हाकलूनच दिल्यावर आता सुदेश लिहून घ्यायला येईल असंही तिला वाटलं नाही. तो आलाही तरी मीच त्याला लिहून देऊ नको म्हणून सांगेन असं तात्यांचं पालूपद सुरू झालं. दुसऱ्या दिवशी दुपारी सुदेश खेळायला आला नाही. तो येत नाही असेच सगळ्यांना वाटत असता सुदेश आला. चापून चोपून तेल लावून, भांग पाडून, स्वच्छ धुतलेले कपडे घालून नि स्वत:चं पेन घेऊन. आला तसा निर्मलाजवळ जाऊन उभा राहिला.

"मी लिहून घ्यायला आलो आहे."

"मुळीच नको लिहून देऊस", तात्या आवेशाने म्हणाले. पण तो पोरगा स्वत:चा अपराध असावा तसं म्हणाला, "मी आता चुका नाही करणार. मी काल घरी प्रॅक्टीस केली लिहिण्याची."

निर्मला मग त्याला श्रीवास्तवांकडे घेऊन गेली. श्रीवास्तवांचा आरडाओरडा, चिडचिड, रागावणे, कागद फेकणे, चुरगळणे अशा सगळ्या संतापातून सुसुत्रपणे त्या लिहून देण्याला वाट मिळायला आठ-दहा दिवस तरी लागले. आठ दिवसात पाऊस पडला नाही असा एकही दिवस गेला नाही. दुपारी दीड-दोनच्या सुमारास आभाळ भरून अंधारून यायचे. कधी पाऊस पडायचा पण सुदेश नियमित येत लिहून घेत होता. तोच चांगलं लिहायला लागला होता की श्रीवास्तव ओरडून ओरडून थकले हे कळायला मार्ग नव्हता ! पण दहा बारा दिवसात श्रीवास्तवचे रात्रीचे जागणे कमी झाले. ते सुदेशला दुपारीच मजकूर सांगत सुदेश फारशी खाडाखोड न करता तो उतरवून घेई. त्याच्या सांगण्याचा आणि सुदेशचा स्पीड कधी जमत नसे. मागे पुढे होई. मग ते चिडायचे. बाहेर मुलांचा - नीरजच्या मित्रांचा खेळ रंगे आणि आत सिगरेटचा वास कोंदलेल्या श्रीवास्तवच्या खोलीत बसून सुदेश त्यांनी सांगितलेले उतरवून घेत असे. नीरज, त्याचे मित्र खेळायला बोलवायला आले तरी उठत नसे. बाहेर अंधार होई. दिवेलागण होई. मग खाली मान घालून एकाग्रतेने लिहित राहिलेल्या, काही न समजले तर पेनचं टोक ओठाला लावून विचारणाऱ्या सुदेशकडे बघत श्रीवास्तवच्या मनातला साचून साचून दगड बनलेला संपूर्ण जगाबद्दलचा अविश्वास जणू वितळू लागे. स्वतःच्या मठ्ठ, निर्बुद्ध मोठ्या डोक्याच्या मुलाच्या जागी त्यांना नीरजच्या, सुदेशच्या वयाची शार्प, तरतरीत मुलं दिसू लागत. मग तेच थांबत नि सुदेशला विचारत, "बस, थांबायचं आता ?"

सुदेश लिहायला आला तेव्हा श्रीवास्तव खोलीची खिडकी उघडून बाहेरचे कमळाचे तळे बघत होते. समोरच्या हिरव्या आसमंताकडे आपले कसे लक्ष गेले नाही याचा अचंबा करत. सुदेश आला तेव्हा म्हणाले, "इथून सगळे किती सुंदर दिसते !"

सुदेश त्यांच्याकडे प्रथम पहातच राहिला. त्याने कागद जुळवले श्रीवास्तव मजकूर सांगण्याची वाट पहात पेनचं टोक ओठाला लावलं. "तुझ्या ओठांना शाई लागली बघ", ते हसून म्हणाले. सुदेशने ती पुसली तो अधिकच पसरली. श्रीवास्तव हसू लागले.

"सांगा," सुदेश म्हणाला तेव्हा श्रीवास्तवांना मात्र सुरू करण्याची मुळीच घाई दिसली नाही.

"तुझ्या घरी कोण कोण आहे ?" त्यांनी विचारले.

"मी, माझा मोठा भाऊ नि चार बहिणी."

"तू धाकटा ?"

"मधला. माझ्याखाली दोन बहिणी आहेत."

"वडील काय करतात ?"

"चांभार आहेत. भाऊ पण तेच काम करतो."

"आणि तू ?"

"मी तर शिकतो. मी ते काम कधी नाही करणार" सुदेश म्हणाला.

"तुझ्याएवढाच माझा मुलगाही आहे," श्रीवास्तवनी मोकळेपणाने सांगितले. यावेळी कसा कोण जाणे त्यांना समोर बसलेल्या सुदेशचा मत्सर वाटला नाही. ते भराभरा मजकूर सांगायला लागले. काका-आईच्या त्रासामुळे लहान वयात वीस रुपये चोरून ते घराबाहेर पडले होते पण त्यांना नाईलाजाने बाहेरच्या ठोकरा खाऊन परत यावे लागले हा कथाभाग होता. लिहून घेता घेता सुदेश थांबला.

"काय झालं !" श्रीवास्तवनी विचारलं. मध्ये थांबावं लागल्याने ते काहीसे चिडलेही.

"तो तो परत कशाला येतो ?"

"त्याला यावं लागतं", त्या लांबच्या दिवसांकडे दूरवरून बघत श्रीवास्तव म्हणाले.

"मी तर नसतो आलो", सुदेश म्हणाला. ते त्याच्याकडे पहातच राहिले. या लहान वयात स्वत:वरचा इतका विश्वास त्यांना फार लोभस वाटला. त्यांना वाटले त्याला सांगावे की मलाही परत यायचेच नव्हते, पण जमले नाही... ते पुढे सरकले. ते आपल्या लांबच्या निपुत्रिक काकाला दत्तक जातात. त्या पंचवीस माणसांनी भरलेल्या समृद्ध घरातल्या त्यांच्या वाट्याला आलेल्या एकाकीपणाचे वर्णन पुढे होते... काकांना माणसं जमवण्याचा, जेवू घालण्याचा खूप षौक होता. त्या जेवणावळीचे वर्णन लिहून घेता घेता सुदेश म्हणाला, "इतके पदार्थ जेवायला ?" श्रीवास्तवनी चमकून पाहिले.

"आमच्याकडे तर दिवाळीतही होत नाही"

"मग तुझ्याकडे काय होतं ?"

"लंबी रोटी, वांग्याची भाजी आळू टाकून"

"लंबी रोटी ?" श्रीवास्तवने विचारले.

"तुम्हाला देऊ आणून ? आवडेल ?" असं निर्व्याज बोलल्यावर मात्र तो चमकला. "पण तुम्हाला चालणार नाही नं' तो म्हणाला. त्याच्या निर्व्याजपणातही त्याची जागा त्याला पक्की माहीत होती.

"तुला लंबी रोटी आवडते ?"

"नाही, मला नाही आवडत.'

"मला साधी डाळ, तूप मस्त लागतं. आमच्याकडे साधं वरण नाही होत. डाळ साडेबारा रुपये किलो आहे." श्रीवास्तव पहात राहिले.त्यांना डाळीचा भाव माहीतच नव्हता. तो माहीत करून घ्यावा अशी वेळच कधी नव्हती आली. पुष्कळ दिवसांनी श्रीवास्तवचे डोके पुन्हा दुखायला लागले. त्या दिवशी त्यांनी पुढे सांगितलंच नाही.

रात्री अरुण खूप उशीरा आला. तात्यांचे जेवण झाले होते. ते आपल्या खोलीत पडले होते. नीरज त्यांच्याजवळ झोपला होता. श्रीवास्तवनी अरुणबरोबर एक पेग घेतला. दुसऱ्या पेगनंतर अरुण थांबला. पण श्रीवास्तवचे सुरूच होते. अरुणने टोकले. निर्मलानेही. पण श्रीवास्तवना कोणाचेच काही ऐकायचे नव्हते. त्यांना जणू त्यांच्या हरवलेल्या बालपणावर, स्वत:वर आणि साऱ्या जगावर सूड उगवायचा होता. बांध फुटल्यासारखे ते पीत होते. अरुणबरोबर जेवायला बसताना त्यांचा तोल जात होता. जेवण झाले. कोचावर बसून त्यांनी सिगरेट पेटवली. नि काय झाले तर ते तिथेच भडाभडा ओकले कोचावरच. अरुणने त्यांना उभं करण्याचा प्रयत्न केला. पण ते तसेच कोचावरच आडवे झाले. त्यांना जणू कसले भान नव्हते. निर्मलाच्य मदतीने अरुणने त्यांचे कपडे बदलले. तोंड पुसले. त्यांना त्यांच्या खोलीत पोचवले. पण श्रीवास्तवनी त्यांच्या खोलीतही ओकून ठेवले. अंगावरचे कपडे काढून फेकून दिले. ते अरुणला आवरेनासे झाले. आपल्या पंचवीस माणसांच्या कुटुंबाला, बायकोला, बहिणीला ते शिव्या देऊ लागले. अरुणने त्यांना धरून ठेवले होते. पण ते मुसंडी मारून बाहेर येत होते. त्यांच्या अंगात कुठला जोर संचारला होता कोण जाणे ? निर्मला घाबरून गेली. माणसाचे असे हिंस्त्र स्वरूप तिने कधीच पाहिले नव्हते. त्यांचा आरडाओरडा वाढायला लागला तसे तात्या त्यांच्या खोलीतून उठून आले. निर्मला खाली मान घालून निघून गेली. 'कपडे घाला', तात्या ओरडले. ते जुमानेतना तशी तात्यांनी त्यांच्या एक मुस्काटात ठेवून दिली. श्रीवास्तवच्या डोळ्यांपुढे काजवे चमकले. कोणी मारली होती त्यांच्या थोबाडीत ! त्यांच्या आईनी ? ती तर लहानपणीच गेली. मग वडिल ? इतके ते कधीच जवळ आले नाही. मग कोण काका ? काकू ? पत्नी, मुलगा कोण ? श्रीवास्तवना कळेना ! ते तात्यांच्या पायाला घट्ट धरून रडायला लागले. गळा काढून भेसूर... मग तात्यांनी त्यांना धरून ठेवलं. अरुणने ओल्या फडक्यानी अंग पुसून कपडे घातले. कसेबसे तात्यांच्या खोलीत झोपवले. झोपेतही श्रीवास्तव सारखे कण्हत, बरळत होते. मनात साचलेला सगळा विखार जणू दारूच्या पेगने बाहेर काढला होता.....

सकाळी निर्मला शाळेत गेली नाही. अरुणही श्रीवास्तव उठण्याची वाट पहात काही वेळ थांबला होता. श्रीवास्तव सकाळी अकराला उठले. एकदम काही कळले नाही. डोकं जड वाटलं. खोलीही ओळखीची वाटली नाही. काल रात्री आपण एकही ओळ लिहिली नाही हे समजले. आणि मग अंधुक अंधुक थोडे आठवले. आपण कोचावर, खोलीत ओकलो होतो हेही... मग ते साफ कुणी केले... आपली बायको, बहीण कुणीच तर इथे नाही... घरात कुणी दिसले नाही. ते बाहेर आले. निर्मला नि तात्या माळ्याला काही सांगत होते. आज ऊनही लख्ख पडले होते. निर्मलाचं लक्ष गेलं. "झोप झाली ?", ती प्रसन्न हसून म्हणाली. जसे काल रात्री काही घडलेच नव्हते.

"चहा करू ?" तिने सहजतेने विचारलं. ती चहा करायला गेली आणि मग तात्या श्रीवास्तवकडे वळले," तुमच्यासारख्यांनी आपलं घरदार सोडून भटकू नये साहेब !"

श्रीवास्तवनी खाली मान घातली.

"काल काय झाले ठाऊक आहे ?" श्रीवास्तव स्तब्ध." हे पोराबाळांचं घर आहे. तुम्ही अरुणला तुमचं रिझर्वेशन करायला सांगा. रिझर्वेशन झालं की चालायला लागा.... अरुण-निर्मलाला सांगायची हिंमत होणार नाही. कदाचित हे त्यांच्या सुत्रात बसतही नसेल. म्हणून मुद्दाम त्यांच्या अपरोक्ष सांगतो आहे."

श्रीवास्तवनी मुकाट्याने ऐकून घेतले. निर्मलाने चहा आणला. थोडे खायलाही आणले. श्रीवास्तवना खूप भूक लागली होती. खाल्ल्यावर ठणका मारणारं डोकं जरा शांत झालं. ते अपराधी नजरेने निर्मलाकडे पहायला लागले...

"आणि समोरची खोली निर्मलाने साफ केली. कोचावरच समोर पडलं होतं. पण तुमची खोली. तुमच्याकरता ठेवली आहे. ती तुम्ही साफ करून घ्या", तात्या म्हणाले नि तिथून उठून गेले.... निर्मला खिळल्यासारखी उभी होती. श्रीवास्तव त्यांच्या खोलीत आले. खोलीत त्यांनी करून ठेवलेली घाण पाहून त्यांची त्यांनाच किळस वाटली. खोलीत एक विचित्र असह्य दर्प सुटला होता. आता हे साफ कसं करायचं ? त्यांनी हे असं काही कधीच केलं नव्हतं. त्यांचे वडिल आजारी होते तेव्हा त्यांची सावत्र आई करायची. काका आजारी होते तेव्हा काकू करत होती. तेच एकदा अंथरूणावर पडले होते. फ्रॅक्चर झालं होतं तेव्हा त्यांची सगळी घाण बायको, बहीण उपसत होती. आता समोरच्या खोलीतलं कुठली कोण निर्मला तिला करावं लागलं. ते निर्मलाजवळ आले. तिच्याकडे न बघता म्हणाले, "मी हे कधी केलं नाही. मला माहीतच नाही. तुम्ही सांगाल तसं मी करतो." निर्मलाला श्रीवास्तवांची अगदी कीव आली. भित्रे, दुबळे तरीही आतून कुठेतरी अहंकारी असे श्रीवास्तव तिच्यासमोर उभे होते. लिहिणारा माणूस निदान आतून तरी निर्भय असावा. बाहेर चढवलेले दुसरे मुखवटे कोणतेही असोत. श्रीवास्तव नेमके तिथेच कमी पडत होते... निर्मलाला वाटलं.

दुपारी सुदेश लिहायला आला तेव्हा श्रीवास्तव खोलीत बसले होते. त्याने कागद समोर घेतले. पेनचं टोक तोंडाला लावलं. म्हणाला, "सांगा !" पण श्रीवास्तव बोलले नाही.....

"आज लिहायचं नाही ?" सुदेशने विचारले.

"नाही."

"बरं वाटत नाही ?"

"ठीक आहे. पण मी आता गावाला जाणार आहे."

"मग तिथे लिहाल उरलेलं ?"

"बघू, तसंच करावं लागेल !"

सुदेशचा चेहरा उतरला.... "तुम्ही मला तुमच्याबरोबर नेणार नाही का ?"

श्रीवास्तव चमकले. असं काही त्या मुलाच्या मनात असेल असं कधी त्यांना वाटलंच नाही. त्याला अपेक्षा असेल त्यापेक्षा पाच पंचवीस जास्त द्यावे लागतील एवढाच हिशेब त्यांच्या मनात होता. तो पोरगा त्यांना आता आवडत चालला होता. क्वचित बोलण्यात लिहिण्यातही तांदळातल्या खड्याप्रमाणे येणारी त्याची अशुद्ध भाषाही त्यांना खटकेनाशी झाली होती. अजूनही त्या पोराचे आयुष्य मुख्य मध्य प्रवाहाशी फटकूनच होते हेही त्यांना समजत चालले होते. परंतु या थोड्याफार सहानुभूती पलिकडे त्या पोराशी त्यांचे कोणतेही देणघेणे त्यांना अजिबात अभिप्रेत नव्हते. आणि तो पोरगा विचारत होता की त्याला ते बरोबर नेणार का म्हणून ?.... त्यांना काय बोलावे सुचले नाही.

"मला चांभार व्हायचे नाही. इथूनच जायचं आहे. मी तुमच्या घरची कामं करीन.... तिथल्या शाळेत जाईन तुमच्या मुलाबरोबर..." तो मनापासून म्हणत होता.

"बघू. आता तर नाही. पण पुन्हा येईन तेव्हा...." श्रीवास्तवनी वेळ मारून नेली.

संध्याकाळी श्रीवास्तव एकटेच फिरायला गेले. पाऊस रिमझिमत होता. तरी छत्रीही न घेता नि चांगले आठ वाजून गेल्यावर आले थोडे भिजून. अरुणही ऑफिसमधून आला होता. आणि ते घरी आल्यावर त्यांच्या लक्षात आलं की तात्या, निर्मला आणि अरुण तिघंही त्यांची काळजी करत बसले होते. त्यांची बायको करायची तशी. पहिल्या सलामीलाच तात्यांनी सुनावलं, "ओले झालात. छत्रीही नेली नाही. आजारी पडाल उद्या. अहो, सांगून जात जा तुम्ही. इथे काळजीत पडतं माणूस." त्यांनी तात्यांकडे पाहिलं. सकाळी त्यांना चालायला लागा म्हणून सुनावणारे तात्या त्यांची काळजी करत होते !

"म्हटलं बसला का काय बसमध्ये ! तुम्हा लोकांचा काही भरोसा नाही." अरुण म्हणाला.

"तुम्हा लोकांना न सांगता जाण्याइतका काही मी नालायक नाही." श्रीवास्तव म्हणाले, "पण अरुण माझं रिझर्वेशन कर, जे मिळेल ते लवकरात लवकर."

"आत्मचरित्र संपलं ?", अरुण आश्चर्याने म्हणाला.

संपलं ! संपेल कसं ? जेमतेम अर्ध्यावर तरी आलं का ? की आत्मचरित्रात

सुरुवात, शेवटही असा कधीच ठरलेला नसावा. ते अखंड वाहतेच असावे. आपल्यालाच आपल्या सोयीने आपल्याकरता त्यातले अंश उचलून मांडायचे... पण त्या अंशाचे मूळच्या सनातन अखंड वाहत्या धारेशी काही नाते असेलच ! ते तरी आपल्याला कळले पाहिजे नं ! श्रीवास्तव अगदी स्तब्ध होते.

रात्री श्रीवास्तव सगळ्यांबरोबर जेवले लवकर झोपले. निर्मलाने त्यांची खोली पुन्हा चांगली लावून दिली होती. ॲश-ट्रेमधली सिगारेटची थोटकं फेकून दिली होती. तिने केव्हाच लावलेली केवड्याच्या गंधाची उदबत्ती संपली होती. पण तिचा सुवास खोलीभर दाटला होता. बेडवर निळा मंद उजेडाचा नाईट लॅम्प होता. त्याचे बटण पलंगाच्या मागेच होते. आपल्याला हे कधीच कसे लक्षात आले नाही ! त्यांनी नाईटलॅम्प लावला. दिवा मालवला. निळा मंद उजेड खोलीभर पसरला. क्षणभर त्यांना वाटले, आयुष्यही असेच असावे. या निळसर उजेडासारखे सौम्य, संयत. डोळ्यावर येणारा भगभगीत उजेड नकोच. ते अंथरूणावर टेकले नि मिनिटात त्यांना झोप लागली गाढ...

आणि जाग आली तीही अगदी प्रसन्न.... झोप झाली होती. शरीराचा व मनाचा थकवा गेला होता. त्यांनी खिडकीतून पाहिले. रात्रीही पावसाची सर कोसळून गेली असल्याच्या खुणा होत्या. ओला पावसाळी गवताचा वास सर्वत्र भरून होता. सकाळच्या उजेडाची कुठेही चाहूल नव्हती. किती वाजले ! त्यांनी रिस्टवॉच पाहिलं. तो ते बारा वाजताच बंद झाले होते.

ते खोलीबाहेर आले. निर्मला उठली होती. तात्याही उठले होते. ओट्याशी निर्मला पाठमोरी उभी होती. तिचे केस वेणीतून सुटून मानेवर विस्कळीत विखुरले होते. त्यांना त्यांच्या बायकोचे लांबसडक केस आठवले होते. तिने ते अंबाड्यात गच्च न बांधता मोकळे सोडावे असे वाटले. तीही अशी भल्या सकाळी उठते, त्याची आठवण झाली. तात्याचे त्यांच्याकडे लक्ष गेले तेव्हा तात्यांनी विचारलं, "चहा घेणार ?"

"हो, वाजले किती ?"

"साडेचार"

"तुम्ही रोजच इतक्या लवकर उठता ?"

"आमची म्हातारपणाची झोप. जाग लवकर येते. मग अंथरूणावर पडवत नाही. मी फिरायला जातो आहे. येता ?" तात्यांनी विचारले.

"येतो", श्रीवास्तव म्हणाले.

"मग तयार व्हा", तात्या म्हणाले आणि शर्ट घालायला गेले.

चहाचा कप निर्मलेने श्रीवास्तवच्या हातात दिला आणि म्हणाली, "काल तात्या तुम्हाला बोलले नं ! पण त्यांचं तुम्ही मनावर नका घेऊ. जुनी माणसं थोडी

रोखठोक असतातच. पण ते म्हणाले म्हणून तुम्ही जायची गरज नाही. तुम्ही तुमचं लेखन पूर्ण न करता गेलात तर आम्हा सगळ्यांना फार वाईट वाटेल. तात्यांनाही.''

तात्या आले तेव्हा निर्मला थांबली.

श्रीवास्तव तात्यांबरोबर चालायला लागले. रस्ता पावसाने स्वच्छ धुतल्यासारखा नितळ होता. त्यावरूनच तात्या ताठ राहून झपझप चालत होते. त्यांच्या चालीने चालता चालता श्रीवास्तवची दमछाक होत होती. क्षणभर श्रीवास्तवच्या मनात आले की सुरुवातीला आपल्या स्पीडने लिहिता लिहिता सुदेशलाही असेच धावावे लागत होते... तो मग रिकाम्या जागा सोडून देत होता आणि आपण चिडत होतो.

पुढच्या एका झाडाजवळ तात्या त्यांच्याकरता थांबले.'' तुम्हाला चालण्याची सवय नाही ? अहो, तरुण माणसं तुम्ही. तुम्ही चालायला पाहिजे,'' श्रीवास्तव जवळ आल्यावर तात्या म्हणाले. श्रीवास्तव फक्त हसले. कितीतरी दिवसांनी आपण ही अशी पहाट पाहतो आहोत. या पहाटेचा रंग वेगळाच आहे. या पहाटेचा वेगळाच आवाज आहे. दिवस सुरू करून देणारी ही पहाटच मुळी विलक्षण आहे. ही अनुभवता आली तर दिवसाचा कोलाहल सहज वाहता येईल. श्रीवास्तवना आतून खोल असे काही जाणवत राहिले, प्रतीत होत राहिले. खिडकीतून दिसणारे पिंपळाचे प्रचंड धूड जवळ आले. तेव्हा श्रीवास्तव चकित झाले. खिडकीतून ते फार जवळ वाटले होते. पण आता मात्र हे एवढे अंतर तर फारच होते. तात्या पुढे जाऊन पुन्हा थांबले होते. श्रीवास्तव तिथवर गेले. तुम्ही पुढे जायचं होतं, उगीच थांबलात असं म्हणणार तोच समोर नदीचे पात्र दिसले. गढूळ, खळाळतं पाणी. त्यात डुंबणारे आणि पलिकडच्या तीरावर जाणारे बैल. वाळूचा दोन्ही बाजूचा क्षीण पट्टा. त्या गढूळ प्रवाहाला दूरवर टेकलेले आभाळ. झाडाची एक मोठी फांदी वाहून येत धारेला लागू लागली होती. श्रीवास्तव स्तब्ध. बसने येताना वाटेत एका किरट्या ओढ्याने त्यांना अडवले होते. तो तर त्यावेळी या नदीपेक्षाही विस्तारला होता. पूल पूर्ण पाण्याखाली गेला होता गावच्या नाक्यापर्यंत पाणी होते असे नेहमीचे प्रवासी सांगत होते.तेव्हा श्रीवास्तवना त्या पाण्याचा राग आला होता. आज मात्र ते गढूळ, खळाळतं, विलक्षण ओढ असणारं पाणी बघून ते स्तब्ध झाले. रेतीच्या दोन पट्ट्यांमध्ये बांधून दिल्यासारखा हा प्रवाहही कधी तट फोडून बाहेर पडतो ?

श्रीवास्तवांची चाहूल तात्यांना लागली. ''थोडं बसायचं ?'' ते म्हणाले. श्रीवास्तव त्यांच्याजवळ बसले. कोणीही बोललं नाही. हळूहळू सकाळचा उजेड आभाळातून सर्वत्र पसरत गेला.''आजही लख्ख ऊन नाहीच पडणार...'' श्रीवास्तव म्हणाले.

''चलायचं ?'' म्हणत तात्या उठले नी चालता चालता म्हणाले, ''क़ाल मी बोललो ते विसरून जायचं... तुम्ही तुमचं काम पूर्ण करूनच जा.''

श्रीवास्तव बोलू शकले नाहीत.

"कुठल्या गोष्टीचा योग कुठल्या गोष्टीशी जुळतो. तुमचे लेखन आमच्या घरातच पूर्ण व्हायचे असेल तर !"

श्रीवास्तव तरीही बोलले नाहीत.

परतताना रस्ता मघापेक्षा जास्त लवकर संपला. श्रीवास्तवही तात्यांच्या चालीत झपझप चालत होते.

पंधरा दिवसात मग श्रीवास्तवच्या आत्मचरित्राने बरीच मजल गाठली. मध्ये जो खंड पडला होता तो भरून निघाला. सुदेशचे लेखनही सुधारले होते. खोडाखोड, रिकाम्या जागा सोडणे, पान फाडून फेकणे सारे कमी होत होत बंद झाले होते. असे जोमाने लेखन सुरू असताना श्रीवास्तवला मधून मधून तो नदीचा खळाळता प्रवाह आणि प्रवाहाच्या धारेला लागलेली ती झाडाची फांदी आठवे. ते तसे आपल्याला का आठवते हे मात्र त्यांना कळत नव्हते. त्या दिवशीनंतर ते तात्यांबरोबर फिरायलाही गेले नव्हते.

आणि असाच एक दिवस पहाटेपासून पाऊस सुरू झाला. झाला तो जणू जीवाच्या करारानी कोसळायचं ठरवूनच. शाळेत जायचं की नाही अशा विचारात निर्मलाही थांबली. पावसाचा जोर आठेक वाजता थोडा कमी झाला; पण मध्ये मध्ये सोसाट्याची सर कोसळूनच जात होती. आभाळ अजून खूप बरसायचं असल्यासारखं तुडुंब. त्या दिवशी सुदेश लिहायला आलाच नाही. सुरुवात केल्यापासून हा त्याचा पहिला खाडा होता. श्रीवास्तवनी तासभर वाट पाहिली नि मग ते निर्मलाकडे आले.

"सुदेश अजून आला नाही" ते म्हणाले.

"पावसामुळे असेल." निर्मला म्हणाली,

"पण यापेक्षा जास्त पावसात तो आला आहे नि आता तर पाऊसही थांबला."

"पण कोसळेलही कुठल्या क्षणी..."

नीरजला विचारलं तर त्याने सांगितलं की तो आज शाळेतही आला नव्हता. श्रीवास्तव अस्वस्थ होते. मग निर्मला म्हणाली, "मी देऊ का लिहून ?" तेव्हा तिला नाही म्हणताना मग त्याच्याच लक्षात आलं की लिहिण्यात व्यत्यय आला म्हणून फक्त नाही. सुदेश आला नाही म्हणूनच कदाचित आपण.... मग मात्र ते गोंधळले.

"तुम्ही त्याला तुमच्या गावी घेऊन जाणार आहात असं तो म्हणत होता...." निर्मला म्हणाली. आपण त्याला घेऊन जाऊ शकत नाही, हे त्यांना पक्के माहीत होते. पण निर्मलाला म्हणायचं म्हणून म्हणाले, "मी न्यायचं ठरवलं तरी त्याचे घरचे लोक थोडंच जाऊ देतील !"

“असं काही नाही. एखादे वेळेस जाऊ देतीलही. आपण आपल्या मुलांबद्दल जितकं सेंटिमेंटल होत असतो तितके हे लोक नसतात नं !”

“कां ? असं का ?” श्रीवास्तवनी विचारलं.

“त्यांच्या पुढचा पहिला प्रश्न फक्त जगण्याचाच तर असतो नं ! बाकीचे सगळे मग गौणच !”

श्रीवास्तव चक्रावलेच.

संध्याकाळपासून पुन्हा पावसाची सततधार सुरू झाली. कोसळून दमल्यासारखा पाऊस पहाटे पहाटे थांबला. शाळेतून आल्यावर नीरजने सांगितले की काल सुदेशचे घर पडले. तो म्युनिसिपालिटीच्या शाळेत रहायला गेला. त्या वस्तीत पाणी घुसले. ती पूर्ण वस्ती शाळांतून रहायला गेली होती. दुपारी चार वाजता पुन्हा पाऊस सुरू झाला तो न थांबण्याच्या इराद्यानेच.

पहाटे पहाटे कोलाहल वाटला म्हणून श्रीवास्तव उठले तो गावात घराघरातून पाणी शिरले होते. पुष्कळशी माणसं बंगल्याच्या आश्रयाला आली होती. येत होती. व्हरांड्यात जमा झाली होती. तिथे मावेनाशी झाली म्हणून बैठकीपर्यंत आली होती आणि पाऊस तर सूड घेतल्यासारखा पडत होता. चावरे बोचरे पिसाट वारे आणि झाडांमधून येतांना त्या पिसाट वाऱ्याचा प्रलयंकारी घूं घूं आवाज. तिरप्या जाड सरींच्या ओसाडीने व्हरांडाही चिंब झालेला त्या चिब व्हरांड्यात माणसं कुडकुडत उभी, सामानासकट.

सकाळ झाली. पण सूर्य आभाळात नव्हता. घराच्या मागच्या बाजूची शेतं, त्यामधून गेलेली नागमोडी पायवाट, पिंपळाचे अजस्त्र खोड पाण्याखाली गेले होते. पिंपळाचा हिरवा माथा तेवढा वर डोके काढू बघत होता. कमळाच्या टाक्यातली कमळं पाण्यावरच माना टाकून निपचित होती. फिरायला गेले होते तेव्हाची रेतीच्या दोन पट्ट्यांमधून निमूटपणे वाटणारी हीच ती नदी असे वाटतच नव्हते. दोन तीन दिवसाच्या पावसाने ती आपले तट फोडून बाहेर निघाली होती. या गावी येताना साधा टिरका ओहळ त्यानेही आपल्या मर्यादा झुगारून दिलेल्या श्रीवास्तवनी पाहिल्या होत्या. आणि आता ही नदी. ही नदी नव्हतीच. ते फक्त पाणी होते. अफाट, अमर्याद, विराट, विध्वंसक सारे कवेत घेऊन मोडून, पुसून नामशेष करून टाकण्याच्या ईर्षेने रोंरावत, घोंगावत निघालेले पाणी. दुपारी माणसांची रीघ वाढली. तात्यांची, श्रीवास्तवची खोली सोडून सारा बंगला द्यावा लागला. सामानसुमान आटाळावर फेकले. कोपऱ्यात सरकवले. संध्याकाळी तर पिंपळाचा हिरवा माथाही दिसेनासा झाला. माणसं वाढली तेव्हा तात्यांची खोलीही द्यावी लागली. तात्या, अरुण, निर्मला, नीरज नि ते... सगळे आता एका खोलीत आले आणि काहीही

कठीण गेलं नाही. इतरांसारखेच तेही होते. श्रीवास्तवनांना जाणवलं. समूहात तर माणूस वेगळा असतोच. पण... पण असे वेगाच्या ओघात एक बिंदू होऊन मिसळून जाण्याची जाणीवही विलक्षणच आहे. अंगणात, बगीच्यात, कंपाऊंडसमोरच्या मोकळ्या मैदानात तट्ट्यांचे आडोसे उभारले होते आणि त्या आडोशातूनही माणसांचे सर्व व्यवहार सुरू होतेच. गावातल्या घराघरातून, शाळांमागून, सिनेमागृहातूनही माणसं अक्षरश: कोंबली होती. दूध येत नव्हते. भाजी नव्हती. स्टोअर केलेले पाणीही संपत आले होते. वीज नव्हती म्हणून कणिक संपली तर दळून आणायला चक्कीही नव्हती. आणि सकाळी तर बंगल्याच्या मागच्या कंपाऊंडपाशी पाणी आले होते. पाऊस असाच कोसळत राहिला तर समोरच्या गेटशी पाणी येऊन थडकायला वेळ लागला नसता.

"बंगल्यातही पाणी येऊ शकते का ?'' श्रीवास्तवने विचारले. तेव्हा अरुण म्हणाला,"काय नेम ! पाच वर्षापूर्वी पाणी पिंपळाशी थांबले होते.आता पिंपळही बुडला. पाणी वाढले तर आपणही शिफ्ट होऊ कुठे तरी !'' मग श्रीवास्तवनी सुटकेसमध्ये ठेवलेली त्यांची लिहिलेली पानं हातात घेतली. बरेच लिहून झाले होते. शेवट नजरेच्या टप्प्यात होता. क्षणभर त्यांना वाटले की फक्त हे एवढे तरी सुरक्षित असावे. बाकी मग आपलं काही झालं तरी चालेल. क्षणभरच. मग मैदानात अंगणात उभे केलेले तट्ट्यांचे आडोसे समोर आले. मग पुराच्या गढूळ पाण्यावरून झाडाची ती फांदी वेगाने वाहत गेली तसे ते कागद त्यांना वाटले. त्याक्षणी मग ते लिहिलेले कागद, त्यातला उमाळा, आवेग सारे त्यांना खूप क्षीण वाटले. त्यात ओतलेला राग, विखार त्यांना फार उपरा वाटला. हे सगळे लिहिण्याकरता, माणसांवरचा मनात कोंडलेला अविश्वास, राग व्यक्त करण्याकरता इतकी पानं खरडलीत आपण ! मग हे सगळे काय आहे ! या कोसळत्या छपाराखाली ही इतकी माणसं आणि आपण दाटीवाटीने राहतो आहोत ती... ! श्रीवास्तव गोंधळले. आपल्या लिहिण्याच्या मूळ अस्तित्वालाच आव्हान देणारे काही आपल्यासमोर दत्त म्हणून कधी उभे राहील याची त्यांना स्वप्नातही कल्पना नव्हती.

सकाळी रस्त्यावरून पाणी बंगल्याच्या समोरच्या गेटशी येऊन थडकले. श्रीवास्तव तात्यांबरोबर गेले तो रस्ताही पूर्ण बुडाला. पण पाऊस मात्र दमून थांबला होता. धुरकट भुरकट अद्यापही ओल्या असलेल्या आभाळातून मात्र सूर्याची एक क्षीण तिरीप सभोवताली पसरलेल्या पाण्यावर पडली. सूर्याचा तो कोवळा प्रकाश हळूहळू विस्तारत गेला. आणि हळूहळू पाऊस उघडला. पाणी बंगल्याच्या गेटपुढे सरकले नाही.

दुसऱ्या दिवशीपासून पाणी इंचाइंचाने मागे हटायला लागले. एका दिवसात

पिंपळाचा हिरवा माथा दिसायला लागला. आणि मग मात्र पाणी कुणी आज्ञा करावी तसे मुकाट्याने मागे फिरले. आता फक्त चिखलाचे भयाण राडेशिल्लक होते. पण लोक मात्र विलक्षण ओढीने, उत्साहाने त्यांच्या घरातला चिखल उपसायला जात नि विसाव्याला पुन्हा परतत.

दोन तीन दिवसात सारे पूर्ववत व्हायला लागले. पुराच्या खुणा मात्र खोल जखमेच्या व्रणासारख्या अद्याप मागे होत्या, तरी बंगला मोकळा झाला. तट्टे उठले. श्रीवास्तवची खोली त्यांना परत मिळाली. पण आता त्यांना खोलीत बसवेना. लिहावेसे वाटेना. दोन तीन दिवस तिथे सगळ्यांसोबत राहत होते. त्या खोलीतच त्यांनी सर्वांसोबत जगण्याची विलक्षण ओढ अनुभवली होती. रोजचे तेच तेच रुटीन आयुष्यही इतके जिवंत, रसरसते यापूर्वी कधी भासलेच नव्हते. आता ती खोली त्यांना ओकीबोकी वाटली.

बाराच्या डाकेत बायकोचे पत्र आले. तेव्हा पत्र उघडण्यापूर्वीच श्रीवास्तव म्हणाले, ''डाक आली म्हणजे बस सुरू झाली. आता निघाले पाहिजे'' निर्मला गालातल्या गालात हसली. बायकोने पत्रात लिहिले होते की त्यांच्या घरातली गाय मेली.त्या दिवशी ती जेवली नाही. त्यांचा मुलगा नाटकात काम करणार होता. नुसते बसून राहण्याचे; पण वेळेवर ते त्याच्याकडून काढून घेतले. अति पावसामुळे तिकडे शेती चांगली नाही असं त्यांचे काका म्हणतात... तिचे सांधे दुखतात. तिथे काय मिळतं ! त्यांनी तिच्याकरता साडी आणली तर तिच्या नणंदेकरताही आणावी नाही तर तिच्याकरताही नको. तिला बघायला आले होते. त्यांनी नाही म्हटले... पत्र मिटून श्रीवास्तव बसून राहिले. पत्रात सर्वत्र एक नकार भरलेला होता. पण ते नर्व्हस झाले नाहीत. त्यांची घरची आठवण तीव्र झाली. चण्याच्या डाळीचा तडका, पुरी, हिरवी चटणी.... ते स्वयंपाक घरात गेले. निर्मला पान घेण्याची तयारी करत होती.

''आज काय बनवलं ?'', त्यांनी विचारलं.

निर्मलेने आश्चर्याने पाहिलं. ''सगळंच केलं. आता तर भाजी मिळायला लागली नं !''

तरीही श्रीवास्तव उभेच.

''कां हो ?''

''तुम्हाला चण्याच्या डाळीचे, जिऱ्याच्या फोडणीचे वरण, पुदिन्याची चटणी असं येतं ?'' त्यांनी विचारलं.

निर्मलाला हसू आलं. ''काय भाबींनी लिहिलंय पत्रात ?'' ती म्हणाली. श्रीवास्तव हसले.

''रात्री करीन. आता स्वैपाक झाला नं ! चालेल ?', निर्मला म्हणाली.

दुसऱ्या दिवशी लिहून द्यायला सुदेश आला. तो कितीतरी दिवसांनी दिसत

होता. रोड, थकलेला....

"तुझं घर उभं झालं की नाही रे ?" श्रीवास्तवनी विचारलं. "नाही, आम्ही तट्ट्यातच राहतो. आधी शाळेत होतो, पण शाळा सुरू झाली."

"लिहायचं नाही आता", ते म्हणाले.

"का ?" त्याने विचारले.

"मी घरी जाऊन लिहीन !", ते म्हणाले. सुदेशने मला न्याल का विचारलं तर काय ! असं त्यांना वाटलं. पण सुदेशने तो प्रश्न विचारला नाहीच." पुन्हा केव्हा याल ?" तो म्हणाला. तेव्हा श्रीवास्तव चमकले.

"सांगता येत नाही....." ते म्हणाले. मोघम. तो उठला तेव्हा त्यांनी विचारलं, "तुला किती पैसे देऊ ?"

"पैसे नको", सुदेश म्हणाला आणि खोलीबाहेर गेला. तात्या उद्या सकाळी निघणार होते. अरुण त्यांना नागपूरपर्यंत पोचवून येणार होता. त्यांची तयारी सुरू होती. अरुण ऑफिसमधून आला. तेव्हा श्रीवास्तवनी सांगून टाकलं की तेही उद्या सकाळी निघतील... सर्वांनी त्यांच्याकडे आश्चर्याने पाहिलं...

"पण तुमचं लेखन ?" अरुणने विचारलं.

"ते तर पूर्ण झालं नाही नं !" झाडांमागच्या केशरपिवळ्या आभाळाकडे बघत श्रीवास्तव हसले. पूर्ण झाले नाही... पण ज्या तऱ्हेने ते पूर्ण होऊ पहात होते, ते तर अपूर्णच होते. आता कदाचित नव्याने प्रथमपासून सुरुवात करावी लागेल. जुनी जळमटं काढून टाकावी लागतील. माणसं कदाचित नव्याने बघावी लागतील. पुन्हा ही सारी मोडतोड स्वत:च करण्याचे बळ येईपर्यंत थांबावे लागेलच...

"पण रिझर्वेशनचं काय ?" तात्या म्हणाले.

"एकटा तर आहे ! विदाऊट रिझर्वेशनच..." श्रीवास्तव म्हणाले.

रात्री जेवण झाल्यानंतर श्रीवास्तवनी निर्मलालाही विचारले, "त्या पोराला काही द्यायचं असेल नं ! किती देऊ ?"

"तशी त्याची अपेक्षा नाही. तो त्याच्या आवडीने लिहून देत होता. पुन्हा तुम्ही पूर्णही केले नाही, पुरे झाले असते तर...."

श्रीवास्तवच्या मनात आले. पूर्ण नि अपूर्ण वा दोन्ही गोष्टी फार जवळजवळ एकमेकाला लागूनच आहेत. पण दिवस-रात्री सारख्या... तेच फक्त नाही. पुष्कळ गोष्टींचे असे हे आहे. आयुष्यावरचा, माणसावरचा विश्वास. पण रात्रीकरता पूर्ण दिवस तुडवावा लागतो आणि पहाटेपूर्वी संपूर्ण रात्र...

पन्नासची नोट श्रीवास्तवनी तिच्याजवळ दिली. सुदेशला देण्याकरता आणि विषय बदलला.

"नागपूरला चांगल्या साड्या मिळतील नं !"

सकाळी लख्ख ऊन पडले. नीरज शाळेत गेला. निर्मला तात्या-श्रीवास्तवना पोचवायला. बसस्टँडवर जाऊन मग जाणार होती. बस सुरू झाली. श्रीवास्तवनी मनोमन त्या गावाचा निरोप घेतला पुराच्या खुणा, पडझड अजुनही तशी ताजीच होती. बस सुरू झाली. श्रीवास्तवनी बसबाहेर उभ्या असलेल्या निर्मलाला नमस्कार केला आणि पाहिले, तो धावत आला... सुदेश... धावत आल्याने त्याचा श्वास फुलला होता. तो धापा टाकत होता. लालबुंद झाला होता.

"काय रे ?"

"पैसे दिले तुझे यांच्याजवळ." श्रीवास्तव ओरडून म्हणाले. बसच्या घरघराटात तो काही म्हणत होता ते ऐकूही येत नव्हतं.

"नीरज म्हणाला तुम्ही आज जाणार, म्हणून मी आलो." श्रीवास्तवना कसेबसे ऐकू आले. श्रीवास्तव दिसावे म्हणून मान उंच करून, टांचा वर करून तो बघत होता. डोक्यावर उन्हाची तिरीप आली म्हणून त्याने हात धरला होता....

क्षणभर श्रीवास्तव हलले.... त्यांच्याकरता तो शाळेपासून दीड-दोन मैल धावत आला होता आणि श्रीवास्तवच्या तोंडून निघून गेले, "मी.... मी पुन्हा येईन आणि तुला घेऊनच जाईन", ते ओरडून म्हणाले. पण बस हलली. पुढे गेली. ते त्याला ऐकू आले होते की नव्हते ! श्रीवास्तव तरी त्याला खरंच घेऊन जाणार होते का ? श्रीवास्तवना काहीच कळले नाही....

पण तीन चार दिवसाच्या सतत धुंवाधार पावसानंतर पुराच्या गढूळ पाण्यावर पडलेली सूर्याची कोवळी तिरीप जितकी खरी होती, तितकेच ते शब्दही सच्चे आहेत हे यावेळी श्रीवास्तवना लख्ख जाणवले. बस वळेपर्यंत श्रीवास्तव मग पाहत राहिले. ती निर्मला उभीच होती.

◻

अक्षर

कोन ठगवा!

दिल्लीला विमान पोचले तेच अनिश्चित लेट होतं. केशवभैया, मालिनीबाईपैकी कुणी घ्यायला आलं असेल असं वाटून राधानं वाट पाहिली. पण कुणीच आलेलं दिसलं नाही. आपापलं सामान घेऊन आपापली माणसं दिसल्यावर एकेकजण जायला लागला. कॅनडाला कुणी घ्यायला यावं अशी कधी आपली अपेक्षा नसते ! एक दोनदा श्रीकरही नव्हता आला विमानतळावर. पण इथे आपल्या देशात पाऊल ठेवल्याबरोबर अपेक्षा सुरू होतात. वाटतं, कुणीतरी नक्कीच घ्यायला आलं असेल....वेळ झाला तरी येणार असेल...

आणखी पंधरा मिनिटं वाट बघायची तिनं ठरवलं. बाहेर चांगले कडक ऊन होते, तिला नेहमी आवडणारे. तिला कॅनडात या उन्हाची कितीदा आठवण यायची."डू यू नीड सम हेल्प ?" कुणी विचारलं, तेव्हा राधानं पाहिलं. एक साऊथ इंडियन होता.

"नो, थँक्स !" ती म्हणाली, हसून. आता जास्त थांबलं तर आपल्याला नक्कीच कुणाची मदत लागेल असं वाटून ती विमानतळाबाहेर आली. बाहेर दिल्लीचा रखरखीत उन्हाळा होता. दुपारचा पाऊण वाजला होता. दहा तास तरी विमान लेट होते. त्यामुळे केशवभैया आले नसतील. तिनं स्वत:चं समाधान केलं. टॅक्सीवाल्याला 'पंचशील एनक्लेव्ह' हा केशवभैयाचा पत्ता सांगताना पर्समधे ठेवलेली सगळ्यांचे फोन व पत्ते टिपलेली डायरी आणली आहे की नाही हे बोटाने चाचपडून पाहिले. डायरी जागेवरच होती. विमानतळावरून केशवभैयाला फोन करता आला असता; तिला वाटले. पर्समध्ये दद्दांचे नुकतेच आलेले पत्रही होते. तेही चाचपडले.

टॅक्सी धावत होती. सहासात वर्षांपूर्वी आलो होतो त्यापेक्षा दिल्ली बदललेली वाटली. येता-जातानाच्या प्रत्येक वेळेला हे गजबजते, धावते, वाढते शहर आपल्याला कसे अनोळखीच वाटते हेही तिला जाणवले. तिनं अद्याप पर्समधली ती डायरी बोटांनी धरून ठेवली. त्या डायरीचा नुसता स्पर्शही दिलासा देऊन गेला. त्यात तिच्या माणसांचे फोन नंबर होते. जयाचा बडोद्याचा, रणजितचा मुंबईचा, ललिताचा हिसारचा आणि दद्दांचाही ग्वाल्हेरचा. पण तो पत्ता, तो फोन नंबर तिला पाठच होता. दद्दांचा पत्ता तर तोच जुना चिरपिरिचित होता. जिथं तिला केशवभैया आणि मालिनीबाईंनी अनाथाश्रमातून आणली, जिथं तिचं बालपण गेलं. जिथं दद्दांचं गाणं ऐकतच ती मोठी झाली, तोच पत्ता रामपारा स्ट्रीट सेव्हनटीन. दद्दांचे फोन नंबर बदलले. पण तेही तिला पाठच होते. डायरीत अजूनही काही पत्ते होते. अविनाश सध्या दिल्लीलाच होता. आकाशवाणीवर मोठा अधिकारी होता. राधाने डायरीवरचा हात काढला. पर्स बंद केली. वाटले, आपले मागचे सारे संदर्भ या डायरीत नोंदवलेल्या माणसांतच रुतून आहेत. आणि पुढचे कॅनडात श्रीकरमधे आणि मुलांत, सुदर्शन, पबूत. एकट्या राधाला काहीही संदर्भ नसावाच. आपले नांवही आपले नाही. ते आपल्या आईने नाही ठेवले. दद्दांनीही त्यांच्याकडे आल्यावर ते ठेवले नाही. अनाथाश्रमात तिला गुंडाळलेल्या चादरीवर 'अ' आणि 'R' अशी अक्षरं होती. एक मराठी आणि एक इंग्रजी. त्यातले एक शाईतले धोब्याचे असेल. दुसरे विणलेले तिच्या आईचे किंवा जवळच्या कुणाचे असावे. 'R' पासून सुरू होणारे राधा हे नाव आपले झाले. त्याऐवजी दुसरे कोणतेही होऊ शकले असते, ते राधा झाले.

'पंचशील एनक्लेव्ह' ला गाडी आली तेव्हा टॅक्सीवाल्याने घरचा पत्ता विचारला. ती भानावर आली. टॅक्सीचे भाडे देऊन सामान सांभाळीत केशवभैय्याच्या टुमदार घराचे फाटक उघडताना जीव नुसता गोळा झाला ! फाटकाचा आवाज ऐकूनही कुणी बाहेर आले नाही. कदाचित चुकामूक झाली असेल. दोघंच तर घरात आहेत.' विमानतळावर घ्यायला गेले असतील, वाटलं. पण बेलवर हात ठेवताना आतमध्ये बोलण्याचे आवाज ऐकू आले. क्षणभर बेलवरला हातच बाजूला केला. दद्दांच्या वाढदिवसाला इतक्या लांब हट्टानं येण्यात आपण चूक तर नाही केली ? श्रीकर तर नाहीच म्हणत होता. त्यानं खरं तर दद्दांना पाहिले होते. दद्दा म्हणजे काय हे जवळून माहीत होतं त्याला, तरी तो नाही म्हणाला होता. त्यांची मुलंच त्यांच्या पंच्याऐंशी वर्षाचा सोहळा करत नसताना तिनं इतक्या लांबून इथे येणं म्हणजे.....श्रीकरच्या दृष्टीने तो निव्वळ मूर्खपणाच होता ! हे सगळे विचार बाजूला झाले. थरथरती बोटंच क्षणभर उत्सुक, अनावर झाली. आतून दार उघडेपर्यंत तिचा हात बेलवरच होता.

दार उघडले. समोर मालिनीबाई. राधा हसत हसत दारात.

"अग, ही बेल वाजवणं की काय ?" त्या म्हणाल्या, सामान घेऊन ती आत आली. तिने इकडे तिकडे केशवभैय्याकरता पाहिले ते विमानतळावर तर नाही गेले ? हा प्रश्न तिनं विचारायच्या आधीच मालिनीबाई म्हणाल्या, "श्रीकर नाही आला का ?" तो प्रश्न निव्वळ वरवरचा हे कळलेच तिला. ती एकटीच येत होती. हे तर फोनवर निश्चित सांगून झाले होते.

"विमान खूपच लेट झालं. जवळ जवळ दहा तास !" ती म्हणाली. तेव्हा मालिनीबाई म्हणाल्या, "हो ? विमान लेट होतं ?" मग राधाला कळलंच की केशवभैया आपल्याला घ्यायला नाही गेले. ती मालिनीबाईंच्या पायांशी वाकली.

"केशवभैय्या...." तिनं विचारलं.

"हो. जेवून नुकतेच पडले आहेत."

"बरे आहेत ना ?"

"हो, हो, तू फ्रेश होईतो उठतीलच ते. जेवण तयार आहे. पण काही खायचं असेल तर...." त्या म्हणाल्या.

"नाही. छान आंघोळच करते मी आधी. पण बाई, त्यापूर्वी मी दद्दांना फोन करते आल्याचा. करू ?" तिने विचारलं.

मालिनीबाई एकदम बोलल्या नाहीत. दिवसाची वेळ. पैसे जास्त पडतील तर तेही देऊच कुठल्या तरी रूपात. पण आल्या आल्या दद्दांना आपण आलो हे तरी कळायला हवंच.

"फोन करायला हरकत नाही. पण दद्दांना फोनवर मुळीच ऐकू येत नाही. हर्षू घरी असेल तेव्हा मग कर -"

"पण कुणी तरी घरी असेल न बाई ? त्यांना नुसता निरोप तेवढा देते."

"यावेळी म्हणजे दीड ते चार घरी कुणीच नसतं."

"दद्दा एकटेच असतात ?"

"हो."

"पण या वयात कुणी तर हवंच नं ?"

"येतोच हर्षू तोपर्यंत. कधी लवकरही येतो तो."

मालिनीबाई म्हणाल्या. एक मुलगी आतून लस्सीचा ग्लास घेऊन आली. राधाने तिच्या हातून पेला घेताना तिच्याकडे पाहिले. याच वयात आपण दद्दांकडे आलो होतो का ?

ती आंघोळ करून आली तोवर केशवभैय्या पण उठले. विमानतळावर येण्यासंबंधीचा कुठलाही उल्लेख त्यांनी केला नाही. श्रीकरच्या येण्यासंबधीचाच प्रश्न त्यांनीही विचारला, "तो नाही आला ?"

मग तिने त्या प्रश्नाचे उत्तरच टाळले. त्याची त्यांना गरजही नव्हती.

''मी निघण्यापूर्वी दद्दांना फोन केला होता. हर्षूच बोलला त्यावेळी. पण टॅक्सी धावत होती. त्यांना इतके ऐकू येत नसेल असे नाही वाटले. हे कधीपासून ?''

''दोनदीड वर्षांपासून....''

''पाहा नं. तिकडेच ते हट्टाने राहतात. मग हर्षूला ठेवावं लागलं.

''कुणी दुसरं ठेवलं तर ? माझ्यासारखं !'' ती बोलून गेली.

''तसं कोण मिळेल राधा ?'' केशवभैय्या म्हणाले. त्याने तिला बरं वाटत असतानाच मालिनीबाई म्हणाल्या, ''कुणीही ठेवलं तरी ते आपलाच स्वार्थ बघणार ! आपलं शिक्षण, आपलं करिअर. नोकर म्हणून राहणारी माणसं हवीत. पण ती टिकत नाहीत. आणि आपली म्हणून ठेवलेली.....'' मालिनीबाई बोलता बोलता आत गेल्या. तिचे ताट वाढून घेऊन आल्या. राधा बोलली नाही. हा बाईंचा राग होता तिच्यावरचा ! अनेक वर्षांचा जुना मुरलेला. तो संधी पाहून व्यक्त व्हायचाच. त्यांनी आणि केशवभैय्यांनी तिला दद्दांकरता आणलं अनाथाश्रमातून, ते नोकर म्हणूनच. पण दद्दांनी तिला शिकवलं. शिकायला लावलं. केशवभैय्या म्हणायची मुभा होती तिला. पण मालिनीबाईंना तिने कधी वहिनी नाही म्हटले. त्या बाईच होत्या तिच्या. फक्त बाईच.

''दद्दांच्या जुन्या एल.पी. आहेत तुमच्याकडे केशवभैय्या ?'' तिनं विचारलं.

''त्या ललिताकडे असतील.'' मालिनीबाई म्हणाल्या.

केशवभय्याचे आणि ललिताचे काही भांडण होते, जुने. एकमेकांचे विषय ते दोघेही टाळत.

''हे दद्दांच्या वाढदिवसाचं काय खूळ काढलंस ! फोनवरही मी तुला डिस्करेज केलं होतं !'' केशवभैय्या म्हणाले.

वाढदिवस हे तर निमित्त असेल. तिला वाटलं, त्या निमित्तानं त्यांचं हे देणं, जे कधी फिटायचंच नाही ते अंशतः तरी....

''त्यांच्या जुन्या एल.पी. असतील, आकाशवाणीवर काही जुनी रेकॉर्डिंग असतील. त्यांच्या अनवट रागांच्या काही चिजा असतील तर त्यांच्या कॅसेट काढीन. पैसा मी देईन....'' ती नम्रपणे म्हणाली. आपण पैसा पुढे करतो हा आविर्भाव जाणवू वाटू नये म्हणून.

''पण राधा, दद्दा आता लोकांच्या स्मरणातून गेले आहेत. थकलेले आहेत. मैफलीतलं गाणं त्यांनी केव्हाच सोडलं. तुला वाढदिवसच करायचा असला तर आपण सर्व घरचे मिळून करू. पण त्याचं हे सार्वजनिक स्वरूप, त्याकरता तुझं हे इतक्या लांबून येणं.... आय जस्ट कॅनॉट इमॅजिन.... आणि राधा, दद्दा आता आमच्याही मनातून गेले आहेत. आम्ही आता फक्त फॉर्मॅलिटी पाळतो, बस

केशवभैय्या म्हणाले. तेव्हा मालिनीबाईंनी त्यांना दाबलं.

"आत्ताच बिचारी आली आहे. एवढा लांबचा प्रवास. जेवू तर द्या. काय हे !"

"त्यांचं गाणं आणि तू, श्रीकर.... पूर्वी तो अविनाशही होता. तुमच्यावर खरं त्यांनी सारं कॉन्सेंट्रशन केलं. आमच्याकरता काही उरलं नाहीच."

राधा पहात राहिली. तुम्ही, तुम्ही तर समर्थच होता नं केशवभैय्या ? तिच्या मनात आलं. मग मालिनीबाईंनी त्यांना आवरलं. तिला समजावत म्हणाल्या,

"त्यांचं तू मनावर घेऊ नको !"

"छे छे !" राधा तोल राखत म्हणाली.

"वय झालं त्यांचं--"

'दद्दापेक्षाही का ?' तिला म्हणावंसं वाटलं.

तिला तिची खोली दाखवून मालिनीबाई म्हणाल्या, "कर तू आराम ! थकली असशील. मीही जरा पडते."

ती तिला दिलेल्या खोलीत गेली. गरम होत होते. पंख्याची हवाही गरम होती. एअरकण्डिशन्ड खोली फक्त केशवभैय्याची होती. आता या गरमीची सवय राहिली नव्हती. कां आलो असं आपण इथे ? फक्त दद्दांचा वाढदिवसच ? त्यांचं देणं फेडायचं हेच कारण ? की याहून काही वेगळं आपल्या मनात होतं जे आपल्याला नाही कळलं ते ? आपल्याच मनानं इथवर पोचलो. मार्च महिन्यापासूनच तिथे कॅलेंडरची पानं फडफडून दद्दांच्या वाढदिवसाची एकोणीस मे तारीख दाखवत होती. तिथल्या गोठवणाऱ्या थंडीत इथला भयानक उन्हाळा सुद्धा हवासा वाटत राहिला होता. आताचा तिथला आश्वासक ऋतू. पण तिथले ऋतूतले बदल एकदम अंगावर येऊन कोसळावे तसे वाटत गेलेले. इथे तसे नसते. अंधार प्रकाशात हळूहळू मिसळावा किंवा अंधारात हळूहळू पुसट होत जावा तसे होते. आपल्या देशात कडाक्याच्या थंडीपर्यंत येण्याचा सुद्धा एक प्रवास असतो. उन्हाळ्यापासून पावसाळ्यापर्यंतचा एक सुंदर रस्ता असतो. हळूहळू तापत गेलेले इथले कडक ऊनही चांगलं वाटते. किती वर्षं झाली; आपण या ऋतूंना मुकलो आणि आता एवढ्या मोठ्या अंतरावरून उडणाऱ्या एकाकी एकट्या पक्ष्यासारखे त्या टोकापासून पार या टोकाकडे आलो....हट्टाने. आपल्याच हट्टाने. साऱ्यांना पत्रं घातली. फोन केले. कुणीही तिची कल्पना उचलून धरली नाही, तरी आलो. पण आपणच लहानशा पावसाच्या साचलेल्या पाण्यात सोडलेली नाव जाताना, हेलकावे खाताना, अडताना आणि पाणी शिरतानाही बघितलं तरी काय पडतो फरक ?

तिला किती वेळ तरी झोप लागली नाही. जाग आली तेव्हा चांगलीच

संध्याकाळ झाली होती. मालिनीबाईंची थोडी गडबड जाणवत राहिली.....तिकडे श्रीकर फिरायला निघत असेल. पूर्वी धावायला जायचा. आजकाल फिरून येतो लांबवर. पहिल्यांदा तो विचारायचा, चलतेस ? काही दिवस गेले. पण मग बंद केलं. आता तोही विचारत नाही, नकोच वाटले. या दोन वर्षांत काही नकोच होत गेले. रिसर्च सेंटरमध्येही जाणे कमी केले. श्रीकर म्हणतो काहीतरी कर !

काय करायचे ? कशाकरता ? काही करायचे प्रयोजनच संपले वाटते. पैसा मिळवून संपला. जे संपते त्याच्या मागं कां लागायचे ? आपली भूमी सोडून इतक्या लांब यायचे ते फक्त पैसा मिळवायला ?

'पैसा मिळवण्यासाठी आपण इतक्या लांब नाही आलो राधा !' श्रीकरने घातलेली समजूत.

'मग' ?

'जगण्यासाठी, अनुभवण्यासाठी. जगून, अनुभवून संपले आहे का ?'

असे छोटे छोटे वाद मधून मधून. श्रीकर फिरून येईपर्यंत तिचे झोपूनच राहणे. चहाची किटली टेबलावर ठेवून श्रीकरने आवाज दिला की उठायचे. असाच एकदा चहा घेताना श्रीकरने विचारले, 'असे किती दिवस चालेल ? काहीच कसे करावेसे वाटत नाही तुला ?'

'निवांत रहावे, अनुभवावे असे वाटते. अटीतटीचे सगळे संपले. आता मुलांना असे बघायचे. आपणही असेच होतो हे आठवायचे-अनुभवायचे. बस्स.....'

'नाही राधा, इतक्या वर्षांनंतर आपल्या जगण्याचा इतका ढोबळ, इतका रुटीन अर्थ काढणे मला नाही पटत !'

'मग काय करायचे ?' तिने विचारले तो बोलला नाही.

'भारतात यायचे जाऊन ? एकोणीस मे ला दद्दांना पंच्याऐंशी वर्षं पूर्ण होतात, त्या निमित्ताने काही समारंभ.....त्यांच्या जुन्या गाजलेल्या रेकॉर्डस्‌च्या कॅसेट काढू....'

बरेच दिवस हेच बोलणे होत राहिल्यानंतर श्रीकर म्हणाला, 'तू जाऊन ये, मला नाही जमणार !'

मालिनीबाईंनी आवाज दिला तशी ती लगेचच उठली.

"जागीच होतीस का गं ?" त्यांनी विचारले.

"अर्धवट झोपेत होते !" ती म्हणाली.

"तुला उठवलंही नसतं. पण संध्याकाळचं झोपू नये म्हणून....."

तिनं त्यांच्याकडे पाहिलं. बाई आपल्याशी कशाही वागोत, पण त्यांनीच आपल्याला एक घर दिलं. आणि असे छोटे छोटे घराला बिलगलेले संकेतही दिलेत. संध्याकाळी झोपू नये, उंबरठ्याशी बसू नये, सोमवारी न्हाऊ नये.....अनाथाश्रमात

हे सगळं काही नव्हतं. संध्याकाळी आश्रमाचे भले मोठे लोखंडी फाटक करकर आवाज करत बंद व्हायचे. त्याला कुलूप लागायचे, तेव्हा ते लोखंडी दार गोष्टीतल्या राक्षसासारखेच तिला गिळायला येई. त्याच्या भल्यामोठ्या कुलपाचा एकच डोळा रोखून पाह्यला लागला की भयंकर भीती वाटे. अंथरुणात सू होई रात्री ! दद्दांकडे आल्यावर किती दिवस रात्री गादी, ओली होत होती.

बाई तिच्याकरता चहा घेऊन आल्या.

"दद्दांचा फोन होता."

"हो ?" तिनं कप खाली ठेवून विचारलं.

"तू आली का एवढंच विचारलं."

"मग ?" तिनं उत्सुकतेनं विचारलं.

"मग काही नाही."

"मला उठवायचं होतं बाई !" ती म्हणाली.

"अग ते नाही बोलले." हर्षूंच बोलला. हो, आणि तुला येताना ललिताला घेऊन यायला सांगितलंय."

"बाई, मी फोन करते." ती म्हणाली.

"पण हर्षू आता नसेल."

"कुणीतरी तर असेल ? त्यांचा फोन होण्याआधी माझा व्हायला हवा होता." ती म्हणाली.

दद्दांचा पाठच झालेला नंबर फिरवताना तिनं श्वासही आवरून धरला. फोन उचलायला वेळच लागला. स्वयंपाक करणारा हरिलाल फोनवर होता.

"दद्दांना दे. राधा आहे म्हणा आणि मला ऐकूं येतं. त्यांना बोला म्हण !" तिनं सांगितलं.

हिरालाल दद्दांशी काही बोलला. दद्दांनी फोन घेतला ते तिला कळलं.

"केव्हा आलीस ? इकडे ऊन पुष्कळ आहे. विमान लेट झालं का ? श्रीकर कसा आहे ? सुदर्शन, पबू कशी ? येताना तू ललिताला घेऊन ये...." एकापाठोपाठ एक दद्दांची वाक्ये तिने ऐकली. पहिल्या, दुसऱ्या कुठल्याही वाक्यांमध्ये ते थांबले नाहीत. त्यांच्या प्रश्नांना उत्तराची कुठलीही अपेक्षा नव्हती. त्यांनीच तिकडून फोन खाली ठेवला. आपल्या सर्वांगाला एक सूक्ष्म कंप आहे, एका आंतरिक आवेगाने आलेला....हे राधाला जाणवले. ती खाली बसली. खुर्चीचा काठच तिने घट्ट धरून ठेवला.

"आपण अनूकडे जाऊन यायचं का ?" मालिनीबाईंनी विचारले.

"हो, जायचे तर आहेच. पण श्रीकरचा फोन येईल तर..."

"अनूचा नंबर देईल सुब्बू..." बाईंनी त्या मुलीबद्दल सांगितले. मग तिचा

नाईलाज झाला. मालिनीबाई तयार व्हायला गेल्या. राधा पाचसात मिनिटांत तयार झाली.

संध्याकाळ पूर्णपणे होऊनही अंधार पूर्ण पडला नव्हता. राधाला एक आठवले. अशीच संध्याकाळ, त्यावेळी अविनाशमधे गुंतत होतो म्हणून दद्दाबरोबर एका म्युझिक कॉन्फरन्सला गेलो. अविनाश मागे तंबोऱ्यावर होता. अशीच संध्याकाळ होती. दद्दांनी पूर्वाकल्याण सुरू केला.

"होवन लागी सांज...." थोडा वेळ चांगले चालले. स्वर लागत होता. आणि माईक मधेच खराब झाला. दद्दांना हवा तसा आवाज येईना. गाणे थांबवून दद्दा म्हणाले, "मला माझं गाणं ऐकू आलं पाहिजे. माझ्या स्वरांचा संदेश परतून मला मिळायला पाहिजे. नाहीतर स्वरांना त्यांचा रस्ता सापडणार नाही....." सगळा पेंडॉल स्तब्ध. मग दद्दा थांबले. माईक सुधरवला; पण त्या दिवशीचे त्यांचे गाणे रंगले नाही. असे अविनाश म्हणाला. तिलाही वाटलं.

आज तर दद्दांना काही ऐकू येत नाही ! कशी असेल ही अवस्था ? आपलीही हीच असेल स्थिती ? आपल्या जगण्याचे संदेश आता आपल्यापर्यंत नसतील पोचत म्हणून आपल्यालाही रस्ता सुचत नसेल ! अथांग समुद्रावरून वाहत येणाऱ्या काटकीलाच गच्च धरून ठेवल्यासारखे एकके दिवस ढकलत राह्यचे, बस्स ! याहून दुसरे काही नाही !

मालिनीबाई छान तयार होऊन आल्या.

"तू तयार नाही होत ?" त्यांनी विचारले.

"तयारच तर आहे मी !" ती म्हणाली. अनुसाठी, तिच्या मुलांना, नवऱ्यासाठी घेतलेले सामान पाहून मालिनीबाई खूष झाल्या.

"याची काय गरज होती ग ?" त्या खूष होतच म्हणाल्या.

"तुम्हाला, केशवभैय्यालाही आणलं आहे. पण ते दद्दांच्या वाढदिवसाला हाती देईन !" राधा म्हणाली. निघता निघता श्रीकरचा फोन आला. चांगलं वीस मिनिटं तो बोलला. मालिनीबाई चुळबूळ करत होत्या; बघून तीच म्हणाली. "नंतर बोलू."

"काय म्हणतात ?"

"माहेरचे लोक कसे आहेत विचारत होता."

"माहेरचे ?" बाई हसत म्हणाल्या. केशवभैय्यांनी गाडी काढली होती. ते दोघींची वाट पहात होते.

रात्री जयाचा फोन आला. बडोद्याहून.

"कशी आहेस ? केव्हा पोचलीस ?"

"आता आली आठवण ? येऊन जुनी झाले !"

"तुलाच सेटल व्हायला वेळ द्यावा म्हटलं !" तो हसत म्हणाला.

"तू येणार होतीस म्हणून मी इकडे ऑफिसला गेलोच नाही !"

"थँक्स !" ती म्हणाली.

"नुसते कोरडे ?"

"मग काय देऊ ?"

"काय आणलं आहेस ते सांग आधी ?"

"ते सांगत बसले तर फोनचा सगळा वेळ त्यातच जाईल." ती म्हणाली.

"विशाखा कशी आहे ?"

"बिझी आहे. एकोणीस मे करता आतापासून तिची तयारी सुरू आहे. ब्युटीपार्लर, साडी, ड्रेस, आभाराचे भाषण...." जया हसत म्हणाली, "बाकी राधा, तुझ्या मात्र आयडिया असतात भन्नाट. आम्ही असेच कुजणार ! हे दद्दांच्या.....वाढदिवसाचे आम्हाला नसते सुचले ! मी तिथे केव्हा यायचे ते सांग. हो, आणि बडोद्याला आल्याशिवाय जाऊ देणार नाही. तुझा तो बावळट नवरा येणार आहे का ? दद्दांच्या वाढदिवसाला...." जया सारखा बोलत होता, हसत होता. तिने हसत फोन ठेवला.

"काय म्हणतो जया ?" मालिनीबाईंनी विचारलं.

"लहानपण गेलं नाही अजून त्याचं !" ती म्हणाली. जयाचे मोकळे हसणे बोलणे आतून सुखवून गेले. जयाला आपले किती आकर्षण होते. एकदा त्याने रात्री जवळही घेतले होते. आपण दूर ढकलले. रात्री दद्दांच्या खोलीत झोपायला लागलो. मग त्याचे ते सुप्त आकर्षण...हळूहळू त्याचा विशुद्ध स्नेहच झालेला आपण अनुभवला.....एखादा असता तर मनात ठेवले असते.

जरा वेळाने मुंबईहून रणजितचा फोन.

"मुंबईला का आली नाहीस ?" त्याने विचारले.

"दिल्लीहून ग्वाल्हेर जवळ पडते नं !"

"पण कॅनडाहून तर सगळेच सारखे.....राधा, ही पार्शलिटी बरी नाही. परतताना मुंबईहून जा !"

"माझं तिकिट इथूनच काढलं. येणार आहात न तुम्ही लोक, वंदना, मुलं ग्वाल्हेरला ?"

"हे दद्दांचे काय खूळ माजवलंस ? पंच्याऐंशी वर्षं आधीच जगणं बेकार, राधा. ऐकू येत नाही. आपण स्क्रीनवरून जात चाललो....आय डोन्ट बिलिव्ह सच थिंग्ज. दद्दाच म्हणत असतील असलं. श्रीकरनं येऊच दिलं कसं तुला एकटं ?" रणजित हसतच म्हणाला, "त्यांची कॅसेट बिसेट काढते आहेस म्हणे ! राधा, पैसे जास्त झाले असतील तर मला दे. माझा तसा स्लॅक पिरएड सुरू आहे." रणजित गमतीत बोलला. पण जयसारखा त्याच्या बोलण्यात उमदेपणा नव्हता. तिने फोन खाली

ठेवला, रणजितचे आपले कधी सूत नव्हते. त्याने केशवभैय्या आणि ललितासारखा आपला रागही केला नाही आणि फारसे सख्यही जोडले नाही. कधी आला की कामंच सांगायचा. कामात खोडी काढायचा. दद्दांनी तिच्यावर पैसे खर्च करताना तोल राखावा, असंच तो म्हणायचा. पुस्तकं सेकंडहॅण्ड द्यावी, कपडे जुने द्यावे. सायन्सलाच पाठवले पाहिजे असे नाही ! असे छोटे छोटे आग्रह तो धरायचा. पण ते मानलेच पाहिजे असेही त्याला वाटत नव्हते. श्रीकर हा रणजितचाच मित्र. खरं तर श्रीकरशी लग्न होऊन ती तिकडे गेल्यापासून मग रणजितच्या वागण्यात फरक पडला. तो तिला काही महत्त्व तरी द्यायला लागला...

"काय म्हणतो रणजित ?" मालिनीबाई म्हणाल्या.

"हेच आपलं...." ती म्हणाली. जया बोलला, हसला, थट्टा केली ते मनात रेंगाळू द्यावेसे वाटले. त्यात सांगण्यासारखे तिला काही वाटले नाही.

"तुला माहीत आहे की नाही कोण जाणे !" मालिनीबाई म्हणाल्या.

"काय ?"

"रणजितला तुझ्याशी लग्न करायचं होतं !"

"काय ?" ती उडालीच ! तिला आठवतो तो रणजित काही प्रेमबिम करणारा नव्हता. श्रीकर त्याच्याबरोबर येत गेला तेव्हा तर तिचे कधी रणजितकडे लक्ष गेले नाही. पण तिच्या लग्नाच्या वेळी ती या घरातली कुणी नात्याची, रक्ताची नाही हे श्रीकरच्या घरच्यांना स्पष्ट सांगण्याची जबाबदारी दद्दांनी त्याच्यावर टाकली, तेव्हा रणजितनं ते मानलं नव्हतं.

"जी गोष्ट श्रीकरला पटली आहे ती त्याच्या घरच्यांना पटवून देणं हे श्रीकरचंच काम आहे." त्यावेळी रणजित म्हणाला होता.

"त्याचं काय ग, तू तशी घरची झाली होती तरी होती बाहेरचीच ! दिसायला गोरी भुरकी. पुरुषांना काय ग ! आपल्याच मालकीची वाटली तू त्यांना ! प्रेम, लग्न वगैरे सगळं खोटंच ग.... एकट्या श्रीकरनं मात्र सगळं शेवटपर्यंत निभावून नेलं...." मालिनीबाई म्हणाल्या.

राधा बोलली नाही. एकदा केशवभैय्यानींसुद्धा कुणी नाही म्हणून ब्लाऊजमध्ये हात घातला होता. भीती वाटली होती, पण ओरडण्याचेही भान नव्हते. ती आठवण झाली की अनाथाश्रमाचे ते भले थोरले कुलूपच समोर यायचे. उग्र, मोठे, केशवभैय्या त्या कुलपासारखेच वाटले पुष्कळदा.

झोपायला जाताना केशवभैय्यांनी विचारलं. "उद्या काय प्रोग्रॅम आहे ?"

"मी उद्या आकाशवाणीवर जाईन. अविनाश तिथे आहे. मी त्याला पत्रंही लिहिलं होतं. उद्या फोन करीन त्याला. दद्दांची काही जुनी रेकॉर्डिंग्ज असली

त्याच्याजवळ तर बघीन. काम उद्या झालं तर परवा ललिताकडे जाईन.''

"तो तुझा अविनाश नं ?'' केशवभैय्यांनी विचारलं.

राधाला तो प्रश्न आवडला नाही, तो केशवभैय्यांनी इतक्या वर्षांनंतर अशा तऱ्हेनं विचारावा हेही बरं वाटलं नाही. एक वेळ अशी होती की अविनाशमधे ती पूर्णपणे गुंतली होती. तो दोन वर्षं दद्दांकडे गाणं शिकला. त्यावेळी ती वयात आली होती. तो तरुणसुलभ बहर.... त्याला अविनाशच सापडला. त्यावेळी खरं तर पुरुषाचंच आकर्षण होतं. स्नान करून आले की गोरे लालबुंद उघडे दद्दा. तिला त्यांना पहात राहवंसं वाटे. पहिलं आकर्षण तर त्याचंचं वाटलं होतं. मग अविनाश आला. तोही तिच्यात गुंतला. पण मुंबईला परत जाताना तिला सोडूनच गेला. पुन्हा परतायचे नव्हतेच इथे. राधाची सोबत सहवासही तेवढ्यापुरताच त्याने मानला होता. ती रडली, भेकली, चिडली. आणि मग समजून शांतही झाली होती.

"अविनाशची कीर्ती बरी नाही.'' केशवभैय्या म्हणाले.

ती बोलली नाही. त्याच्या कीर्ति-अपकीर्तीशी आता तिचे काय होते देणे-घेणं ? त्याकरता ती इतक्या लांबून थोडीच आली होती ? ही तिच्या आयुष्यात यदृच्छेनं आलेली माणसं.... यांच्याशी तिचे लागेबांधे नव्हते. ते होते फक्त दद्दांशीच. त्यांच्याकरता केशवभैय्या आणि बाईंनी तिला दद्दांकडे आणलं. एखाद्या नाटकात रंगभूमीवर एखादी जुनी वास्तू उभी असते. जिथे एखादा जुना, पारंब्या खोलवर गेलेला मोठा वृक्ष विस्तारलेला असावा अशी काही माणसं असतात. त्या एकाच संदर्भात रंगभूमीवरले येणे-जाणे प्रकाश-अंधाराचे खेळ सुरू असतात. आपल्याला असे दद्दा आहेत आणि ती वास्तू. रामपारा. स्ट्रीट सेव्हनटीन....ते नसते. त्यांना गरज नसती तर आपण अनाथाश्रमाचे लोखंडी किरकिरणारे फाटकच पहात वाढलो असतो...आणि आपल्याला दद्दांकडे घेऊन जाणारे केशवभैय्या, बाई. आपल्यालाच त्यांनी आणावे असेही काही नव्हते. त्यांना फक्त मुलगी हवी होती, कामाला. मुलगा नको होता.....ती तशीच बसलेली पाहून मालिनीबाई झोपायला जाता जाता थांबल्या.

"झोप नाही येत ?'' त्या जवळ येत म्हणाल्या.

"केवढी झोपले मघा ?'' ती म्हणाली.

"यांचे बोलणे तू मनावर नको घेऊस !''

"छे, छे ! मला तुमची माया कळते.'' ती म्हणाली तेव्हा मालिनीबाईंना बरं वाटलं. त्या तिच्याजवळ मिनीटभर बसल्या.

"तुझं हे दद्दांच्या वाढदिवसाला इतक्या लांबून येणं हे मात्र पटत नाही. हे सगळं तेव्हाच व्हायला हवं होतं जेव्हा ते गात होते. त्यांचे कान चांगले होते, असे थकले नव्हते....'' मालिनीबाई म्हणाल्या. राधा बोलली नाही. दोघी अगदी जवळ होत्या. पण बाईंचा साधा हात ही तिच्या मांडीवर पडला नाही. तितकी त्यांची

जवळीक नव्हतीच.

"बाई, एक विचार नेहमी येतो."

"कोणता ?"

"तुम्ही केशवभैय्यांनी मलाच कां ठरवलं दद्दांकरता ? इतके जण होते."

त्या बोलल्या नाही.

"दिसायला बरी होते म्हणून ?"

"असेल ! सांगता येत नाही पण."

"तुम्ही मी आले तेव्हा काही दिवस थांबला होता. मला स्वच्छ राह्यला शिकवलं. माझ्या डोक्याला टरपेन्टाईन लावलं, खोबरेल तेलात मिसळून. मागे टाकलेला पांढरा टॉवेल उवांनी भरून गेला. मग मला न्हायला लावलंत. तुम्ही हे सगळं कां केलंत ? माझी पाळी सुरू झाली तेव्हा तुम्ही सगळे दिवाळीला आला होता. तुम्ही सारं शिकवलंत सांगितलंत. मी आता स्वत:ची काळजी घ्यायला कशी पाहिजे. हे समजावलं. इतकं सगळं तुम्ही केलंत तरी तुमच्या माझ्यात काही खूप असे ऋणानुबंध नव्हतेच नं ! तरी मी श्रीकरबरोबर लग्न होऊन गेले, तेव्हा तुमच्याच डोळ्यात पाणी होतं. ललिताचं माझं पटलं नाही, की पुष्कळदा तुम्ही माझीच बाजू घेतली....काय असेल याचं कारण....?"

मालिनीबाई बोलल्या नाहीत.

"असं नाही सांगता येत बाई. आपले लागेबांधे असतात. मलाही मी अशी इतक्या लांबून आत्ताच दद्दांचा वाढदिवस साजरा करायला इतक्या उन्हाची....आपला सुखाचा जीव दु:खात घालून कां आले... नाहीच सांगता येत."

"झोप तू !" मालिनीबाई म्हणाल्या.

राधाला पहाटे जाग आली जी रामपाऱ्यात पूर्वी यायची, दद्दांचा रियाज सुरू व्हायचा त्या वेळेला यायची तशी. झोप अपुरी वाटत होती तरी ती उठली, पक्ष्यांचा किलबिलाटच फक्त तेवढा ऐकू येत होता. ती उठली. सारे घर शांत झोपले होते. तिने बाहेर पाहिले. पाच साडेपाच झाले असावे. कदाचित थोडे कमीच. हिरव्या मऊ मखमली लॉनवर एकदोन वेगळ्याच रंगाचे पक्षी येऊन बसले. प्रथम एकमेकांकडे, मग तिच्याकडे बघायला लागले. मग ते झाडावर उडाले. पुन्हा खाली उतरले. त्यांचा तो एक खेळ सुरू झाला. श्रीकर अशाच वेळी फिरायला निघतो. चांगले वाटत असेल. रोज विचारतो, 'चलतेस ?' खूप दूर अवकाशातून यावे तसे दद्दांचे स्वर आले. तिच्या अवती भवती पसरले. त्या स्वरात एक पहाटच ओतप्रोत होती. तिनेही प्रत्यक्ष पाहिली नव्हती, पण दद्दांच्या त्या स्वरातून अनुभवली होती. दूरवरचे डोंगर, त्यामागचे आभाळ. त्या डोंगराकडे नदीच्या धारेची एक प्रकाशरेखा. त्या

रेषेच्या मागून हळूहळू उगवणारे लालभडक सूर्यबिंब, लाल, तांबड्या अंधारातून आपले स्वत:चे रंगरूप घेऊन उमटत असलेले.....आणि त्या दूर डोंगरामागच्या सूर्यापर्यंत घेऊन जाणारी एक वाट खुणावीत होती. न रुळलेली, दुर्गम. त्या वाटेने कधी कुणी गेले नाही. त्या वाटेवर अजून मोठमोठे दगड, झाडं, त्यांच्या फांद्या आडव्या पसरलेल्या. राक्षसाच्या, जादूच्या गोष्टीत एखादा राजकुमार यावा ती वाट स्वच्छ, साफ करत, त्या सूर्यबिंबापर्यंत पोचावा तसे दद्दांचे स्वर तरी त्या वाटेवर अजून कुठेतरी होतेच. ओळखीची खूण असावी तसे....ते काय होते ? ते इथून नाही कळणार ! त्यासाठी तिथपर्यंत जायला हवे ! इतक्या लांब दद्दांचा वाढदिवस मनात घेऊन आलो ! त्या मागे हे होतं सगळं ! इतकी वर्षं गेली. कॅनडात, भारतात, दद्दांकडे, अनाथाश्रमात, अनाथाश्रमातून रागीट डोळ्यांच्या बाईपासून तो दद्दा, दद्दांचे घर. त्यातील माणसं, श्रीकर मुलं यांच्यापर्यंत किती माणसं आयुष्यात आली ! पण एक ओळखीची, आपल्या ओळखीची खूण कुठे पटली नाही ! आणि ती पटावी असा ध्यास सुटला नाही ! त्याकरताच इथवर येणे ! देणं फिटायचं ते दद्दांचं की आपलंच स्वत:चं ? काय करायचं राहिलं आहे ? संसार सजवून संपला. शरीराचे लाड करून झाले. पैसा मिळवून झाला. ज्या फुलांना वास नाही ती फुलं बघताना मनाच्या कोपऱ्यात काहीतरी खुपले इतकेच. बाकी इतके जगून अनुभवून झालेले तरी अनाथाश्रमाचे ते अजस्त्र लोखंडी दार आणि ते भलेथोरले पितळेचे कुलूप, त्याच्या किल्ल्या त्या रागीट डोळ्यांच्या बाईंजवळ राहून गेल्या ! पण दद्दा सकाळी पहाटे रियाजाला बसले की वाटायचं, बाईंनी त्या किल्ल्या दद्दांनाच देऊन ठेवल्या आहेत. आणि त्या लालभडक सूर्यापर्यंत जाणाऱ्या रस्त्यावर दद्दांनी त्या कुठेतरी टाकून दिल्या आहेत. आपल्याला लपेटून आणलेली चादर ! त्या चादरीवर म्हणे एक चिटुकला मोर विणलेला होता. कोपऱ्यात. आयुष्यात मोर नि त्याचा पिसारा पाहिलो तो फक्त चित्रात आणि झूमध्ये. जंगलातले, झाडातले, हिरव्या रंगात मिसळलेले मोर कुठे पाहिले ? झूच्या कठड्याला टेकून ते मोर त्या बंदिस्त खणात बघताना उरात कळ उठायची....

राधाला झोप येईना. फिरून यावे म्हणून बाहेर आली, तो फाटकाला कुलूप होते. सारं घर शांत झोपले होते. ती अंथरुणावर पुन्हा येऊन पडली. पुन्हा पर्समधून दद्दांचे ते पत्र काढले.......तू, श्रीकर माझा वाढदिवस करतो म्हणता. गंमत वाटली. आता या वयात कसले वाढदिवस ? वाढणे संपले. गाणे बंद झाले. मैफिली तुटल्या. ऐकू येत नाही. पण या निमित्ताने तू, श्रीकर याल भेटाल, तेच महत्त्वाचे. माझा वाढदिवस हे निमित्तच...

पत्र पर्समधे ठेवले. मालिनीबाई तिला दद्दाकडे ठेवून काम समजावून परत गेल्या. काम फार नव्हते. दिवसभर कामाला बाई होती. पण दद्दांच्या आधी उठायचे,

त्यांना गरम दूध द्यायचे, नळाचे पाणी भरायचे आणि ताज्या थंड पाण्याचे घंगाळ त्यांच्या आंघोळीला भरून ठेवायचे. त्याचे कपडे तयार ठेवायचे. हे साधेसेच कामही तिने पुष्कळ दिवस केले नाही. जाग आली की दद्दांचे गाणेच ऐकू यायचे. डोळ्याला पाणी लावून ती त्यांच्याच खोलीत येऊन ते ऐकत बसायची...

मालिनीबाईंचा चहा झाला, तेव्हा राधाची आंघोळ वगैरे सर्व झाले होते.
"इतक्या लवकर उठलीस?"
"हो. जाग आली. मग नाही झोपले."
"तिकडेही अशीच लवकरच उठतेस?"
"नाही. तिथे लवकर नाही उठत."
"सर्व्हिस करतेस? मग उठत असशील."
"दोन वर्षं झाली. मी सर्व्हिस सोडली." तिने सांगितलं.
"गरजही काय म्हणा! श्रीकर एवढा कमावतो."
आपल्याला सर्व्हिस सोडण्याचे काही हे कारण नाही, तिला वाटले.
"सुदर्शनही नोकरीला लागला न?"
"हो, पबूसुद्धा."
"मुलं एकटी वेगळी राहतात?"
"हो."
"इथे असे नसते. इथं मुलांची नाळ अशी तुटत नाही." मालिनीबाई म्हणाल्या. राधा बोलली नाही.
"तिथे मुलं स्वतंत्र एकटी वाढतात. ते बरेही असते नाही गं? असा पायात पाय नाही येत! आमच्यासारखा."
"हो." राधा म्हणाली.
"पैसा पुष्कळ मिळतो, नाही?"
"हो."
"दद्दांची इतकी मुलं. पण नाव तूच काढलंस!" मालिनीबाई म्हणाल्या.
ती हसली. परदेशात जाणं; तेही नवऱ्याबरोबर म्हणजे नाव काढणं का?
"तसं दद्दांनी तुझ्याकडेच जास्त लक्ष दिलं."
राधा चकित झाली. पण ऐकून घेतलं. केशवभैय्या उठले, तेव्हा राधानं विचारलं.
"मी ललिताला फोन करू?"
"विचारायचं कशाला? करून टाकायचा. यापूर्वीच करायचा."
"म्हटलं, उठली असेल नसेल!" ती म्हणाली.

"खरं म्हणजे फोन करावा की नाही हेही ठरत नव्हतं. दद्दा म्हणाले म्हणून तिच्याकडे जायचं. तिला घेऊन दद्दांकडे जायचं म्हणून. रणजित, जया यांचे फोन आले. ललितानं कुठं केला फोन ? आपण येत आहोत, केशवभैय्याकडे उतरत आहोत, हे काय माहीतच नसेल तिला ? ललिताचा नंबर फिरवला. तिच्या मिस्टरांनी उचलला. मग ललिताला दिला.

ती येणार असल्याचा ललिताला झालेला आनंद स्पष्टच दिसला फोनवरून. तेही राधा केशवभैय्याच्या फोनवरून बोलते आहे हे विसरून ललिता अघळपघळ बोलली. तिच्या प्रत्येक शब्दातून राधा तिच्याकडे जात असल्यचा आनंद सांडत होता. हेच नाही तर दद्दांच्या वाढदिवसाला त्यांची मुलं विसरली, पण तिने आठवण ठेवली. आणि त्याकरता ती इतक्या लांब, इतक्या उन्हात, एकटी, एवढे अंतर तुडवत आली याचं ललिताला खूपच वाटलेलं दिसलं. ललितानं दिलेलं सगळंच्या सगळं श्रेय आपण घेऊ शकत नाही, ते आपल्याला लागूही नाही, हे राधाला जाणवलं.

"काय म्हणते ललिता ?" केशवभैय्या म्हणाले.

"काय नाही. ये म्हणाली."

"बस. इतका वेळ बोलली ती !"

म्हणजे तिला आनंद झाला होता, ते...

"तुम्ही चलता दोघं ? दोन दिवसांत येऊ." तिनं केशवभैय्याला विचारलं.

"नको तू जाऊन ये."

....राधा तयार होऊन जायला निघाली.

"कुठे जातेस ?" केशवनं विचारलं.

"आकाशवाणीवरच. अविनाश तिथे असतो."

"फोन केला आहेस तसा ?"

"नाही. एकदमच भेटते, आकाशवाणीवरच."

"अविनाशची कीर्ती बरी नाही !"

"मला त्याच्या कीर्तीशी काय करायचं केशवभैय्या ? मला त्याच्याकडे दद्दांच्या संदर्भात काम आहे ते त्याच्या अधिकारात त्यानं करून द्यावं इतकंच हवं आहे. दद्दांच्या वाढदिवसाला त्यानं यावं अशीही माझी अपेक्षा नाही."

"गाडी घेऊन जा." केशवभैय्या म्हणाले.

"मला दिल्लीचे रस्ते सुचणार नाहीत."

"मी देतो सोडून."

"त्रास नाही होणार ?" ती म्हणाली.

केशवभैय्यांनी गाडी काढली.

रस्त्यावर ऊन होते. ते कापत गाडी जाते आहे असे तिला वाटले.

चालवता चालवता केशवभैय्या म्हणाले, ''मला एकदा तिकडे यायचे आहे....''

''या तुम्ही दोघं.''

''दोघं नाही, मी एकटाच येईन.''

राधानं चमकून पाहिलं.

''दोघांनी आयुष्यच सगळं एकत्र काढलं. आता मला एकटं यायचं आहे. फिरायचं आहे...''

''या तुम्ही केशवभैय्या, खरंच.''

''नक्की येतो. राधा, तू मला यायला-जायला, तिथे फिरायला पैसे देशील ? श्रीकरला ते आवडेल ?''

राधा त्याच्याकडे पाहतच राहिली. त्यांनी असे म्हणावे ? कां ? केशवभैय्यांचे तर केवढे उपकार आपल्यावर ! ते आपल्याऐवजी दुसऱ्या कुणालाही घेऊ शकत होते.' आपली निवड प्रथम त्यांची, मग मालिनीबाईंची. आपण हाराकरता तगरीची फुलं तोडत होतो, तेव्हा केशवभैय्यांनी आपल्याला पाहिलं. बोलावलं. बाईंनी तर आपल्याला पुढेही नव्हतं बोलावलं....आणि आता हे विचारताहेत, मला पैसे देशील ?....

''का श्रीकर नाही म्हणेल ?'' तिला उत्तर द्यायला उशीर झाला म्हणून केशवभैय्या म्हणाले.

''छे: छे:'' ती म्हणाली. ''तुम्ही आताही माझ्याबरोबर चलू शकता. माझं तिकीट झालं आहे, पण तुमच्याकरता....''

''नाही. आता तुझ्याबरोबर नाही येत. मी कळवीन. तू मला तिकीट पाठव.''

''हो.'' ती म्हणाली. पण केशवभैय्याचे असे मागणे तिला खटकले. या घराने, या घरातल्या माणसांनी तिला काही मागायचे हे तर उलटेच ! मागून मागून पुन्हा पैसे ! ते देश पाह्यला, फिरायला ! मागायचे तेही इतके लहानसे. तिकडून येताना कुणाकुणाला काही वस्तू भेटी म्हणून आणतो. त्याचीसुद्धा मनातून लाज वाटते ! या घराने, त्यातल्या माणसांनी जे दिले ते या सर्वांपेक्षा किती वरचे होते ! एका क्षुद्र जिवाचे संपूर्ण अस्तित्व त्या देण्याने तोलून धरले होते. त्याला बनेल तसा आकार दिला होता. तिच्यावर संपूर्ण प्रेम कुणी नव्हते केले, पण राग, द्वेष, चीड, आसक्ती, अहंकार, अधिकार हे सगळे अखेर एकाच भावनेचे वेगवेगळे रंग होते. ते या केशवभैय्याच्या घरामुळेच अनुभवता आले ना !

आकाशवाणीशी गाडी थांबवून केशवभैय्या म्हणाले.

''मी थांबू का ?''

''नको. किती वेळ लागेल कोण जाणे !''

कोन ठगवा! । १०९

"रस्ता सापडेल नं घरचा इथून ?" त्यांनी विचारले.

"हो, हो." ती हसत म्हणाली.

स्वत:चे कार्ड अविनाशकरता देऊन ती स्टेशन डायरेक्टरच्या खोलीत बसली. अर्ध्या तासाने अविनाश आला.

"सॉरी फॉर किपींग यू वेटिंग !" तो इंग्रजीत अगदी स्टाईलमध्ये म्हणाला.

"मी इथलीच आहे आणि मला ताटकळत थांबण्याची सवयच आहे." ती मराठीतच म्हणाली, हसत हसत.

"चल !"

त्याच्या मागे ती जाऊ लागली. हा तोच अविनाश, ज्याच्यावर खूप जीव तोडून अटीतटीनं प्रेम केलं ! त्याच्या खोलीत ती दोघं आली. बस म्हणाला. ती बसली. तोही बसला. त्याचा रुबाब, त्याचा दर्जा, अधिकार सारं त्याच्या वागण्यातून निथळत होतं. तो खूप बदलला होता. पोट सुटलं होतं. डोक्याला टक्कल, चष्मा, केस पांढरेच जास्त. मुख्य म्हणजे मूळचा गोरा रंगही रापला होता. तोही तिच्याकडे पाहत होता. तिनं पाहिलं. हीच त्याची नजर, त्याचा स्पर्श एकदा विजेसारखा वाटला होता.

"मोठा झालास तू !" ती हसून म्हणाली. तो हसला.

"किती दिवसांनी....आय जस्ट कान्ट बिलीव. यू लूक सो यंग, फ्रेश.....एनी सिक्रेट ?" तो हसत म्हणाला.

"तू पुष्कळ दिवसांनी बघतो आहेस म्हणून !"

त्याने बेल वाजवली. "काय मागवू ?" तो म्हणाला.

"काही नाही. सगळं आटपून आले आहे."

"थंड मागवतो काही." तिनं नाही म्हटलं नाही.

"माझं पत्र मिळालं ?"

"पत्र ?" स्मरणशक्तीला ताण देत अविनाश म्हणाला.

"घरच्या पत्त्यावर पाठवलं होतं."

"मिसेसला विचारलं पाहिजे." तो म्हणाला.

तेव्हा राधाला वाटलं की याला पत्र मिळालं असलं पाहिजे. नाहीतर एकदम नाही म्हणाला असता.

"उत्तरा कशी आहे ?" तिने त्याच्या मिसेसचं नावच घेऊन विचारलं. तेव्हा गोंधळून तो म्हणाला, "तुमची ओळख आहे ?"

तिनं त्याच्या प्रश्नाचं उत्तर दिलं नाही. त्यालाही अपेक्षा नव्हती.

"दद्दांना एकोणीस मे ला पंच्याऐंशी वर्षं पूर्ण होतात. ग्वाल्हेरला सारी एकत्र येऊ. त्यांचा वाढदिवस सत्कार करू. त्या निमित्ताने त्यांच्या काही अनवट रागांच्या

कॅसेटस् काढू. तुमच्याकडे काही जुनी चांगली रेकार्डिंग असतील. तू पूर्वी दद्दांबरोबर कॉन्फरन्सला जायचास, त्यावेळचं काही रेकॉर्डिंग असलं तर तेही....त्यांच्यात शक्ती होती. त्यावेळीच हे व्हायला हवं होतं....कॅसेटचे पैसे मी खर्च करीन.....'' तो तिचं बोलणं ऐकतो की नाही असं तिला वाटलं. तो हलकेच टेबलावर ताल देत होता.

''बोअर करते का तुला ?'' ती थांबून म्हणाली.

''नो नो, नॉट अॅट ऑल ! यू कॅन गो ऑन.'' तो म्हणाला. त्यापेक्षा त्याची खुर्ची म्हणाली असेल तिला वाटले. असे तर किती तरी लोक त्याच्यासमोर बसून त्याला काही सांगत असतील. रोज दहा वेळा. तो काही लक्षात ठेवत असेल, काही नसेल. आपल्या बाजूनं आपण बोलत असेलेलं कितीही मर्माचं असलं तरी त्याच्याकरता ते अनेकातलं एकच असणार.... तरीही ती नेटानं म्हणाली,

''हे सगळं त्या तारखेला व्हायला हवं असं काही नाही. त्यानिमित्तानं सुरुवात झाली तरी हरकत नाही. तू पुढचं पाहून घेशील...समारंभ मात्र ग्वाल्हेरलाच करावा नाही ?''

''हे पाहा राधा, तू खूप काही मनात ठरवून इतक्या लांबून आलीस ! दद्दांनी त्यांचा काळ गाजवला हे खरं. पण आता ते लोकांच्या दृष्टीनं विस्मृतीत गेले. तू देऊ पाहतेस तसं सार्वजनिक रूप त्या सोहळ्याला नाही येऊ शकणार ! फार तर एक घरगुती सोहळा होईल !''

मधे चपराशानं गोल्डस्पॉट आणलं.

''घे.'' अविनाश म्हणाला, ''आणि राधा, दद्दांचं गाणं चांगलं होतं, पण त्यात काही ताजं प्रवाही असं त्यांना देता आलं नाही. पुष्कळ कलावंतांची ती मर्यादा असते. म्हणूनही लोक त्यांना विसरले असतील !''

''पण तुला हे जाणवलं तर तूच हे का नाही करू शकलास ? निदान प्रयत्न तरी....''

''या नोकरीत काही खरं नाही राधा. इथे कलावंत उरतच नाही.''

''त्याकरता फार मोठं देणंही द्यावं लागतं अविनाश !'' ती म्हणाली.

''म्हणजे ?'' तो चमकून म्हणाला.

''तुला आठवत असेल. तुला शिकवताना दद्दा म्हणायचे. आपण गाणं, आपली कला, ही आपल्या बरोबरीनं कधी उभी नसते. ती एका उंचीवर असते. आणि आपण तिथे पोचण्याचा प्रयत्न करत असतो....''

''हो.'' तो म्हणाला.

''अविनाश, एकदा दद्दांना बरं नव्हतं म्हणून मी तुमच्याबरोबर कॉन्फरन्सला आले होते. तेव्हा सुहा-सुधराईतली एक चीज दद्दांनी गायली होती. आठवतं, पारंपारिक चीज होती ! 'बंधा स...मा सूर लय ताल.''

"हो." अविनाश म्हणाला.

"मला ती तरी मिळवून देशील ?"

"बघतो." तो म्हणाला. त्याच्या खोलीत आता कामाकरिता कोणी कोणी यायला लागले, तेव्हा ती उठली.

"तुझा वेळ घेतला." ती म्हणाली.

"किती दिवस आहेस ?"

"उद्या ललिताकडे जाईन."

"नाही. इंडियात म्हणतो."

"पंचवीसचं तिकीट आहे."

अविनाश तिला सोडायला बाहेर गेटपर्यंत आला.

"ऊन फार आहे. तुला सवय नसेल आता !"

"मला ऊन आवडते उलट." ती म्हणाली.

"घरी ये. जेवायलाच. कधी येतेस ? मी कळवतो आणि ते पत्रही शोधतो. मिसेस, आय मीन उत्तराच माझी पत्रांची फाईल सांभाळते. तिनं ठेवलं असेल..."

"आता पत्राची गरज नाही. मीच तर भेटले नं तुला ?" ती म्हणाली.

"बाय दे वे, उत्तरा चांगलं गाते, माहीत आहे नं ?"

"हो."

"तिचा काही प्रोग्रॅम तू तिकडे अॅरेंज करू शकलीस तर पाहा." तो म्हणाला.

"बघते." ती म्हणाली.

अविनाशनं त्याचं कार्ड तिला दिलं.

"तुझा पत्ता आहे माझ्याजवळ." ती म्हणाली. तिने अविनाशचा निरोप घेतला.

बाहेरचे ऊन बेमुर्वत वाढलेले अविनाशसारखे. एका नावाजलेल्या कॅसेटच्या दुकानाशी ती थांबली. काही तरुण मुलांनी स्वागत केले अदबीनं. समोरचे गिऱ्हाईक त्यांना महत्त्वाचे वाटले. त्यांची अदब, तत्परता बघून तिलाही क्षणभर वाटले, की आपण खरंच कुणी खूप महत्त्वाचे आहोत ! दद्दांचे नाव त्यांना माहीत नव्हते. पण तिथे एक बुजुर्ग बसला होता. त्याला समजलं, की तिला काय हवं आहे !

"बंबईमे आपको उनकी एल.पी.मिलेगी." त्याने सांगितले.

तिने बाहेर येऊन ऑटो ठरवली.

ऑटोवाल्याने पत्ता विचारला.

रामपारा, स्ट्रीट सेव्हनटीन...." तोंडातून निघाले. मग ती गोंधळली. केशवच्या घराचा पत्ता सांगितला.

राधा घरी आली. आज मालिनीबाई तिच्याकरता जेवायच्या थांबल्या होत्या. ती

जरा थकून गेली होती. उन्हात जाणे झाले. पण हाती काही पडले नव्हते. मालिनीबाई थांबल्या होत्या म्हणून ती जेवायला बसली.

"तुम्ही कशाला थांबत बसलात बाई ?" ती म्हणाली.

"वा ग ! तू जेवायची राहिली आणि मीच जेवून घेऊ ?" त्या म्हणाल्या.

राधाला कालचा दिवस आठवला. विमानतळावर तिनं पाहिलेली केशवभैय्याची वाट....

जेवायचा विशेष बेत होता. केशवभैय्याचे जेवण झाले होते. दोघी बसल्या.

"एवढे केलेत बाई ?"

"तू उद्या ललिताकडे जायची आहेस ! मग केव्हा वेळ तुला ? त्या म्हणाल्या.

"म्हणजे हे निरोपाचं जेवण समजायचं का ?" ती हसत म्हणाली.

"छे ग निरोप कसला ! हवं तर तुझ्या येण्याचं जेवण समज !"

तिचं जेवण होत आल्यावर मालिनीबाई म्हणाल्या. "राधा, तू हर्षूचं तिकडे काही जमव. त्याला तिकडे बोलव. एम.बी.ए. वगैरे काहीतरी करेल इथे. मग तिकडेच बोलाव त्याला. दद्दांजवळ ठेवावं लागतं हे मला नाही आवडत. मी तर यांना म्हणते आपण तिकडे राहू...."

राधा एकदम बोलली नाही. तेव्हा मालिनीबाई म्हणाल्या,

"तसा, तुझ्यावर आमचा हक्कच आहे नाही का ?"

"हो." ती म्हणाली.

तेव्हा तिला काही वाटलेबिटले असेल तर ते नाहीसं करण्याकरता त्या घाईघाईत म्हणाल्या, "अनु तशी तू. तिला म्हटलं असतं तसं तुला म्हणते."

"हो." ती फक्त तेवढंच म्हणू शकली.

रात्री रणजितचा फोन. साडेनऊ होऊन गेलेले.

"तू उद्या हिसारला जाणार आहेस नं ?'''

"हो."

"म्हणूनच केला फोन."

"ग्वाल्हेरला येणार आहेस नं ?"

"काही चॉईस आहे का ?" रणजित म्हणाला. मग त्यानं विचारलं, "आसपास कुणी आहे ?"

"नाही. का ?"

"वहिनी, केशव ?"

"नाही, आत आहेत. कां ?"

"राधा, मला फ्लॅट घ्यायचा आहे. थोडी मदत करू शकशील का ? कमीत

कमी साडेतीन तर हवेच !''

''श्रीकरला विचारून कळवते.'' ती म्हणाली.

''कां ? तुझी इतकी सर्व्हिस झाली. तू नाही देऊ शकत ?''

''तसं नाही. श्रीकरला फक्त विचारते म्हटलं.''

''तुला कठीण नाही. श्रीकर माझा मित्रच आहे. पण आमचा हक्क तर तुझ्यावरच आहे !'' रणजित म्हणाला.

''हो.'' ती म्हणाली. तिकडून फोन ठेवला.

ती खिडकीशी उभी राहिली. बाहेरचा अंधार, रस्त्यावरचे दिवे, सुनसान शांतता ! इतर बंगल्यातून लागलेले दिवे. केशवभैय्याच्या घराचं बंद फाटक....थोड्या वेळानं त्याला लागणारे कुलूप....कुठल्या हक्काच्या गोष्टी करताहेत हे सगळे ?....आणि कशाकरता ? काही थोडं मागण्याकरता ! या माणसांनी इतकं दिलं ! जी माणसं फक्त देण्याकरताच होती ! त्यांच्यावर अशी मागायची वेळ यावी ? तीही आपल्याजवळ ? हक्क, असे बोलून दाखवायचे असतात ? त्यांचा असा उच्चार असतो ? इतका भडक ? बटबटीत ? हक्क तर तनमनातून झिरपत झिरपत येतात ! आपण इतक्या लांबून येतो एका ओढीनं. एक देणं मनात ठेवून. या माणसांचं, इथल्या वास्तूचं इथे ओळखीच्या झालेल्या रागा-लोभाचं, इथल्या कडक उन्हाचं पावसाचं, त्या अजस्त्र लोखंडी फाटकाबाहेरच्या मुक्त श्वासाचं.....येताना काही ओळखीच्या खुणा जपून आणतो, त्या इथे शोधतो आणि हे काय भलतंच ?

हिसारचा प्रवास हा संपूर्ण उन्हाचा आणि रखरखीत होता केशवभैय्या टॅक्सीत एकटं नको म्हणाले म्हणून मग बसच घेतली केशवभैय्यानं बसपर्यंत सोडून दिले. बसस्थानकावर प्रचंड गर्दी गोधंळ, घाण होती. राधाला ते सगळं असह्य होत असतानाच एकीकडे वाटत राहिलं की कदाचित हेच सगळं वाट्याला येण्याचे आपले प्राक्तन होते. सातची बस आठला निघाली. एक्सप्रेस असूनही मधे मधे उगाचच थांबत राहिली. रोहतकला तर बंदच पडली आणि चांगली पाऊणएक तास थांबली. ऊन वाढत होते काही थंड घ्यावेसे वाटले. पण तिथे घ्यायला किळसच वाटली लोक बिनदिक्कत घेत होते. पिवळा रंग टाकावा असे लिंबू सरबत लस्सी, फंटा....सगळे गाडीखाली उतरले. पण ती बसूनच राहिली बसमधली मुलं, पुरुष....बायका त्यांचे पंजाबी हेल असलेले बोलणे....हे सगळे तिथे फिटच होत होते. त्यातून फक्त आपण वेगळे झाले आहोत ! वेगळे राहिलो आहोत ! लहानपणी असे पिवळे लिंबू सरबत किती हवे वाटायचे. तो रंगच आवडायचा. आज या सगळ्यापासून आपण दूर आहोत. आपलेच वास्तव आपण दुरून बघतो असे होते आहे. कॅनडा ते ग्वाल्हेरमधले दद्दांचे घर या लांबलचक प्रवासात हा टप्पा ठरवलेला नव्हता.

यापासून खूप दूर वेगळं सुरक्षित आपण राहिलो. त्या भल्या थोरल्या कुलपाबाहेर हेही एक जग होतं. ते आपल्या वाट्याला नव्हतं आलं. एकदा मुलांना, श्रीकरला घेऊन अशा बसने फिरून सगळं दाखवायला हवं. पायाच्या तळव्यांना ही मातीही लागली पाहिजे.

बाराला बस हिसारला पोचली. ललिताच्या घरी पोहोचेपर्यंत साडेबारा. ललिता वाटच बघत होती. तिच्या मिस्टरांनीही सुट्टी घेतली होती. ती आल्याचा ललिताला झालेला आनंद स्पष्टच दिसला. ललिताने तिला एकदम जवळच घेतले. ती पायाशी वाकली तेव्हा पाया पडू दिले नाही.

''बसवरच येणार होते; पण इथल्या बसचा काही भरोसाच नसतो.'' ललिता म्हणाली.

''त्रास झाला असेल बसचा !'' ललिताचे यजमान म्हणाले.

''तसा थोडा झाला उन्हाचा, पण मला चांगलंही वाटलं. किती वर्षांत असा बसने प्रवास नाही केला.''

दिवसभर ललिता इकडचं तिकडचं सारखं बोलत राहिली.

जेवणं झाल्यावर दोघी पडल्या. राधा सवयीनं तिच्यापासूर जरा दूर अंतर राखून निजली. कितीही जवळची असली वाटली तरी ललिता दद्दांची मुलगी होती. तिच्यात नि राधात तेरा वर्षांचे अंतर होते.

''जवळ सरक नं राधा !'' ललिता म्हणाली.

राधा जवळ सरकली. ललितानं तिचा हात हातात घेतला;

''राधा तू आमच्याकडे आली तेव्हा माझं नुकतं लग्न झालं होतं; आठवतं ?''

''हो.'''

''मला तुझा माहीत नाही, पण खूप राग यायचा. तुला कळायचं का ते ?''

''हो. मी तो अनुभवला आहे.''

''तसा आमचा सगळ्यांचाच तुझ्यावर राग होता. एक जया सोडून.....दद्दांनी तुला नोकर म्हणून वागवलं नाही. शिकवलं, बरोबरीचा दर्जा दिला....याचा तो राग होता.''

''हो.''

''नुसती हो हो काय म्हणते राधा !''

''ललिता, मी तुमचा राग कधीच लक्षात ठेवला नाही. सगळ्या गोष्टीत तो फार छोटासाच होता. तुमचं घर, तुम्ही लोक, दद्दा, हे सगळं एका उंचीवर होतं ललिता, आणि मी फार खाली होते !''

''असं काही नसतं. तू शिकलीस. हुशार निघालीस !''

"ज्या मुलीची सकाळ अंथरुणात डोकं खाजवत व्हायची तिला पहाटे दद्दांचं गाणं ऐकायला यावं, ही सर्वात मोठी गोष्ट होती."

"तरीही राधा, तू तूच होती म्हणून तू ते मिळवलं, दद्दांचं प्रेम, विश्वास, श्रीकरसारखा मुलगा. तुझ्या जागी कुणीही दुसरं असतं तरी त्याचं इतकं चांगलं होऊ नसतं शकलं. अविनाश प्रकरणाच्या वेळेसच तुझा कस लागला. तू अविनाशबरोबर पळूनही गेली असतीस तरी तुझे धिंडवडे निघाले असते. अविनाश मुळीच भरोशाचा नव्हता. तुला त्यावेळी काही कमी त्रास नाही झाला !"

"माझं हे वय दद्दांनी बरोबर ओळखलं."

"हे सगळं त्यांनी आमच्या वेळी नाही केलं राधा. ते स्वत:तच राहिले. स्वत:च्या कलेत, साधनेत ! आई गेल्यानंतर आम्ही अक्षरश: पोरक्यासारखे वाढलो. दद्दा जेवढं तुझ्यात गुंतले तेवढे आमच्यात नाही. तुझ्यावरचा माझा राग त्यामुळेच होता बघ ! पण आता तू इथं नसती आलीस नं, तर मी स्वत:ला कधी क्षमा नसती केली !"

"क्षमेबिमेचं काय ललिता, आता इतक्या दिवसानंतर ?"

"तू आपणहून आलीस की दद्दा म्हणाले," तिनं विचारलं.

क्षणभर राधा बोलली नाही. मग म्हणाली. "हो, दद्दाच म्हणाले. ललिताकडे जा. तिला घेऊन तुम्ही दोघी या ! पण ते नसते म्हणाले तरी एखादेवेळी....मीच...."

"पण तू फोन केला नसतास तर मी नव्हते येणार राधा. दद्दांच्या समारंभालाही नव्हते येणार. जसा काही तो समारंभ तू ठरवला आहे म्हणून सर्वस्वी तुझाच आहे.'

"तुला असं वाटलं तर मी दोष देणार नाही." राधा म्हणाली.

"दद्दांनी तुला मुद्दामच पाठवलं असेल मग ?"

"नाही. तसं नसेल ललिता !"

"मग कसं असेल ?"

"दद्दाकडे मी एकदम जाणार. इतके दिवस घरात कुणी बाईमाणूस बघणारं नाही. एक समारंभ ठरवलेला. पुन्हा तू घरची म्हणून आधीपासून असावी असं त्यांना वाटलं असेल !"

"म्हणजे अजूनही तू बाहेरची आणि मी घरची ?"

"अजूनही म्हणजे ?" राधाला समजलं नाही.

"तुला माहीती आहे ? जयाला तुझ्याबद्दल होतं."

"हो. ते आकर्षणच नं ?"

"नाही. नुसतं आकर्षण नाही. जया दद्दांना म्हणाला तुझ्याशी लग्न करण्याबद्दल !"

"हो ?" ती आश्चर्याने म्हणाली.

"त्यावेळी दद्दा काय म्हणाले होते माहिती आहे ?" म्हणाली, "इतकी बाहेरची मुलगी घरात कशी आणायची"

राधा बोलली नाही.

"तू पुन्हा श्रीकरमधे गुंतलेली होतीस ! श्रीकरमध्ये नि तुझ्यामधे वयाचं अंतर होतं राधा, नऊ वर्षांचं. श्रीकर मोठा होता, पण दद्दांनी त्या लग्नाला उत्तेजन दिलं. जयाला नाही समजून घेतलं !" ललिता थांबली.

राधा अगदी बोलली नाही तेव्हा ललिता म्हणाली, "वाईट वाटलं का तुला ? हे बोलायला नको होतं !"

"नाही." राधा शांतपणे म्हणाली.

"नुसती हो-नाही काय म्हणते राधा ?" ललिता उठूनच बसली.

"मग काय म्हणू ?"

"या घराचे उपकार मानायचे ते मान तू. पण स्वत:ला इतकं कमी लेखून ?" ललिताला आलेला राग मावत नव्हता तिच्यात राधा उठून बसली. ललिताच्या खांद्यावर हात ठेवून म्हणाली. "ललिता-"

ललितानं तिचा हात बाजूला केला.

"अजूनही तशीच आहेस ! सांगू का ? हे सगळे चढउतार तुमच्या घरामुळे अनुभवले. रंगाच्या इतक्या छटा असतात, गडद फिके रंग असतात, ते एकात एक मिसळले की त्यांचा एक वेगळा रंग होता. हे सगळे मला तुमच्या घरामुळे कळले...."

राधा उठली. फ्रीजमधून पाणी घेतले. डोळ्यांना लावले.

"डोळ्यांची आग होते ?" ललिता म्हणाली.

"अग, बसचा प्रवास उन्हाचाच झाला."

"केशवनं तुला आणायला हवं होतं."

"मी म्हटलं नाही."

"तू आहेस तर आता दद्दांचे घर गजबजेल. त्याला अर्थ येईल. मी वर्षातून एकदोनदा जाते. दोन दिवस राहून येते. सामान येते ते पुड्यांतून, साधे डब्यात जात नाही..."

"हर्षू तिथे असतो नं ?"

"त्याचा एक वेगळाच खाक्या. तो दद्दांकरता तिथे आहे असं वाटतच नाही. अभ्यासावरलं लक्षही उडालं आहे त्याचं. दद्दाकडे तो मोकाटच सुटला आहे. आता त्या घरातली मजाच गेली. दद्दांना ऐकूही येत नाही."

"यंत्र नाही वापरत ?"

"त्यांनी त्यांच्या कानात मोठेमोठे आवाज येतात."

"ललिता, मी इतक्या लांबून दद्दांचा वाढदिवस करण्याकरता इथे तडफडत आले, याबद्दल तू एक चकार शब्दही काढला नाहीस ! इतरांसारखंच तुलाही ते

मूर्खपणाचं वाटतं ?"

"नाही. मला ते मूर्खपणाचं वाटत नाही. इतक्या तिडीकीनं माणूस एखादी गोष्ट करतो ती मूर्खपणाची कशी म्हणता येईल ?"

राधानं ललिताचा हात धरला.

"आम्ही इतकेजण आहोत. पण फक्त तुलाच हे करावंसं वाटलं. लांबून यावंसं वाटलं. इतरही कारणं असतील तुझी." राधानं ललिताचा हात घट्ट धरला, इथे ललिताकडे आपल्याला सांगून बघता येईल, ते सांगता सांगता स्वत:लाच समजेल. फक्त दद्दांच्या निमित्ताने आलो हे पूर्ण खरं नाही. याहूनही काही वेगळंही खरं आहे. गेल्या दोन वर्षात एक निष्क्रियता आलेली. कुठं लांब येऊन पडलो असे झाले. अंतरच खायला धावले. नोकरी सोडली. पैसे मिळवण्याचाच कंटाळा आला. पैसे मिळवून जे जमवले त्याचाही आला. जगण्याचे जणू प्रयोजनच संपलेसे वाटले. काही हेतू समोर राहिला नाही. दद्दांना स्वत:च्या गाण्याचा आवाज परतून काही संदेश घेऊन ऐकायला हवा असायचा. त्याखेरीज त्यांचे स्वर चाचपडायचे. तसंच आपलंही होत आहे का ? सारे सुसज्ज फ्लॅटमध्ये बंदिस्त होऊन गेले आणि त्या बाहेरचेच काही हाकारत, आले. खुणावत राहिले. त्यांनी ओळखीच्या खुणाच फक्त दिल्या. पण त्याची मनातल्या मनातही मांडणी करता आली नाही.

"मधे दद्दांचं घर बंद ठेवावं असा प्रस्ताव होता-" ललिता म्हणाली.

"कां ?" राधाला एकदम ते बरे वाटले नाही. एकदमच बंद ....नाही, नाही.

"दद्दांना मधे बरं नव्हतं. पण राधा, त्यांना ठेवायला कुणीही तयार नव्हतं !"

"कां ? तूही ?"

"मी परस्वाधीन."

"परस्वाधीन ?"

"हे आता रिटायर होतील. मुलं जिथे राहतील तिथं घर बांधायचं. आता आपणच मुलांच्या भरोशावर..."

"पण तू तर दद्दांकडे जाऊन राहिलीस तर..."

"नाही, राधा. आपण दद्दांकडे जाऊन राहण्यापेक्षा तेच इकडे बरे....पण दद्दाच कुठे जायला तयार झाले नाहीत. आणि कुणाची लाज उघडी पडली नाही. आपण ज्या घरात वाढलो ते घर हळूहळू बंदच होऊन जावं हे सहन झालं नसतं. आणि तुझ्या आताच्या येण्यामुळे त्या घराला वेगळाच अर्थ येईल ?"

राधा पाहत राहिली....आपल्या अशा येण्याला सोपं करून टाकलं ललिताने, त्याला अर्थ दिला.

संध्याकाळी ललिताचे यजमान आणि त्या दोघी खूप लांब फिरायला गेल्या.

रस्ते काही तिथल्यासारखे निर्मनुष्य नव्हते. आणि फार गर्दीही नव्हती. राधाला अप्रूपचं वाटले.

तिकडे अशी पायी फिरताना माणसं नाहीच दिसणार. फिरतात त्या मोटारी. मी सुरुवातीला गेले तेव्हा रस्त्यावर माणसंच दिसेनात. माझा जीवच घाबरायला लागला.''

''आता काय वाटतं ! तेच बरं वाटत असेल ?'' ललिताचे यजमान म्हणाले.

राधा बोलली नाही.

''इथे कधी काळ्याशार धुळीचे वादळ उठते. केव्हाही, कुठेही असतो आपण. धूळ इतकी गडद असते की काही वेळा समोरचे काही दिसत नाही. मग थोड्या वेळानी हळूहळू थोडे थोडे दिसत जाते.'' ललिता म्हणाली.

''मला आवडेल ते. धूळ आवडते मला. अशी तर खूपच.'' राधा म्हणाली.

जेवणं झाल्यावर ललितानं विचारलं, 'दद्दांच्या काही कॅसेट काढणार आहेस नं ?''

''हो.''

''मग माझ्याकडे त्यांचे काही जुनं रेकॉर्डिंग आहे.'

''हो ?'' राधानं चकित होऊन विचारलं.

''कां ? ते माझ्याकडे असेल असं नाही वाटलं तुला ?''

''अजिबात नाही ! मी घरात आले तेव्हाच तू लग्न होऊन गेलीस. माझ्यासमोर दद्दांचं जे गाणं होतं त्याचा तुझ्याशी कधी संबंध आलेला मी पाहिला नाही. मी अविनाशकडे गेले होते. रणजितलाही लिहिल. फोनवरही सांगितलं, की मुंबईला त्यांनी बघावं.''

''अविनाशची तुला काहीच मदत होणार नाही !''

''दद्दांच्या काही चांगल्या कॉन्फरन्सचं रेकॉर्डिंग....''

''ते बरंचसं माझ्याजवळ आहे. ते मी दद्दांकडूनच घेतलं. आम्ही कुणी त्यांचं गाणं तर उचललं नाही. एवढं तर करायलाच हवं होतं !''

ललिताकडून आपण याची जराही अपेक्षा नव्हती केली.....!

''ऐकायचं ?''

''उद्या सावकाशीनं, आज झोपू.''

''पड तू. सारखं बोलत होतो आपण. थकलीही असशील !''

राधा झोपायला गेली. अंथरुणावर पडली. झोप लागता लागता वाटलं, ललिताकडे जायला दद्दांनी सांगितलं म्हणून आलो. ललिताकडे येणं जरुरच होतं. आपल्या या प्रवासातला हा टप्पा महत्त्वाचा असेल....

सकाळी राधाला अगदी पहाटेच जाग आली. पण उठावंसं वाटलं नाही. अंग मोडून आलं. ताप वाटला. नाकाडोळ्यांतून गरम गरम वाटत राहिलं. डोकं, अंग विलक्षणच दुखत होतं. शेजारीच पाण्याचा तांब्या ठेवला होता. त्यातलं घोटभर पाणी पिण्याकरता ती उठली, कालचं थंड पाणी आता कोमट, मचूळ झालं होतं. पाण्याचे दोन घोट घेऊन ती परत अंथरुणावर येणार, तो तिला दिसला झाडांवरून गच्चीच्या कठड्यावर एक मोर येऊन बसला. सरावानं, ओळखीनं त्यानं इकडे तिकडं पाहिलं. मग झाडावरच्या आपल्या दोस्ताला आवाज दिला. पिसारा फुलवला. तो मोरही आला. कठड्यावरून ते गच्चीवर उतरले. त्यानेही पिसारा फुलवला. दोघं एकमेकांना पाहत होतो. राधाला झाडांवरून अजून मोर दिसले. ते झाडांच्या रंगात जणू लपूनच गेल्यासारखे झाले. हळूच खिडकी उघडली तर त्या गर्द राईवर तर दोन अजून दिसले. हे काय मोरांचे बन होते ? काल ललिताच्या घराबाहेरची ही बाजू बघताच नव्हती आली. राधा पाहत राहिली. आपल्या उष्ण श्वासानेही ते मोर उडून जातील म्हणून तिने श्वासही आवरून धरला. सूर्य उगवत होता. हिरव्या पानांवरून, हिरव्या, मोरांवर त्यातल्या निळ्या रंगावर उगवतीचा प्रकाश सांडत होता. त्या स्पर्शाने मोरांचा रंग वेगळाच झाला. एवढ्या उन्हातही हिरवी गर्द राहिलेली ही झाडं, आभाळ, रस्ते, सारे निरव होते. आवाज, होता तो फक्त मोरांचा. गच्चीत अजून एकदोन मोर उतरले, त्यांनी पुन्हा पिसारा फुलवला. राधाला यावेळी मोराचा डोळा स्पष्ट दिसला. शाळेतल्या पुस्तकात जपून ठेवलेले मोराचे पीस. आणि हा समोरचा संपूर्ण मोर. त्यातल्या डोळ्यांसकट. दद्दा पहाटे भटियार म्हणायचे. त्यात एक आर्द्र करुणा होती. आळवणीही होती. तीच या मोरांच्या डोळ्यात आहे का ? आपला चारा टिपताना आलेला पाझर मोर पिसाऱ्यातल्या याच निळ्या डोळ्यातून....! आपल्याला लपेटलेल्या चादरीवरही एक चिमुकला मोर विणला होता म्हणे ! आपल्या लांबलचक प्रदक्षिणेतील हीच का जन्मांतरीच्या ओळखीची खूण ? अनाथाश्रमाच्या मागेही एकटे दुकटे मोर यायचे. पहाणे संपायचेही नाही तो उडून जायचे. त्यावेळी एकदा वाटले होते, की आपण शालीत कोंडून आहोत. आणि मोर बाहेर आहेत. पण असे समोर अवचित, संपूर्ण पिसारा फुललेले, आपला निळा डोळा घेऊन.....ती आवेगाने थरथरायला लागली. आपल्याला खूप ताप चढला आहे हे तिला कळले.

जाग आली तेव्हा उन्हे वर आली होती. ललिता तिला उठवत होती.

"चांगलीच तापलीस ग ?"

"ते गेले का ?" राधाने विचारले.

"कोण ग ?"

"मोर ग ! पहाटेच दिसले.''

"पहाटे पुष्कळदा येतात इथे.'' ललिता म्हणाली.

"आजारी पडायलाही तुझ्याकडे आले हे तरी किती चांगले झाले ललिता ! किती दिवसात असा तापबिप आलाच नव्हता. एकदम मोठी होऊन गेले होते.'' ललिताचा हात धरून राधा म्हणाली. ललिताने तिला थोपटले. केसावरून हात फिरवला. दुपारी ताप होताच एकपर्यंत. ललिताच्या यजमानांची धावपळ होत होती. राधाला ते बरं वाटलं नाही.

"ताप कमी होईल ग ! त्यांना सांग.'' राधा ललिताला म्हणाली.

"हे पहा खूप दिवसात घरात लहान कुणी आजारी पडावं असं झालं आहे त्यांना. मनवताहेत तर मनवू दे.'' ललिता हसत म्हणाली.

"कॅसेट लावतेस दद्दांच्या ?'' राधा म्हणाली.

"कोणत्या लावू. तुझ्याजवळ आहेत त्या सोडून लावू.''

"तुला आवडतात त्या लाव. मला गाणं कुठे समजतं ललिता ?''

ललिताने काही एल.पी. लावल्या. आवाज स्पष्ट नव्हता. खरखर होती. काही जुने दुर्मिळ रेकॉर्डिंग होते त्यांच्या कॅसेट होत्या. काही कॉन्फरन्समधले. काही आकाशवाणी संगीत संमेलनातले....मेघ, तोडी, भटियार, मुलतानी, पूरिया, श्री, मारवा, मालकंस....एकेका रागातून एकेक सलग संपूर्ण ऋतूच समोर येत गेला. बहराचा, पानगळीचा, पावसाचा, थंडीचा, गारठ्याचा, उन्हाचा. ते ऋतू अंधार-प्रकाशासारखे एकात एक मिसळलेले राधाला वाटले. डोळे मिटून ती ऐकत होती. ताप चढत होता. एका रागाचे स्वर ओळखीचे वाटले. दद्दा तो नेहमी म्हणायचे. चीज ओळखीची होती. दुपारी बारा वाजला मध्यान्हीला ती चीज पुष्कळदा ऐकलेली तिला आठवली.

गगन चढ आयो

भानू दुपहारे

तपत भई

तनमन की छबी न्यारी....

हे असे ऊन आपल्याला तिकडे नाही अनुभवता आले. त्याकरता आपला देशच हवा. उन्हाचा, तापलेल्या मध्यान्हीच्या सूर्याचा. तापलेल्या तनमनाचा तो एकजिनसी अनुभव......चढणारा तापही त्यात मिसळला....त्या उन्हाच्याच रंगाचा, कढत श्वासांचा झाला.

"कोणता राग ग ?'' तिने ललिताला विचारले. एल.पी. वरली अक्षरं पुसटली आहेत. कळत नाही.'' ललिता म्हणाली.

"एक तुलसीदासांचे भजन लावते. छान आहे. दद्दा अलीकडच्या मैफिलीत

नेहमी म्हणायचे.''

"हो ? पूर्वी दद्दा भजन म्हणत नसत.''

"हल्ली म्हणायला लागले होते.'' ललिताने कॅसेट लावली. दद्दांचा आवाज या कॅसेटमध्ये वेगळा वाटला. या आवाजात त्यांचे वय उमटले होते. पण स्वरात एक वेगळाच जीव ओतलेला होता.

कहाँ की वसियत हो
केनू है गमनवा
केनू ग्राम केनू धाम
केनू कारन तुम त्यजो है भवनवा....

दशरथाच्या आज्ञनेवरून सरयूपार करून राम लक्ष्मणसह, सीतेसह वनवासाला निघतात. एका ठिकाणी विसाव्याला थांबतात. तिथल्या ग्रामवधू रामराजाला ओळखत नाहीत. सामान्य पांथस्थ समजून सीतेला हे प्रश्न विचारतात. राधा ऐकत राहते. पूर्वी हे भजन कुठेच ऐकले नव्हते. ग्रामवधू सीतेला प्रथम राहण्याचं ठिकाण विचारतात. मग कुठे जायचं ते ! घर का सोडलं ते ! त्यातला पती कोणता ? दीर कोणता ? सीतेला सगळी उत्तरं देता येतात. पित्याचे वचन पाळण्याकरता पतीने घर सोडले. त्यातला सावळा आहे तो प्रीतम आणि गोरा आहे तो देवर....सीता सांगते. राधा ऐकत राहते. त्या ग्रामवधूंनी विचारलेले प्रश्न इतके छोटे, इतके सोपे, साधे नसतातच. तुम्ही कुठून आलात ?तुमचा पती कोण ? तुमच्या जगण्यातली ओळखीची खूण कोणती ?....हे प्रश्न साधे नाहीत. त्यांची उत्तरंही साधी नाहीत. तुमचे कुणीतरी सुरू करून दिलेले आयुष्य, त्यात काही आंतरिक सूत्रं आहेत का ? की कुठेतरी उकीरड्यावर असतो ते आज इथे आहोत एवढाच त्याचा छोटासा अर्थ आहे ! दद्दांचे ते रेकॉर्डिंग अलीकडचे जास्त स्पष्ट आले आहे. दद्दांना त्यावेळी ऐकू येत होते. त्यांच्या गाण्यातून त्यांना दिसलेला रस्ताही स्पष्ट दिसतो आहे.....

राधाला ताप चढला. चारच्या पुढे गेला. ललिता घाबरून गेली थंड पाण्याच्या पट्ट्या कपाळावर ठेवल्या. तापाच्या तारेत अनाथाश्रम, कुलूप, मोठ्या बाईंचे रागीट डोळे, लोखंडी फाटक सारे एकात एक होऊन गेले होते !

ताप उतरेतो तीन दिवस लागले. राधा थकून गेली. अशक्तपणा आला. तोंडाची चवच गेली.

"दद्दांना कळवून देऊ की दोन दिवसांनी....''

"कळवले आहे.'' ललिता म्हणाली.

"काय म्हणाले ?''

"त्यांच्याशी कुठे बोलले ? हर्षूला निरोप दिला.''

"काळजी करतील.''

"नाही करणार ते. अशी आपली काळजी वगैरे करण्यातले नाहीत. वाट पाहिली असती त्यांनी, म्हणून फोन केला." ललिताने तिला स्पंजिंग करून दिले. कपडे बदलून दिले. पातळ मुगाची खिचडी, आमसुलाचे सार, लिंबाचे जुने लोणचे.....असं गरम गरम खायला दिले. राधाच्या डोळ्यात पाणी आलं. ललिताच अशी आहे की तिनं आपल्याला काहीही मागितलं नाही. उलट न मागता काही दिलं. मर्माचं ! आपण तिच्या मनातला रागच फक्त पाहिला, अनुभवला.....

"कां ग ?" ललिता म्हणाली.

"काही नाही."

"तापात तू खूप बडबडत होतीस. मोर काय, कुलूप काय !" ललिताने सांगितलं.

दद्दांकडे जायला दिल्लीहून दोघी निघाल्या. ललिताचे यजमान नंतर येणार होते. दिल्लीहून निघताना राधा ललिताला म्हणाली, "हा आता माझा शेवटला टप्पा, नंतर परतायचे...."

"का ? पुन्हा नाही येणार ?"

"तसं नाही, एका उद्देशाने केलेला प्रवास. त्यातला हा अखेरचा टप्पा. दद्दाकडे येणं...."

स्ट्रीट सेव्हन्टीनवरचे दद्दांचे ते जुनेपुराणे घर.....स्ट्रीट सेव्हन्टीन सुरू झाला तेव्हा राधा अधीर झाली. तिला सर्वांगाचा सूक्ष्म कंप जाणवला. हाताचे दोन्ही तळवे तिनं एकमेकांवर घासले.

"कां ग ?" ललिताने विचारले.

"काही नाही."

घराशी टॅक्शी थांबली, ललिता पुढे गेली. राधाने सामान उतरवले. हर्षूने सामान आत घेतले. दद्दांच्या घराचे फाटक तेच जुने. रंगाचे पोपडे उडालेले. आवारातली झाडं निघालेली. आवार उजाड, उद्ध्वस्त वाटले. कुठे कुठे बेशिस्त गवताचे पुंजके वाढलेले आणि पावसाअभावी ते पिवळे पडलेले, घरावरली दद्दांच्या नावाची पाटीही पुसटून गेलेली कंपाउंडवॉलवरची. तंबोऱ्याची आडवी आकृती, त्यातल्या भोपळ्याच्या टवका उडालेला....

ललिता आत पोचली होती. दद्दांचा आवाज आला तेव्हा राधा घाईने समोर गेली. मनापुढे एक सुसंगत चित्र होते. संध्याकाळच्या वेळी पोहोचू तर दद्दा फिरायला गेले असतील, सकाळी पोहोचू तर ते रियाज करत असतील. यावेळी पोहोचू तर ते पूजा करत असतील, आपली वाट बघत तेच सामोरे येतील, हे चित्र कधीच समोर नव्हते. ललिता दद्दांजवळ गेली. राधा थोडी दूर उभी राहिली त्यांना बघत. ते

ताठ होते. वयाने वाकले नव्हते. तेच गोरे पण तांबूस, तप:पूत नजर. त्यांनी ललिताला जवळ घेतले. राधा पायांशी वाकली. तिच्या डोक्यावर त्यांनी हात ठेवला.

"कशी आहेस ?" त्यांनी विचारलं. त्यांच्या हातावरच्या सुरकुत्या तिला जाणवल्या. त्यांनी आपल्यालाही जवळ घ्यावे असे वाटत असतानाच ते म्हणाले, "इतक्या लांब आलीस बेटी धडपडत !" त्यांचा बेटी शब्द तेवढा तिने धरून ठेवला.

"प्रवास कसा झाला ?" त्यांनी विचारले. ललिता आंघोळीला गेली. हर्षू इकडे तिकडे होता. दद्दा खोलीत होते. ती खोलीत गेली. दद्दा गुणगुणत होते. तिला पाहताच गुणगुणणं थांबवलं. "ये" म्हणाले. ती त्यांच्या खोलीत त्यांच्याजवळ बसली. खोली तीच पण किती बदललेली ! तंबोरे गवसणीत बंद होते.

"आजकाल गाणं अजिबातच बंद का दद्दा ?"

"काय म्हणालीस ?" ते म्हणाले.

हाच प्रश्न जोराने ओरडून विचारावा असं तिला वाटलं नाही. ती काय म्हणाली ते त्यांना ऐकू नव्हते आले. पण तिला काय विचारायचं होतं हे त्यांना समजलं होतं.

"आजकाल स्वर लिहून ठेवतो. गुणगुणतो. तंबोरा लावता येत नाही. खुंट्या पिळता येत नाही. लागलाच तंबोरा तर ऐकूही येत नाही," ते म्हणाले ते तिला समजलं. ललिता आली.

"तू आंघोळ करून घे. गरम पाणीही आहे नहायचं असेल तर शाम्पूची बाटली आहे बाथरुममध्ये...."

ही ललिता मला काय सांगते ! कुठे काय आहे हे मला तिच्यापेक्षा जास्त चांगलं माहिती आहे, राधाला वाटलं.

आंघोळ झाल्यावर राधा घरभर हिंडली. झोपाळा काढून टाकला होता. त्या झोपाळ्यावरून ती एकदा पडली होती. त्या झोपाळ्याचे नुसते हलके होते आता. एकदा परीक्षेत चांगले मार्क मिळाले, नंबर आला, पण दद्दांनी विचारलंही नाही. म्हणून ती रुसून बसली होती. बरं नाही म्हणून जेवायला आली नव्हती. ताप बघायला दद्दा आले, तेव्हा म्हणाली होती, "बरं आहे मला. ताप नाही. तुम्ही मला माझा नंबर विचारला कां नाही ? म्हणून मी रागावले आहे." एकदा दद्दांशी घराला नाव द्या म्हणून मागे लागली.

"तुम्ही तुमचं स्वत:चं द्या नाव. एखाद्या रागाचं, तुम्हाला आवडणाऱ्या."

"ते कसं देता येईल ?"

"कां नाही देता येणार ?"

"राग, स्वर ही कला आहे. ती आपल्यापेक्षा नेहमी एका उंचीवर असते. घर ही आपली नेहमीची गरजेची वास्तू आहे."

"मग साधना हे द्या नाव."

"ते तर मार्गीचे नाव आहे, ते कसे द्यायचे !"

तिला पटकन राग येत असे तसा त्यावेळी आला. "सगळ्या गोष्टीला नाहीच म्हणता."

"त्यापेक्षा तूच दे एखादं तुझ्या आवडीचं नाव." दद्दा हसत हसत म्हणाले होते.

काही दिवसांनी मग सुचलं. मोर - मयूर - पण नुसतं मयूर. त्यापुढे व्हिला, विहार वगैरे काही नको होतं. ते नाव दद्दांना सांगितलं तर मोठ्याने हसले.

"वा ! या नावाचा माझ्याशी काही ऋणानुबंध नको का ?"

ती गोंधळून गेली होती.

.....ललिताकडून केलेल्या दद्दांच्या कॅसेट तिनं त्यांना दाखवल्या. नातवाच्या मऊ मऊ जावळावरून हात फिरवावा तसा त्यांनी त्यावरून फिरवला.

"मी तुमच्या गाण्याच्या कॅसेट काढणार आहे दद्दा. काही मुंबईला मिळतील. तुमच्याकडच्याही टेप करीन. जाताना हे सगळे मार्गी लावूनच जाईन." ती म्हणाली.

"तू याकरता इतक्या लांब आलीस ?...." दद्दा म्हणाले.

ते तिच्या बोलण्यावर उत्तर म्हणून होतं का नाही ? असा तात्काळ प्रत्यक्ष संवाद दद्दांशी शक्य आहे तरी का ? पण त्यांचा हात कॅसेटवर होता. राधाने त्यांच्या खोलीत पाहिले विशेष बदल नव्हता. दोन तंबोरे. रेडिओग्राम. एक टेपरेकॉर्डर त्याला लागूनच एक शेल्फ. त्यात त्यांच्या जुन्या, एल.पी., छोट्या रेकॉर्डस्. काही कॅसेट. आणि संगीतावरली पुस्तकं - ग्रंथ. संगीत रत्नाकर, रागविलास, रागतरंग....अनवट चिजांचे संग्रह....तेच सगळं. ती पूर्वीपासून पाहत आली हाती. फार तर काही कॅसेट, पुस्तकं यांची भर पडलेली. त्यांच्या या ध्यासाने त्यांचं सारं आयुष्य व्यापून टाकलं होतं. पण त्याला लागणारी सामुग्री साधनं यांनी या खोलीची एक पूर्ण भिंतही धरून ठेवली नव्हती. गाणं साधं षौक म्हणून पाळणाऱ्याचे घरही त्या षौकानी झळाळतं त्या रुबाबातच वावरते. इथे ती गोष्टच नव्हती. दद्दांच्या वाढदिवसाचा एवढा सोहळा उभा करून आपण चूक तर नाही करत ? राधा थोडी अस्वस्थ झाली.

दोन दिवसांनी जया आला. विशाखा, मुलं वेळेवर पोहोचणार होती. पण एकट्या जयाने घर दुमदुमले. तो सारखा कुठल्या ना कुठल्या विषयावर बोलत राहिला. त्याने घराला रंग सुरू करून दिला. दोन दिवस तर भिंतीचे पोपडे खरवडून काढण्यात गेले. घरात एखादे मंगल कार्य असावे तसेच सुरू झाले सगळे. वाढदिवसाच्या दिवशी होम करायचा ठरला. सकाळी काही निमंत्रित मंडळी जेवायला. ललिता आणि जया यांच्या उत्साहाला तर सीमाच राहिली नाही. केशव, मालिनीबाई, अनु, तिची मुलं आल्यावर तर ते लग्नघरच वाटायला लागले. राधा गोंधळली.

वाढदिवसाचे हे असे स्वरूप आपल्यापुढे नव्हते हे तिला कळलं. याहून काही वेगळं हवं आहे. माणसाच्या आयुष्यभराच्या व्रताचा गौरव याने या उत्सवाने नाही होत. उत्सव सजवायचा असतो. जो माणूस या सजण्याधजण्यापासून आयुष्यभर दूरच राहिला त्याला ही कौतुकं देऊन काय मिळणार ? ती त्याच्याकरता की स्वत:करता ? घराला रंग चढत असताना ती दद्दांच्या खोलीत बसून दिवसभर त्यांचे जुने राग, चिजा रेकॉर्ड करत राहिली, एल.पी. वरून, जुन्या रेकॉर्डिंगवरून. दद्दा आणि ती दोघंच खोलीत. रेकॉर्ड करताना दद्दा त्यांचेच गाणे ऐकत नव्हते. रेकॉर्डिंगचा आवाज ती बाहेर येऊ देत नव्हती. मधून मधून कसे झाले रेकॉर्डिंग हे बघण्यापुरते ती आवाज मोठा करी. स्वत:चा चांगला टेपरेकॉर्डर ती घेऊन आली होती. तो, ती, दद्दांचे गाणे आणि दद्दा एवढेच खोली. दद्दा गुणगुणत होते, त्यांचे वेगळेच गाणे ! ते त्यांच्या चेहऱ्यावर फुललेले ती बघत होती. तंबोरे घेऊन गाताना तिनं दद्दांना बघितलं होतं. तेव्हाही त्यांचं गाणं त्यांच्या चेहऱ्यावर असंच फुलून उमटलेलं दिसायचं. दद्दा गुणगुणत होते आणि मधून मधून लिहितही होते.

"काय लिहिताहात ?" तिनं एकदोनदा विचारलं. त्यांना ऐकू आलं नाही. जयाने आवाज दिला म्हणून राधा बाहेर गेली.

"काय करते आहेस ? आम्ही इथे मरतो आहोत ?" तो म्हणाला.

"मी रेकॉर्ड करते आहे."

"तुझा तो टेपरेकॉर्डर मी मारणार आहे राधा !"

"ती वेळच मी येऊ नाही देणार !"

"म्हणजे ?"

"मी तो तुला देऊनच जाईन !" ती हसत म्हणाली.

"माळ्यावरून ही बघ छोटी दुचाकी सायकल मिळाली. ही तुझीच नं ?" जया म्हणाला.

"हो." राधा एकदम पुढे आली. ती सायकल हातानी जवळ सरकवली. त्या अजाण वयात दद्दांजवळ घेतलेला हा पहिला हट्ट. खूप मागे लागल्यावर त्यांनी तो पुरवला. सायकल आणली. आणून दिली केशवभैय्यांनीच. मालिनीबाई म्हणाल्या होत्या, 'या मुलीला तिची जागा नीट दाखवून का देत नाही तुम्ही लोक ? शिकवतो आहोत तेवढं पुरे नाही का ?' त्या अजाण वयातही ते शब्द बोचले होते. तिची जागा वगैरे शब्द न कळताही. ती ही सायकल. त्यानंतर हट्ट कुठला धरलाच नाही. अविनाशचे आणि आपले प्रेम एखाद्या अशा हट्टासारखेच होते. आता या वेळी तिला समजले. एखाद्या वस्तूचा आग्रह असावा तसाच तो अजाण वयातला हट्ट होता.

"ही सायकल तू घेऊन जा तुझ्याबरोबर." जया म्हणाला, तिला चिडवत.

"इतकं स्वस्तात नाही सोडणार मी !" ती हसत म्हणाली.

रात्री ती झोपाळ्यावर बसली. रंग लावून झाल्यावर मालिनीबाईंनी नातवासाठी पुन्हा झोपाळा लावला होता. समोर पूर्वी मोकळे मैदान होते. तिथे एक चाफ्याचे झाड होते. पांढरी आणि आतून पिवळा रंग असलेली ती फुलं नेहमी फुलांच्या ऋतुत झाडाखाली पडलेली असायची. माळ्याने एकदा ती फुलं, झाडत नेली तेव्हा केवढे रडायला आले ! एवढ्या लांबलचक आयुष्यातला कितीतरी आठवणी याच घरातल्या आहेत ! कृष्णाच्या आ वासलेल्या तोंडात यशोदेला गोकुळ, गोकुळातली ती स्वत: कृष्णाला मारायला हात उगारलेली आणि पुन्हा आ वासलेला कृष्ण, खाल्लेली माती दाखवणारा, हे सगळे दिसावे तसे राधाला झाले. हे घर, ही वास्तू, इथले जगणे, राग, लोभ, आनंद, दु:ख, प्रेम, निराशा, अपेक्षा हेच सगळे संपूर्ण आयुष्यात मध्यभागी होते ! अनाथाश्रम आणि अमेरिका ही दोन टोकं तिच्या आयुष्यातली. पण इथून कुठून सुरुवात नव्हती. आणि तो तिथला काही अंतिम टप्पाही नव्हता. सारे झरे इथूनच फुटत होते, या घरातून.....! भास, आभास आणि आपले जगलेले आयुष्य यांची विलक्षण सरमिसळ झाल्यासारखे तिला झाले. काळाचे मर्यादा दाखवणारे टप्पेही पुसट होत गेलेले वाटले. एक विलक्षण असीम निवांत अवस्था ती अनुभवत राहिली. आजकाल हीच अवस्था हवी होती हेही आतून कळले. तिकडच्या रंगीबेरंगी कोलाहलात, पैसे कमावण्यात, श्रीकरच्या सहवासात, मुलांना मोठं करण्यात, ती मोठी होऊन स्वत: स्वतंत्र, आत्ममग्न दूर अशी पाहण्यात. कुठेही हा निवांत स्पर्श अनुभवला नाही....या ओढीनेच इथवर आलो. केशवभैय्या आणि बाईंनी आणले म्हणून ही भावनाच यावेळी नव्हती. इथे आपले असणे हेच फक्त खरे होते. जे असते ते असे कशाकशावर अवलंबून नसते. कुणी झोपाळ्यावर बसलं आहे हे कळलं.

"अंधारात एकटी बसलीस ?" जयाचा आवाज आला. ती बाजूला सरकली.

"अंधार कुठे आहे ?" जयाने पाहिले, खरंच, अंधार नव्हता, मंद संयमित प्रकाश पसरला होता.

"झोप नाही येत ?"

"हं."

"मलाही येत नव्हती." जया म्हणाला.

"किती वाजले ?" तिनं विचारलं.

"पाऊण वाजून गेला !"

"ती उठायला लागली. पण जयानं हात धरून तिला बसवलं. "बस नं." तो म्हणाला. ती बसली. पायाचा रेटा देऊन झोका काढू लागली.

"झोका नको." तो म्हणाला. तिनं पायानं झोका थांबवला.

"गरम फार आहे, नाही ?" त्याने सुरुवात केली.

"हो."

"तुला सवय नसेल !"

"मी इथलीच तर आहे रे !"

"मला तुझा पुष्कळदा हेवा वाटला आहे राधा !"

"कां ?"

"नाही सांगता येत. पण वाटला आहे."

"तो वाटू देऊ नको जया. मी तिकडचे कित्येक दिवस इकडे वळूनच घालवले आहेत !"

"कां ? श्रीकरनं तुला-"

"नाही, नाही, तसं नाही." ती म्हणाली. क्षणभर थांबली.

"श्रीकर खरंच खूप चांगला आहे जया. पण कधी खूप चांगला असणं पुरत नाही."

"म्हणजे ?"

"आम्ही तिकडे दूर राहतो. खूप पैसे मिळवतो. त्या पैशांनी सगळं मिळवतो. पण सगळं म्हणजे काय ते पहिल्यांदा नाही कळत. हळूहळू कळत जातं की आपल्या दु:खासुखाच्या कल्पना तर त्याच जुन्या मातीतून उचलल्या आहेत. फक्त कुंडी बदलली असते जया. माती तीच असते...."

"तू नोकरी सोडलीस ? ललिता म्हणत होती."

"हो."

"कां ? घरी तरी काय करतेस ?"

"काही नाही. मला कंटाळाच आला जया. पैसे मिळवायचे, खर्च करायचे. हे कशासाठी ? असं वाटलं !"

"निष्क्रिय नाही वाटत ?"

"थोडं वाटतं नं ! पण ते तर नोकरी करत होते तेव्हाही वाटत राहिलंच..."

"आमचं असं होणार नाही. नको वाटलं तरी आम्हाला असा जॉब सोडता येणार नाही." जया म्हणाला.

"पैसे मिळवण्याचा संबंध स्वत:च्या गरजांशी असतोच तसा स्वत:शीही असतोच नं ! जे जगतो आहोत ते आपलं जगणं नाही. आपल्याला जे हवं होतं त्यापासून आपण कुठच्या कुठे दूर गेलो असं वाटायला लागलं तर...."

"आम्हाला असं वाटण्यापुरतीही सवय नसते डोकं वर काढायला." जया म्हणाला.

"असं कां म्हणतोस ?"

"मनात पुष्कळ गोष्टी असतात राधा. राहून जातात. इथे पूर्वी समोर मैदान होते.

तिथे मला घर बांधायचं होतं.''

''दद्दांचं घर असताना ?''

''त्यांच्याबरोबर राहण्याची कुणाची टाप होती ? मला त्या बांधलेल्या घरात तुझ्याबरोबर राह्यचं होतं.'' तो सावकाश विचारपूर्वक म्हणाला.

''जया !''

''म्हणजे बघ नं, आमचं घोडं उधळून उधळून थांबलं कुठे, तर दद्दांच्या घरासमोरच्याच मैदानात ! तुझ्याबरोबर कुठे दूर बीर जाण्याची स्वप्नं नाही पाहता आली.'' तो सावरून मुद्दाम गमतीनं म्हणाला.

पण तिला हसू आलं नाही.

''तुझी मुलं कशी आहेत ?'' त्याने विषय बदलवला.

''चांगली आहेत.''

''त्यांना इकडे नाही आणत कधी ?''

''आणायचं काय ? त्यांनाच नाही आवडत इथे ! माझ्याशी झालेल्या लग्नाने माझे श्रीकरच्या घरचे संबंध दुरावलेच. श्रीकर तेवढा आला की भेटतो. मुलं एकदा येऊन गेली.''

''तुझी मुलं कशी वाढली तिकडे ?''

''आपल्यासारखी नक्कीच नाही. आपण जास्त चांगले वाढलो. घडलो म्हण हवं तर !''

''आपण म्हणजे ?''

''म्हणजे तू, मी....'' तिचे बोलणे पुरे व्हायच्या आधी जयाने तिला जवळ ओढले. तिच्या ओठांवर ओठ ठेवले. त्याचा आवेग इतका विलक्षण होता की तिला हलताही आले नाही....जयाची मिठी सैल झाली. तो गेला. राधा पुतळ्यासारखी झाली. केवढे वादळ त्याच्या आवेगात होते ! तरुण वयातला त्याचा स्पर्श भिन्न होता. त्यात साहस, आकर्षण होते. आणि हा त्याच्या मनात खोलवर भिनलेला....द्वंद्व ! राधा भानावर आली तेव्हा आपल्याला आत जाऊन झोपायचे आहे हे तिला आठवलं.

सकाळी रणजित आला. त्याची बायकोही. आल्या आल्या त्याने इतके पैसे खर्च करण्याबद्दलच तोफ डागली. थोडा वेळ दद्दांजवळ बसून थोडं बोलण्याचा प्रयत्न करून मग रणजितने ते सोडूनच दिलं. मग सगळी बसली असताना रणजित म्हणाला,

''दद्दांशी बोलणं म्हणजे कठीणच ! रंग लावला हे ठीक झालं. पण हे होम, जेवण हे जास्त नाही होत ? याची फायनान्सर राधाच आहे का ?

''असं समजायला हरकत नाही !'' राधा हसत म्हणाली.

''राधाच कशाला ! आपल्या घरासाठी आपण पैसे खर्च केले तर काय

बिघडतं ?'' ललिता म्हणाली.

"हे सगळं मी करतो आहे तेव्हा पैसे मीच देईन. कुणी काळजी करायची गरज नाही.'' जया म्हणाला. रागाने.

"आता सगळे या निमित्ताने जमलोच आहोत तर ही वादावादी कशाला ?'' केशव म्हणाला.

"पूर्वी एकदा हर्षूच्या मुंजीत जमलो होतो. त्यानंतर आज.'' ललिता म्हणाली.

"पण तेव्हासुद्धा दद्दा कॉन्फरन्सचं निमित्त काढून गेले होते. मुंज लागून गेल्यावर परतले, मला आठवतं....'' मालिनीबाई म्हणाल्या.

"तेव्हा गाडी लेट झाली होती. ते येणार होते.'' जया ठासून म्हणाला.

"आय ॲग्री विथ वैनी. धिस ओल्ड मॅन इज व्हेरी मच सेल्फसेंटर्ड. मला इथे कधीही यावंसं वाटलं नाही. ही गुहा आहे दद्दांची.'' रणजित म्हणाला.

"काय हे !'' त्याच्या बायकोने त्याला टोकलं.

"मग आलात कां.....तुम्ही ?'' जया रागाने म्हणाला.

"राधा इतक्या लांबून आली. आपण इतक्या जवळून नाही यायचं म्हणजे....''

जया पुन्हा रागाने काही बोलणार तो ललिता म्हणली, "दद्दा बिचारे तिकडे बसलेत. आणि आपण त्यांच्याबद्दल असं बोलतो इथे. त्यांना ऐकू येत नाही म्हणून. काय हे रणजित ! हीच वेळ सापडली तुला ? इतके वर्षांनी सारी एकत्र जमलो. माहीत नाही पुन्हा कधी....''

"वा ! पुन्हा जमूच नं आपण...दद्दा गेले म्हणजे ! पण तेव्हा राधा नसेल. पण नाही, येईलही ही ! हिचा उत्साहच दांडगा.....त्यावेळी दद्दांचं चरित्रबिरित्र लिहायचं ठरवेल.'' रणजित हे इतकं हसत आणि थट्टेत म्हणाला की सर्वांनाच हसू आलं.

सारी एकेक करत उठली. रिकाम्या कपबश्या, खाण्याच्या प्लेट, चमचे ट्रेमध्ये भरून राधा घेऊन जायला लागली, तेव्हा जया तिला मदत करायला वाकला. हळूच म्हणाला, "कालचं.....ते.....व्हायला नको होतं राधा ! पण आय ॲम नॉट सॉरी फॉर दॅट.....

राधा अवाक्षर बोलली नाही. जया तिला यावेळी अतिशय खरा वाटला.

परवा एकोणीस तारीख. एक दिवस तेवढा मधे होता. दिवसभर फार गरम होत होते. पाऊस पडावा असे वाटत होते. घरातला प्रत्येकजण कामाला लागला होता. रणजित, त्याची बायकोही राग विसरून जुंपली होती. हर्षूही मदत करत होता. माईक, हॉल बुक केलेला, तिथल्या चकरा. दद्दांचे नाव, त्यांची जगलेली पंच्याऐंशी वर्षं. एक तंबोरा. जीवेत् शरदः शतम् ही अक्षरं.....हे सगळं एका निळ्या मखमली पडद्यावर उमटलं. या सगळ्यापासून दूर, अलिप्त, एकटे असे दद्दा मात्र त्यांच्या

खोलीत गुणगुणत काही लिहित होते. जसा सोहळा त्यांचा नव्हताच. दुसऱ्या कुणाकरता होता. जया दद्दांचे नवीन शिवलेले कपडे घेऊन आला. ''घालून पहाता ?'' त्यांनी दद्दांनी विचारले.

''ठीक, चांगले आहेत कपडे.'' ते म्हणाले.

''शालीचा रंग आवडला ?''

''शाल चांगली आहे.'' ते म्हणाले.

''तुम्ही काही बोलाल दद्दा ? सत्काराला उत्तर म्हणून ?'' जयाने जोराने ओरडून विचारले. पूर्वी दद्दांनाच वरच्या पट्टीत बोललेलं चालत नसे.

''मी काय बोलू ?'' ते म्हणाले.

''काहीही. जे तुमच्या मनात असेल ते !'' जया म्हणाला.

संध्याकाळ झालेली. घरावर दिव्यांच्या माळा लावायला माणसं आली म्हणून जया गेला.

''काय गुणगुणता ? काय लिहिता दद्दा ?'' राधाने लिहिलेल्या मजकुरावर बोट ठेवले.

''मैफिली कमी झाल्या. संपल्या. रियाजही राहिला नाही. मग डोक्यात वेगवेगळ्या स्वर कल्पना वेगळे रस्ते यायला लागले. ते गुणगुणून बघतो. मैफिली सुरू होत्या, गळा तयार होता, तेव्हा ते सुचलं नाही. स्वर तेच ते. त्यांच्या मिश्रणाने जे तयार होऊ पहातं ते मात्र नवं आहे. रंग तेच जुने. पण त्यांच्या काही वेगळ्या मिश्रणाने वेगळेच रसायन तयार होते, तसे...''

''बघू ?'' राधाने ती वही घेतली. त्यातले अवाक्षर तिला कळले नाही. अक्षरं एकावर एक उमटलेली होती. दाबून लिहिल्याने ती मागच्या बाजूनं फुटली होती. काही उमटलीही नव्हती....

.....'कुणाकडून लिहून का नाही घेत दद्दा ?' हे ओठावरले शब्द तिने मागे परतवले. दद्दा ते कसे सांगणार ? लिहिणारा लिहील तरी काय ? ते तर फक्त दद्दांच्याच अंतरातून उमटणारे स्वर....तिनं त्या अक्षरांवरून हात फिरवला.

''हे इतर कुणाकरता नाही. ते माझ्यापुरतं समजायचं !'' दद्दा तिला काय म्हणायचं ते समजून म्हणाले. तिनं त्यांच्याकडे पाहिलं. त्यांना मैफिलीत स्वत:चं गाणं त्याच्या श्वासासकट ऐकू यायला हवं असायचं. त्यातून त्यांना संदेश मिळायचे. त्याशिवाय पुढचा रस्ता दिसायचा नाही. आताही त्यांचे कान नाहीत. पण त्यांचे गाणे त्यांना ऐकू येते, त्यापेक्षा जास्त दिसतेच आहे.

दद्दा काही गुणगुणत होते. तंबोरे लावताना, गाणं म्हणाताना, त्यांचं गाणं जसं त्यांच्या चेहऱ्यावर उमटायचं, डोळ्यातून त्याचा प्रकाश यायचा, तसंच हे गुणगुणंही त्यांच्या चेहऱ्यावर पसरलेलं तिनं पाहिलं. त्यांच्या थकलेल्या डोळ्यातही ते उमटलं.

त्याचा प्रकाश त्यांच्या चेहऱ्यावर पडलेला वाटला.

"काय गुणगुणता दद्दा ? म्हणा न मोठ्यानं !" ती जरा मोठ्यानंच म्हणाली. पण ते ऐकायला त्यांना कान लागले नाहीत. ते जरा नीट बसले. कानावर हात ठेवला. दुसरा हात पुढे केला. एक षडज् पकडला. तंबोरा वगैरे काही नकोच होतं. ते म्हणायला लागले.

कोन ठगवा नगरिया लूट लयो
कोन ठगवा.....

राधा कॅसेट ठेवून रेकॉर्ड करायला उठली. पण त्यांनी तिला थांबवलं. "कबीराचं भजन आहे." ते म्हणाले. त्यांनी पुन्हा सुरू केलं. आवाज जरा हलत हेलकावत स्थिर होत गेला.

कोन ठगवा नगरिया लूट लयो
कोन ठगवा
चंदन काठ के बनल खटोला
का करे उलझीन उलझीन उत लयो
कोन ठगवा....
उठ सखी री माँग सवारो
दुलहा मोसे रूठ लयो
कोन ठगवा...
कहत कबीरा सुनभई साधो
जगसे नाता तुट लयो
कोन ठगवा....

गाण्याचे शब्द म्हणता म्हणता दिसतच गेले. दिसता दिसता दर्पणच होऊन गेले. जगण्याचे निमित्त, हेतू, प्रवाह, सारे सरमिसळ होऊन त्यांचा एक वेगळाच रंग होऊन गेला. ओळखीच्या खुणा भेटत गेल्या. कोण होता. हा दद्दांच्या गाण्यातला ठग ? हौसेने मांडलेला, सजलेला सारा खेळच याने विस्कटून टाकला. त्या खेळाचे सगळे रंगच हिरावून घेतले !

दद्दा थांबले. आतबाहेर प्रकाशाचे एकच रूप झाले. खोलीत दिवा लावायचेही भान नव्हते. ललिता आली. तिने दिवा लावला.

"दिव्याच्या माळा लावल्या. बघायला येता ?" ललिताने विचारले.

राधाचे तिच्याकडे लक्ष नव्हते.

❐

दीपावली, दिवाळी ९६

घोरपड

कधी कधी एखाद्या पुस्तकाचा आणि आपला योग अजिबात नसतो. पण कधी एखाद्या माणसाचा आणि आपला मात्र मस्त योग असतो. अगदी नको म्हणेपर्यंत. म्हणून ही गोष्ट माझी, दिवाकर विनायक रत्नपारखीची आणि एका पुस्तकाची आहे. दिवाकर रत्नपारखीची नि माझी ओळख कुठल्या मुहूर्तावर झाली कोण जाणे !

एक छानसा सुट्टीचा दिवस. डिसेंबर संपत आलेला, थंडी ऐन भरावर. तो सुट्टीचा दिवस गेलाही छान. नको असलेले पाहुणे नव्हते. काही नव्हतं. मी आणि माझे मिस्टर सौमित्र दोघंही लायब्ररीत गेलो. मला हव्या असलेल्या पुस्तकाची स्लीप मी दिली. सौमित्र ऑथर इंडेक्स बघत होता. किती तरी दिवसांनी मला हवं असलेलं पुस्तक मिळालं. लायब्ररीयनने पुस्तक समोर केलं आणि म्हणाला, पुस्तकाची प्रत एकच आहे.

कोणाला देऊ !

तेव्हा मी बाजूला पाहिलं.

'यांनाही हेच पुस्तक हवं आहे.''

बाजूला उभा असलेला माणूस हसला. काहीसं ओशट आणि लोचट हसू. मला तो माणूस अजिबात आवडला नाही. या पुस्तकाकरता मी लायब्ररीत पुष्कळदा स्लीप लिहिली होती. सुखासुखी ते पुस्तक असं हातचं जाऊ द्यायचं ! तेही पाहताक्षणीच मनावरुन एकदम ओघळून जाणाऱ्या माणसाकरता ! मी ते होऊ दिलं नाही. आणि त्यानंही फारसा आग्रह त्याच पुस्तकाकरिता केला नाही. दुसरं पुस्तक घेऊन तो मोकळा झाला. पण त्याने उगाचच एक सलगीचं स्मित केलं. दोघानींही एकाच पुस्तकाची स्लीप लिहावी याबद्दलची आगंतुक सलगी, त्या माणसाच्या आगंतुक नि काहीशा अनाग्रही, मख्ख चेहऱ्यावर पसरलेली मला जाणवली. मी एखादा शब्द

त्याच्याशी बोलण्याचा अवकाश तो बोलत सुटला असता असं मला वाटलं. मी घाईघाईनं मग सौमित्रला म्हणाले, 'चल लवकर', लायब्ररीच्या बाहेर आले तेव्हा मला मोकळं वाटलं. वरचं किरमिजी खुलं आभाळ, संध्याकाळचं सुटलेलं मंद वारं. ते अनुभवल्यावर मग माझ्या लक्षात आलं की मघा लायब्ररीत मला अगदी गुदमरल्यासारखं झालं. खरं म्हणजे नव्या जुन्या पुस्तकांचा वास मला खूप आवडतो तरीही.....

साधारणपणे महिन्याभराने अशाच एका संध्याकाळी तो घरी आला. त्यादिवशी मी माझ्या मुलाकरिता, सुधनकरिता मुद्दाम लवकर आले होते. त्याच्या शाळेत कसलं तरी फंक्शन होतं. त्याला बक्षीस मिळणार होतं. आम्ही दोघंही त्या फंक्शनला यावं असा तो हट्ट घेऊन बसला. मी जाण्याकरिता तयार झाले होते आणि सौमित्रची वाट पाहत होते. आम्ही दोघंही सर्व्हिस करतो. सकाळी नऊला बाहेर पडलं की संध्याकाळीच परततो. सुधनची शाळा सकाळची. तो दिवसभर एकटा असतो. मग त्याचे असे हट्ट मी पुरविते. तर मी अशी बाहेर जायच्या वेळेला 'तो' आला. मी त्याला ओळखलंच नाही. मग तो ते सलगीचं ओशट चिकट हसू हसला आणि मला थोडसं स्ट्राईक झालं. 'नमस्कार' तो म्हणाला. आणि हक्कानं नेहमीचा असल्यासारखा ऐसपैस कोचावर बसला. मी हात जोडले. पण माझ्या डोक्यात अनोळखच होती.

'मी दिवाकर विनायक रत्नपारखी' तो हसून म्हणाला.

पूर्ण नाव सांगायची काय गरज होती !

'पुस्तक वाचून झालं ?' त्याने विचारलं.

'पुस्तक ?'

'मी त्या पुस्तकाकरिताच आलो.' तो म्हणाला. तेच ओशट सलगीचं हसू घोळवत त्याने पुस्तकाचा आणि लायब्ररीचा संदर्भ देता देताच मला त्याची एकदम ओळख पटली. त्याच्या चेहऱ्यावरचे हसू अजिबात ताजे नव्हते. आतून उमलून आलेले तर नव्हतेच. ते हसू जणू त्याने चेहऱ्यावर गोठवलेलेच होते. असं हसण्याची त्यानं स्वतःला मुद्दाम सवय लावली असं वाटण्याइतपत ते कृत्रिम होतं. मला एकदम गुदमरायला झालं आणि मी त्या माणसाला एकदम ओळखलं.

''पुस्तक झालं वाचून ?'' त्यानं विचारलं.' 'नाही अजून.'

पंधरा दिवसांनी मी लायब्ररीत गेलो. पुस्तक आलं नव्हतं.

मला वाचायला अगदी निवांत हवं असतं. घाई गर्दीत उगाच पानं पलटवायला नाही आवडत. पण हे स्पष्टीकरण मी त्याला कशाला सांगेन. मी पुस्तक अजून सुरूच केलं नाही हे काही बोलले नाही. फक्त पुस्तकाला उशीर झाल्याबद्दल दिलगिरी व्यक्त केली. लवकरच परत करेन असं मात्र सांगितलं. पाणी हवं का

विचारलं. घाईगर्दीच्या वेळी मी त्याला दिलेला वेळ पुरेसा होता. तो आता उठेल असं वाटलं. पण तो जास्त ऐसपैस रेलत म्हणाला,

'मला तुमचा पत्ता कसा कळला याचं आश्चर्य नाही वाटलं ?' हातावरच्या घड्याळाकडे बघत मी नाईलाजाने विचारलं, 'कसा कळला ?'

"अहो लायब्ररीतूनच ! पुस्तक घेण्यासाठी पंधरा दिवसांनी लायब्ररीत गेलो. पुस्तक आलं नव्हतं.

"मग पुन्हा पंधरा दिवसांनी..........."

चेहऱ्यावर तेच हसू.......मला गुदमरायला लागलं. त्या दिवशी लायब्ररीत जवळ उभा असताना मला असंच वाटलं होतं. कोंडलेलं ते आठवलं. मग सौमित्रने माझी सुटका केली. "निघायचं ?" तो म्हणाला. मी घाईत उठले. सौमित्रची ओळखही करून दिली नाही. तो मात्र सावकाश उठला. त्याने टेबलावरचे जरा जुने मॅगझिन उचलले. कव्हर पेजवर सजवलेल्या ड्रॉइंगरुमचे आकर्षक चित्र होते. 'हे मी नेऊ का ?' तो म्हणाला. मी 'हो' म्हणून टाकले. त्याला कटवण्याकरता आणि माझा जसा दलदलीतच पाय फसला.

आणि पंधरा दिवस नाही होत तोच तो पुन्हा आला. संधिप्रकाशाच्या वेळीच. मी नुकतीच ऑफिसमधून आलेली. थकलेली होते. सुधन खेळायला गेला होता आणि सौमित्र यायचा होता. मी एकटी होते. संध्याकाळच्या वेळेचं हे असं एकटेपण अंगावर धावून येतं. आणि अशा वेळी तो आला. बेल कर्कश वाजली. मी लगबगीनं धावतच गेले. तर तो ! अद्यापही त्याचे बोट बेलवरच. बोट काढायचंच विसरल्यासारखं. 'अहो यायला काही वेळ लागतो की नाही ?' मी जरा चिडले तरी त्याचं ते ठेवणीतलं बेशरम हसू हसला.

'मी- दिवाकर विनायक.......' त्यानं सुरू केलं. प्रत्येक वेळी पूर्ण नाव कशाला सांगतो हा ! 'माहीत आहे मला' मी तुटकपणे म्हणाले. 'लोक विसरतात मला म्हणून सांगतो.' तो म्हणाला.

'मी तुमचं पुस्तक परत करायला आलो.' माझं कुठलं पुस्तक ते मला आठवेना. त्यानं पुस्तक समोर केलं. मी 'बसा' म्हणाले नाही तरी बसला. मग ते मॅगझिन धरुन म्हणाला, 'या कव्हरपेजवरलं चित्रं पाहिलं ?'

'हो ?' मी आश्चर्याने म्हणाले. महिनाभर ते मॅगझिन टेबलावर पालथं पडून होतं.

'यात रंग किती भडक वापरले' हे फर्निचरही हॉलला शोभेसं नाही. ड्रॉईगरुम पलिकडे आभाळ आहे. हे पडद्यातून दिसतं थोडसं. पण पडदे कसले दाट रंगाचे घेतलेत. माझी कल्पना वेगळी असते. ड्रॉईंग रुममधून शक्यतो समोरचे खुले आभाळ जास्तीत जास्त दिसायला हवे.'

दुसऱ्यांना गुदमरून टाकणारा हा माणूस खुल्या आभाळावरच्या गोष्टी सांगत होता.

'तुम्ही तुमचं घर बांधाल तेव्हा मला जरूर कन्सल्ट कराल,' तो म्हणाला. 'जन्मात याला कन्सल्ट करणार नाही. त्यापेक्षा घरच नाही बांधणार, मी मनोमन म्हणाले.

'मी इंटिरिअर डेकोरेटर आहे.' त्यानं स्वत:च सांगितलं.

'कुठे सर्व्हिस ?'

'घरीच ऑफीस थाटलं आहे', तो उत्साहाने म्हणाला, 'तुमचं हे घर स्वत:चं नाही हे मी कसं ओळखलं असेल !' तेच हसू चेहऱ्यावर पसरवून तो म्हणाला, 'आश्चर्य नाही वाटत !'

थकून मी विचारलं, 'कसं ?'

अहो मी लायब्ररीत तुमचा पत्ता पाहिला.

सौमित्र सालपेकर

रिझर्व बँक क्वार्टर्स.....

खूप बहादुरी केल्यासारखं तो सांगत होता. उद्या रिटायर झाल्यावर तर घर बांधालच तुम्ही. घराच्या बाबतीत माझ्या फार स्वतंत्र कल्पना आहेत. तुमची वाचण्याची जागा कोणती ! इथपासून तो माझ्या घरी तुम्ही जेवायला आलात तर तुम्ही कुठे बसायचं, तुमच्या मिस्टरांनी कुठे......

दोनदा भेटलो नि हा माणूस मी याच्या घरी जेवायला जाण्याच्या गोष्टी करतोय....मी बसलेय जायला.....खरं म्हणजे यावेळी माझा चहा व्हायचा होता. मी त्याला चहा ऑफर करणार होते. पण त्याच्या बोलत सुटण्याने घात केला.....

बाय द वे 'पुस्तक झालं वाचून ?' तो मूळ मुद्यावर आला. खरं म्हणजे सुरुच नव्हतं केलं. पण म्हणून टाकलं 'हो.'

'मग वापस नाही केलं ?'

'यांना म्हणजे मिस्टरांना वाचायचंय.......'

'ठीक आहे- येईन मी पुन्हा' तो म्हणाला.

मी धसकले. 'घेऊन जा तुम्ही आणि लायब्ररीतच, वापस करा. मी दोरच कापून टाकले. पण तो हार मानत नव्हता.

'पण तुमच्या मिस्टरांचं वाचून व्हायचंय ना ! मी घरीच आणून देईन. 'नका हो लायब्ररीतच वापस करा तुम्ही.' मी केविलवाणे म्हणाले.

त्यानंतर जेमतेम दहा दिवसच तो थांबू शकला. माझ्याकडे सुधनच्या वाढदिवसाची पार्टी होती. सुधनच्या दोस्तांबरोबर मी नि सौमित्रने आपापल्या खास मित्रमैत्रिणीही बोलवल्या होत्या. काही लोक आले होते काही येत होते. आणि मी त्याला फाटक

उघडताना पाहिलं. मला धस्सच झालं. मी सौमित्रला म्हणाले, मी घरी नाही म्हणून सांग ! माझ्याकडे आश्चर्याने पाहत सौमित्र म्हणाला.

"पण पाच मिनिटं बोलून का नाही घेत ?"

"नको. सौमित्र पाच मिनिटांत आटोपणारा माणूस नाही तो.'

मी घरी नाही हे सौमित्रने सांगितलं तरी तो आपला बसलेलाच. 'काय काम होतं ?' सौमित्रनं विचारलेलं मी ऐकलं.

'काम ? नाही !' तो म्हणाला.

पण उठला नाही. सौमित्र आणि माझ्याकडे आलेल्या लोकांशीही तो ऐसपैस अघळपघळ बोलला. प्यायला पाणी मागितलं. थंडीत पाणी किती पितो हा ! मला चीड येत होती. 'कटवत का नाही त्याला !'

कशाला तरी आत आलेल्या सौमित्रला मी रागानं म्हणाले.

'बसू दे गं ! निरुपद्रवी माणूस आहे तो.' सौमित्र म्हणाले.

चांगला अर्धा तास बसून तो गेला. चांगला दोनदा पाणी पिऊन. तेव्हा मी सुटकेचा निश्वास टाकला.

'त्याला थोडं खायला का दिलं नाही गं !' सौमित्र म्हणाला. 'इतकं तर केलं होतंस !' 'झालं ! मग इथेच बसून राहिला असता,' मी म्हणाले हसत हसत. मग माझ्या मैत्रिणीनं सांगितलं की त्याला, या दिवाकर विनायक रत्नपारखीला, दुसऱ्यांना असं बोअर करायची सवयच आहे. म्हणून तिनंही तिच्या ओळखीच्या लोकांच्या संदर्भात घडलेल्या त्याच्या बोअर करण्याच्या कथा सुनवल्या. त्याचा इंटिरिअर डेकोरेशनचा बिझिनेस नावालाच. तो रिकामाच असतो हे सांगितलं. पार्टीत तोंडी लावायला दिवाकर विनायक रत्नपारखीचा विषय पुरला. त्याची आम्ही सर्वांनी यथेच्छ टिंगल केली. आणि खूप हसलो......सौमित्रला ते फारसं आवडलं नाही तरीही......

मग मात्र तो आला तेव्हा मी त्याचं असं येणं पचवल्यासारखं त्याला म्हटलं, 'या' तो खूष झाला. हसला. ते हसू यावेळी कृत्रिम नव्हतं असं मला थोडसं वाटलं. आता तो हक्कानं कोचावर बसत म्हणाला, 'पुस्तक वाचंलं. परत करायच्या आधी म्हटलं विचारावं.......'

मी विचार केला म्हटलं पुस्तक परत करायला तर लायब्ररी कार्ड घेऊन येईलच. त्यापेक्षा नाहीतरी वाचून नाहीच झालेलं........' असू दे मी परत करेन.' मी सांगितलं.

'पुस्तक मला फार आवडलं. खरं म्हणजे त्याबद्दल कोणाशी-तुमच्याशी बोलावं म्हणून मी आलो....

'पण मला वेळ.......' मी सावध होत म्हणाले.

'वेळ' घेत नाही मी तुमचा' तो म्हणाला, मग म्हणाला न राहवल्यासारखा 'शेवटी मात्र लेखकाने घाण केली. स्वत:च्याच सुंदर चित्रावर स्वत:च शाई ओतून द्यावी तसं......' त्यानं दिलेली उपमा आवडली म्हणून मी आश्चर्याने त्याच्याकडे पाहिलं. कदाचित त्याच्याकडे लक्ष देऊनही मी प्रथमच पाहिलं ! तो गबाळाच होता. कधीच तयार होऊन येत नसे. चुरगळलेली पँट, मॅनिल्याच्या बटन्स उघड्या, जाड भिंगाचा चष्मा, डोक्यावर केसांचं दाट जंगल. त्यातले केस आता मधून मधून पांढरे झालेले. पण निमगोरा - थोडा देखणा. सरळ ताठसुद्धा उभा राहता येत नसल्यासारखा पाठीत वाकून उभा. खांदे पाडून, संपूर्णपणे अनाकर्षक, खांद्याला शबनम आणि हाताला घड्याळ. त्या घड्याळाशी काही संबंध नसल्यासारख्या तो माझ्याकडे येऊन बसत होता. मी प्रोत्साहन दिलं असतं, बोलले असते तर कदाचित तो तासन्‌तास बसला असता. मला थोडं हसू आलं. त्याला वाटलं मी त्याच्या बोलण्याला रिस्पॉन्स देतेय. तो प्रचंड खूष.......मग तो चांगलं दहा मिनिटं त्या पुस्तकावर बोलला, खुलून. शेवटी कादंबरीतला नायक आत्महत्या करतो ते अजिबात पटत नाही. पूर्ण पुस्तकभर तो तसा दाखवलेला नाही. मग जीवनाशी इतका समरस झालेला माणूस फटकन अशी आत्महत्या करून टाकतो......हे पटत नाही........तो पोटतिडिकिने बोलत होता. मी ऐकत होते. त्याच्या बोलण्याकडे लक्ष द्यावं असं प्रथमच घडत होतं. या संदर्भात मलाही काही बोलता आलं असतं. पण मी पुस्तक अद्यापही वाचलेलं नव्हतं. मग काहीतरी पुस्तकासंबंधी बोलले पाहिजे म्हणून मी एका दुसऱ्या पुस्तकाबद्दल बोलले. तेव्हा तो म्हणाला.

'ते आत्मचरित्र आहे. मी आत्मचरित्र नाही वाचत.''

'का ?'

'मला आत्मचरित्र आवडत नाही.'

'पण का ? काही आत्मचरित्र किती चांगली असतात.'

'पण मुळात आत्मचरित्र लिहावंच का माणसानं ! असतं काय आपल्या सामान्य आयुष्यात लोकांनी वाचावं असं ! बोअर होतात आत्मचरित्र !'

मी थक्क. दुसऱ्यांना बोअर करण्याची कला याला तर चांगली अवगत होती. आणि हा म्हणत होता की आत्मचरित्र दुसऱ्यांना बोअर करतात.

'पण पुष्कळांच्या आयुष्यात असतात असामान्य घटना-क्षण-त्याबद्दल त्यांना लिहावंसं वाटतं.......' मी म्हणाले.

'तुमच्या आयुष्यातलं, इतरांनाही असामान्य कशावरून वाटेल ?' तो म्हणाला. मला उत्तर सुचलं नाही. पण पुष्कळ दिवसांनी या माणसाशी मी बरोबरीच्या पातळीवर येऊन बोलू शकले याचा मला आनंद झाला. यावेळी तो मला बराच सुसह्य झाला. मग त्याला छानशी कॉफी करून दिली. काही खायलाही दिलं. ते

संपवत तो म्हणाला,

'एकदा तुम्ही जेवायला या घरी' मी ते आमंत्रण स्वीकारल्यासारखं म्हणाले,' घरी कोण कोण आहेत तुमच्या ?'

'माझी आई फक्त......

'तुम्ही लग्न..... ?' मी आमच्या एकतर्फी मैत्रीची एक पायरी ओलांडली.

'नाही केलं......' तो संथ, निर्वीकारपणे म्हणाला.

'का ?' माझा अगंतुक प्रश्न.

'का ते नाही सांगता येत-'

'कदाचित फार चांगल्या मुली सांगून येतही नसतील !', तो प्रांजळपणे म्हणाला. त्याच्या सहवासात त्याच्या बायकोलाही गुदमरायला होईल का ? माझ्या मनात आले. त्याच्याशी इतकं एका पातळीवर येऊन बोलूनही मनातली कल्पना मी सौमित्रला सांगायचं ठरवलं. मग तो उठला. विसरलोच म्हणून त्याने जवळच्या शबनमधील एक पुस्तक त्याने बाहेर काढलं. 'हे सुधनला द्या. त्याच्या वाढदिवसानिमित्त. त्यादिवशी माहीत नव्हतं.

'याची काय गरज !' मी पुटपुटले.

'इटस् माय प्लेझर' तो म्हणाला. मी पुस्तक घेऊन तशीच उभी.

'पुस्तक उघडून तर पहा'. तो म्हणाला.

पुस्तक उघडलं, अरेबियन नाईटसूचं भाषांतर होतं. सुधनला सप्रेम भेट असं वेलबुट्टी काढून सुवाच्च अक्षरात लिहिलं होतं. त्याच्या वाढदिवसाची तारीख होती. आणि त्या खाली निळं फिकट आभाळ नि त्यातले वर झेप घेणारे दोन पक्षी काढले होते.

'थँक्स्' त्याला ऐकू जाईल न जाईलसं मी पुटपुटले......त्यानं काढलेल्या त्या रेखांत एक अकृत्रिम सहजता होती. ती त्या माणसात अजिबात नव्हती.

त्या पुस्तकाचा नि माझा योग सरळ नव्हताच. ते पुस्तक परत करण्याविषयी लायब्ररीचं कार्ड आलं तेव्हा मी ते न वाचताच परत करून दिलं. आणि तरीही दिवाकर विनायक रत्नपारखी हा येत राहिला. हळूहळू एका आठवड्यातच दोनदा सुद्धा.....आला की चांगला तासभर बसू लागला. आता संध्याकाळचीच अशी वेळ त्याने धरली नव्हती. तो दुपारचाही येई. आम्ही दोघं नसता सुधनशीही बोलायचा. असेल ते पुस्तक चाळायचा. कागदावर पेन - पेन्सिलनं रेखाचित्र काढायचा. कधी नुसताच बसायचा. आणि जायचा. पण हक्काने यायचा. आमच्यावर कसला हक्क तो मानत होता आणि आम्ही मानून घेत होतो, कोण जाणे पण आम्ही त्याला सहन करीत गेलो. सौमित्र म्हणाला तसा तो निरुपद्रवीच होता. पुस्तकांशिवाय त्याला बोलायला विषय फारसे नव्हतेच. हळूहळू तो माझी पुस्तकंही बदलून आणू लागला.

त्याच्या पुस्तकाबरोबर. त्याच्या वाचनाचा वेग विलक्षण होता. आमचा स्नेह वरवरचा आणि बराचसा एकतर्फीच होता. आम्ही त्याच्या खाजगी आयुष्यात कधी डोकावले नाही. आमच्या घराची गरज असल्यासारखा तो फक्त येत राहिला. नुसतं बोअर करण्यापलीकडं त्यानं आम्हाला जास्त छळलंही नाही. उन्हाळ्याच्या सुट्टीत मी आणि सौमित्रनेही चांगली महिन्याची सुट्टी घेतली. आम्ही फिरून आलो. मी माहेरी मनसोक्त राहून आले. ताजेतवाने होऊन घरी आलो तो त्याचे पोस्टकार्ड पडलेलं.

'मी तुम्हा लोकांना फार मिस केलं. आलात की कळवा, कार्ड टाकून लायब्ररीच्या पत्त्यावर.'

मी थोडी चकित झाले, थोडी नाराजही. स्वत: ताजीतवानी होऊन आल्याने धावपळीच्या आयुष्यात असं नवं ताजं होऊन येणं किती आवश्यक आहे हे मला कळलं होतं. या माणसाच्या पत्राने मला पुन्हा पुन्हा जुन्या रुटीनशी जखडून टाकलंस वाटलं. हा स्वत:ही कुठं जाऊन फिरून का नाही येत ? मी त्याला आल्याचे कार्ड काही लिहिले नाही. त्याने त्याच्या घरचाही पत्ता दिला नव्हता....सुधनची शाळा सुरू झाली तसं त्याचं महिना दीड महिना थांबलेलं येणंही सुरू झालं. पावसापाण्यातही तो येतच राहिला.

.......डिसेंबर ते डिसेंबर एक पूर्ण वर्ष उलटले. थंडीच्या बहराचा तोच ऋतू पुन्हा आला. मला थंडी खूप आवडते......पहाट संपत येते त्यावेळी शाल पांघरुन कधी कधी मी फिरायला जाते. सौमित्र नि सुधन गाढ झोपलेली असतात.....सुधन सौमित्रच्या अंगावर एक पाय नि एक हात टाकून मस्त झोपलेला असतो. सौमित्रही लहान मुलासारखा चेहरा करून झोपतो गाढ. मी मात्र उठते. चूळ फक्त भरून फिरायला जाते. रस्ता न ठरवता. त्या दिवशी अशीच फिरायला गेले मन भरुन. तो त्या परतण्याच्या रस्त्यावर मला 'तो' भेटला. मला आता यावेळी तो मुळीच नको वाटला. आभाळातून ऊन थोडे थोडे मोकळे होत होते. ते बघत मी रमत गमत परतत होते. आणि अचानक तो समोर.....

'अरे......' तो हसला, काहीसे प्रसन्न. आजकाल त्याचे हसणे ताजे वाटत असे मी मनोमन कबूल केले.

'मी तुमच्याकडेच येत होतो', तो म्हणाला.

'ते तर दिसतच होतं.

'मी तुम्हा दोघांना एक प्रेझेंट आणलंय.'

'आज काही माझ्याकडे कुणाचा वाढदिवस नाही !'

'आजची तारीख कोणती ? तो उत्साहाने म्हणाला.

मी तारीख सांगितल्यावर खूप मोठी गोष्ट सांगत असल्यासारखं विजयी मुद्रेने म्हणाला, 'आज काय आहे ?'

'काय ?' मला फारशी उत्सुकता नव्हती.

'आज मी तुमच्या घरी आलो होतो. आजच्या तारखेला बरोबर वर्ष पूर्ण झाले. 'हे घ्या. त्याने पुस्तक दिले,' मी पुस्तक नुसतेच घेतले. उघडून तर पहा. तो उत्साहाने नुसता म्हणाला. मी पुस्तक उघडले. चकित झाले. ते तेच पुस्तक होतं, जे मी न वाचता परत करून टाकलं होतं. त्याने वेलबुट्टी काढून आम्हा दोघांना ते सप्रेम भेट दिलं. झोकदार सही करून आणि खालीच काळ्या पेनने एका घरकुलाचं छोटसं रेखाटन आणि घराच्या बाजूला दोन अजस्त्र वृक्षांची नुसती खोडं...रूंद, काळपट व जुनी पुराणी वाटणारी.....

आजची तारीख. मला त्याचं ते पुस्तक आम्हाला देणं फारसं नाही आवडलं. पण ती रेखाटनं आवडली. त्यादिवशी तो चक्क नऊ वाजेपर्यंत म्हणजे आम्ही दोघंही ऑफिसला निघेपर्यंत हक्काने थांबला. आम्हाला त्याच्याशी बोलायला वेळ नव्हता. तरीही आम्ही जेवताना सौमित्रने विचारलं 'जेवता ?' तर पटकन हो देखील म्हणाला, जेवताना सौमित्रने मग सहज विचारलं.

'आम्ही तुम्हाला काय द्यायचं ? तुमचा वाढदिवस कधी ?'

'काहीच नाही तुम्ही दिलेलं आहे' त्यानं फक्त पहिल्या प्रश्नालाच उत्तर दिलं. वाढदिवस कधी ते बोलला नाही.

'काय ?'

'तुमचं घर' तो समरसून जेवत म्हणाला.

मी भराभर आवरून सुधनकरता शेजारी एक किल्ली ठेवली. दाराला कुलूप घातले. तेव्हा कृतज्ञतेने अगदी ओथंबून म्हणाला उत्साहाने, 'आता तुम्ही तिघांनीही माझ्याकडे जेवायला यायचं.....'

आणि मग आमच्या तथाकथित मैत्रीची आणखी एक पायरी ओलांडली गेली. त्याच्याकडूनच 'एकदा आला आणि म्हणाला,

'आई लग्नाच्या फार मागे लागली आहे.'

'मग करा नं !'

'वा. तुम्ही तर असं सांगता की मुली वाटेवरच पडल्यात. त्याच्या या म्हणण्यावर मी हसले. कुणी एखादी बिचारी त्याची बायको झालीच तर त्याच्या सहवासात तिला किती गुदमरायला होईल. या कल्पनेनं मला हसू आलं. मग तो मात्र काहीसा गंभीरपणे म्हणाला, 'लग्न-बिग्न या गोष्टी माझ्याकरता नाही असं वाटतं.'

'असं का म्हणता ?' मी म्हणाले.

उगीचच काही बोलायला सुचलं नाही म्हणून.

'तुम्हाला नाही असं वाटत ?' त्याचा प्रश्न पूर्णपणे खाजगी होता. म्हणून मी

त्याचं खरं उत्तर टाळण्याकरता म्हणाले, 'नाही तर !'

मग त्याने खिशातून दोन-तीन मुलींचे फोटो काढले आणि माझ्याकडे ठेवले, आणि म्हणाला, 'या मुली पहायला आपण जायचं आहे.' 'आपण ?' त्याच्या या शब्दाला ठेचाळून मी म्हणाले, 'हो तुम्ही आणि मी. मुलगी तुम्हाला आवडली तर आईला दाखवायला सांगू.'

'तुम्ही नि तुमच्या आईनी बघायचं. माझा काय संबंध ?' मी म्हणाले.

'तुमचा संबंध फार जवळचा आहे.' तो गंभीरपणे म्हणाला. मी थक्कच झाले.

'काही तरीच !' मी उडवून लावण्याच्या दृष्टीने म्हणाले.

पण तो कधी नव्हे तो जरा जास्त गंभीर वाटला.

'काहीतरीच नाही. मुली निदान बघाव्या तरी असं मला वाटलं ते तुमच्यामुळं !'

'माझ्यामुळे ?' मी चकित होत म्हणाले. 'हो तुमच्या घरामुळे,' मी पहात राहिले. तो इतका मनापासून बोलत होता.

तेही गंभीरपणे ! त्याचं नेहमीचं ओशट गोठवलेलं हसू आता नव्हतं.

'तुम्ही मला घरात येऊ दिलं. टाळलं नाही. लोक मला दारात उभं करत नाही. टाळतात......' तो म्हणाला. वस्तुस्थिती इतकी स्पष्टपणे त्याला माहीत होती !

'माझ्यावर पहिला कुणाचा हक्क असेल तर तो तुमचा' तो कृतज्ञतेनं ओथंबून म्हणाला. हे म्हणजे अतीच होतं. मुली कधी बघायच्या ते माझ्याशी ठरवूनच तो निघाला. जाता जाता पुन्हा मागं वळला आणि म्हणाला.

'माझा भर शिक्षणावर तर आहेच. या सगळ्या मुली शिकलेल्या आहेत. पण मला वाचनाची आवड असलेली मुलगी हवी. मला पटलेल्या, न पटलेल्या पुस्तकावर मला तिच्याशी बोलत आलं पाहिजे.

'मी तुमच्याशी बोलतो तसं'......आणि तो गेला.

नेहमीसारखा न रेंगाळता. मी तो गेल्या दिशेने पाहात राहिले. मी नेहमी या माणसाची टिंगलच करत आले. त्याला बोअर-बोअर म्हणत आले. शक्यतो टाळतच आले. आणि यानं मला खुशाल केवढं मोठेपण बहाल केलं होतं ! माझा खूप गोधंळ उडाला.

पुढच्या आठवड्यात मी त्याच्याबरोबर चक्क दोन-तीन मुली पाहून आले. मुली फारशा चांगल्या नव्हत्या. पण शिकलेल्या होत्या. आणि आता याला याहून जास्त चांगल्या मुली त्याला कुठे मिळायला बसल्या होत्या. या विचारानं मी त्यातल्या एका मुलीवर माझ्या दृष्टीनं शिक्कामोर्तब केला. परंतु त्यानं सांगितलेल्या दृष्टीने मात्र ती मुलगी मला अजमावून पाहता आली नाही. तितक्या थोड्या वेळात ते शक्यही नव्हतं.

'मग ही फायनल करायची ?' त्यानं विचारलं तेव्हा मी 'हो' म्हणाले.

'की थांबायचं ?' ती मुलगी खूप न पटल्यासारखं तो म्हणाला.

'अजून ऑफर्स आहेत का ? याहून चांगल्या ? मी म्हणाले. 'नाही,' तो म्हणाला.

मग हीच मुलगी पक्की करू, मी म्हणाले. ते त्याला पटलेले दिसले. त्याच्या लग्नाबद्दल सौमित्रने घरी आणि आमच्या ऑफिसच्या ग्रुपमध्ये मैत्रिणींनी त्याची, त्याच्या मुली बघण्याची, त्याच्या लग्नाची आणि माझ्या त्यातल्या एकूण सहभागाची यथेच्छ टिंगल केली. मी मात्र त्यात भाग घेतला नाही. घ्यावासा वाटला नाही. हा दिवाकर रत्नपारखी, तसा रिकामा, निरुद्योगी, कंटाळवाणा, काहीसा गबाळा, ओशट होता तरीही दिसायला जरा देखण्यात जमा होणारा होता. उंच, निमगोरा आणि एक प्रकारचा बायकी नाजूकपणा त्याच्यात होती, तरीही पाहिलेल्या मुलीपेक्षा चांगली मुलगी त्याला मिळू शकते असंच वाटत राहिलं.

नंतरच्या पूर्ण महिन्यातच हा दिवाकर रत्नपारखी माझ्याकडे फिरकला नाही. मला काहीतरी चुकल्यासारखं झालं. त्या माणसाची सवय नको असताना झालीच होती. आणि तशीही दिवाकर रत्नपारखीची गैरहजेरी जाणवयाला एक कारण झालं. मला सुधनच्या पाठीवर जवळजवळ दहा वर्षांनी दिवस राहिले होते. दोन अडीच महिनेच झाले होते. हे मूल आम्हा दोघांना फार हवं होतं. आता मूल होण्याची आशा आम्ही सोडून दिली होती. म्हणून मला या गोष्टीचा फारच आनंद झाला. मी हरखले, सौमित्र, सुधन नि माझ्या छोट्याशा जगात जास्तच गुरफटले. आणि काय झालं कोण जाणे ऑफिसची दगदग झाली की काय पण अबॉर्शनच झालं. प्रचंड थकवा शरीराला आणि मनाला आला. आई येऊन गेली. मैत्रिणी भेटून गेल्या. सौमित्रची सुट्टी संपली. तो पूर्ववत होऊन ऑफिसमध्ये जायला लागला. मी मात्र एकटी पडले. शरीर सुधारत होते. पण मनानं उभारीच धरली नव्हती. आम्हाला मुलगी हवी होती. तिचं होणारं, नावंही मी, आम्ही ठरवून ठेवलं होते.......मला काही केल्या या छोट्याशा गोष्टीतून बाहेर निघणं जमेना. सकाळपासून ते संध्याकाळपर्यंत मी एकटी पडले. तसा सुधन होता. पण त्याची मला सोबत होईना. मी एकदम रिकामी निरुद्देश होऊन गेले. या एकटेपणाशी माझा आजवर कधी संबंध नव्हता आला. आता समोरच्या वाहत्या घाईगर्दीच्या आयुष्याशी माझा जसा काहीच संबंध नव्हता. बाहेर नवा ऋतु सुरू होत होता. दिवसभर झाडाखाली पाने साचत होती. कामवाली तो कचरा फेकून द्यायची. आपले आयुष्य तसेच आहे असे मला वाटत राहिले. आणि मला दिवाकर विनायक रत्नपारखीची आठवण आली. येत राहिली. त्याची मला चक्क आठवण येते आहे. याचे मला साधे आश्चर्यही वाटले नाही. तो तसाच

रिकामा निरुद्देश होता. म्हणून माझ्याकडे येत होता. माझ्या या आत्ताच्या रिक्त अवस्थेशी त्या माणसाचं खूप जवळचं नातं होतं का ! म्हणून मला तो आठवत होता ? आजूबाजूला सर्वजण आपापल्या कामात गर्क असताना फक्त स्वत:चे असे रिक्त असणे किती भयंकर असते याचा अनुभव मी प्रथमच घेत होते. आणि दिवाकर रत्नपारखी तर तो अनुभव सतत घेत असेल.....मला त्याची आठवण येत होती आणि तो येत नव्हता. त्या पसंत केलेल्या मुलीत तो रमला असेल. कदाचित लग्नाच्या गडबडीतही असेल. मग मी सौमित्रला म्हटलं,

'तो, दिवाकर रत्नपारखी आला नाही. बरेच दिवसात......'

'येईल सौमित्र बेफिकिरीने म्हणाला. 'त्याला निरोप देता येईल ?'

मी म्हटलं तेव्हा सौमित्रने माझ्याकडे आश्चर्याने पाहिलं. त्याला काहीतरी जाणवलं. तो माझ्याजवळ आला. मला थोपटलं. माझ्या केसावरून हलकेच हात फिरवला, म्हणाला, 'मी लवकर येतो अं !' आणि गेला तो निघून गेल्यावर घरभर पाहिले. माझ्या घरावर, घरातल्या वस्तूंवर, कपड्यांवर, अंगणातल्या झाडावर, माणसावर, माझ्या या छोट्याशा जगावर माझा खूप जीव होता. इतके दिवस मी त्यावरच निर्भर विसावले होते. पण आता या नीरव दुपारी मला हे सारे परके वाटले. सुधन होमवर्क करत होता. त्याला विचारलं. 'पत्ते खेळायचे आपण ?'

'त्यानेही सौमित्रसारखंच माझ्याकडे आश्चर्याने पाहिलं म्हणाला उद्या युनिट टेस्ट आहे. मी निराश होऊन अंथरुणावर पडले. मला पुन्हा दिवाकर रत्नपारखीची आठवण आली. तो रोजही आला असता. हवं तर.....आणि मला एकदम आम्हाला त्याने दिलेलं पुस्तक आठवलं ! मी ते अद्याप वाचलेलंही नव्हतं. मी शेल्फमधून ते पुस्तक आणलं. त्यावरची धूळ झटकली. पहिलं पान पलटवलं. त्यावर त्याने केलेली ती रेखाटनं पाहिली. एक घर कदाचित कौलारू आणि ती अजस्त्र काळपट तपकिरी खोडं.....मी तेही पान पलटवले आणि पुस्तक वाचायला सुरुवात केली. दोन दिवस मी ते पुस्तक वाचता वाचता माझा एकटेपण कमी कमी होत गेलं. दिवाकर रत्नपारखीने सांगितल्याप्रमाणे मात्र मला त्यातल्या नायकाच्या आत्महत्येचं चित्रण विसंगत वाटलं नाही. कुणी स्वत:च खपून काढलेल्या चित्रावर शाई ओतावी अशी ती आत्महत्या वाटते असं तो म्हणाला होता. ते आठवलं. ती उपमा चांगली होती. पण इथे फिट बसत नव्हती मुळीच. त्या नायकाचं आत्महत्या करणं मला फार पटलं. भेदक वाटलं. मर्माचं ते सारं सांगणारं वाटलं. बघता बघता लहानशा गोष्टीनं आपल्या भोवतीचं जग कसं खोटं तकलादू वाटू लागतं याचा अनुभव मला गेल्या काही दिवसांत आलाच होता......तो आला तर हे सर्व सांगायचं मी ठरवलं.....

हळूहळू मी बरी झाले. ऑफिसमध्ये जायला लागले. आजूबाजूच्या जगात रस

घ्यायला लागले. आणि तो आला. दिवाकर विनायक रत्नपारखी, तब्बल दोन महिन्यांनी......उतरत्या थंडीचेही दिवस संपून, परीक्षांचा, उन्हाचा मोसम सुरू झाला होता. तो आला तेव्हा मी माझी दुबळी, क्षीण अवस्था ओलांडून बरीच पुढे गेले होते. तरीही तो आल्यावर मी त्याचं स्वागत केलं. घाईत होते तरीही ते पुस्तक फार आवडल्याचं सांगितलं. ते त्याला सांगण्याकरिता मी त्याची खूप वाट पाहिली हे ही सांगितलं. आवर्जून. त्यातल्या आत्महत्येसंबंधीही सांगणार होते की ती मला खूप पटली. मीही त्या जागी असते तर हेच केलं असत, असंही सांगणार होते. पण बोलता बोलता त्याच्याकडे लक्ष गेलं. तो काहीसा व्यग्र वाटला. कदाचित त्याचं मन दुसरीकडे......मग मी कधी नव्हे ती त्याची थट्टा केली. आम्ही पसंत केलेल्या मुलीबद्दल.

'मला वाटलं की तुम्ही लग्नसुद्धा केलं नि इकडची वाट विसरला !'

'छे लग्नबिग्न नाही झालं, तो म्हणाला.

'मग कोर्टींग पिरेड......' पण त्याच्याकडे लक्ष गेलं नि मी चरकले. त्याचं रूप नेहमीचं नव्हतं. तो थकलेला, उदास, काहीसा संपत आलेला वाटला. त्याचं हे रूप माझ्या परिचयाचं नव्हतं.

'तुम्हाला बरं नाही ?' मी विचारलं.

'नाही ठीक आहे मी.' तो म्हणाला.

आणि पाच-दहा मिनिटं बसून गेलासुद्धा. मला मुळीसुद्धा बोअर न करता. प्रथमच तो असा दहा मिनिटांत उठला होता. उठताना म्हणाला 'बरेच दिवसात आलो नव्हतो म्हणून आलो........'

'सध्या काय सुरू आहे तुमचं ?' मी विचारलं.

तर उभ्यानेच बघत 'नथिंग' अगदी काही नाही.'

त्याच्या चेहऱ्यावर ते परिचित ओशट हसू नव्हतं. त्याने मला पाठ फिरवली. तो संथ पावलं टाकत निघून गेला.

मला त्याला पुष्कळ काही विचारायचं होतं. सांगायचंही होतं. तो आम्हाला जेवायला बोलवणार होता त्याची आठवण द्यायची होती. त्याला मात्र माझ्याजवळ सांगण्याबोलण्यासारखं काही नव्हतं....

त्यानंतर कमी कमी होत जाऊन त्याचं माझ्याकडे येणं बंदच झालं. दोन-अडीच महिने तो फिरकलाच नाही. लायब्ररीतही भेटला नाही. रस्त्यावर अवचित दिसला नाही. त्याच्या वेळी-अवेळी येण्याची माझ्या घराला सवय झाली होती. आता त्याच्या न येण्याचीही झाली.

आणि एका दाट थंडीच्या सकाळी सौमित्रनेच पेपरमध्ये वाचलं. मी नुकतीच फिरून आले होते. ओरडून मला जवळ बोलावलं. वाचून दाखवलं

......दिवाकर विनायक रत्नपारखी
यांनी आपल्या राहत्या घरी
झोपेच्या गोळ्या खाऊन
आत्महत्या केली. ते अवघे
त्रेचाळीस वर्षांचे होते. त्यांच्या
मागे त्यांच्या वृद्ध मातोश्री आहेत.....

सौमित्रने समोर धरलेला पेपर मी बाजूला केला. पुन्हा पेपर वाचायची गरज नव्हती. त्यानं आत्महत्त्या केली हे मला पटलं होतं. नव्हताच दुसरा पर्याय त्याच्यापुढे.....

कदाचित आयुष्यातल्या कुरूपतेला तो प्रथमच सामोरा गेला असेल.......त्या त्या पुस्तकाने मला माणसात आणलं......पण त्याच्यावर मात्र विपरित परिणाम झाला....... नसतं धैर्य तेवढं कुणात......तशी संधी सुद्धा नसते......

सौमित्र विचारत होता, 'भेटून यावं लागेल ना !'

'तोच नसल्यावर भेटायचं कुणाला !' आणि पत्ता ! मी सौमित्राकडे न पाहता म्हणाले.

'तो लायब्ररीतूनही मिळेल ग !' सौमित्रने सुचवलं. तो दिवाकर रत्नपारखीबद्दल आणखीही काही म्हणत होता. पण मला ते ऐकू येत नव्हतं.

'......नेहमी येणारा माणूस ! असं काही तो करेल हे तुलाही लक्षात नाही आलं का ?'

मी उत्तर टाळलं. बाहेरच्या थंड वाऱ्याच्या झोतानं अंगावर शहारे येत होते. डिसेंबर......!

एकदम लक्षात आलं ! पुन्हा थंडीचा नवा ऋतू.....!

पण दिवाकर विनायक रत्नपारखी नसलेला......

नसलेला !

❐

श्रीशब्द गुलमोहोर, दीपावली ९०

शुद्ध

सकाळी आठपासून पेट्रोल पंपावर दोघं एखाद्या आरामगाडीची वाट बघत बसले होते. ती सांभाळून आणि तो सिगारेटीवर सिगारेट ओढत. ती त्याच्याकडे मधूनमधून बघत होती. पण तो तिच्याकडे पाहणंचं टाळत होता. एक-दोन गाड्या तशाच निघून गेल्या. एक-दोन गाड्या थांबल्या पण सीट नव्हती. अखेर तासाभराच्या कंटाळवाण्या प्रतीक्षेनंतर एक बस आली. तो ड्रायव्हरशी बोलला. मागच्या दोन सीटस होत्या. चाकांवरच्या उसळणाऱ्या. पण त्यानं सुटकेचा नि:श्वास टाकला. तो तिला न सांगताच घाईनं चढला. ती समजूतदारपणे त्याच्या मागे चढली. सामान घेऊनच. त्यानं त्रिसिकपणं पाहिलं. सामान बसच्या डिकीत टाकायचं एवढं समजू नये या पोस्टग्रॅज्युएट मुलीला ! तिनं सामान बसमध्ये वरच्या बाजूला ठेवलं. कडंक्टर तिकीटाकरता आला. ती कडंक्टेड टूरची बस होती.

'रामेश्वर जानेका है क्या ?' म्हणून कंडक्टरनं विचारलं.

'रामेश्वर ?' त्यानं विचारलं. विचारण्यात जराही उत्सुकता नव्हती. पण तिचे डोळे उत्सुक झाले. हॅऽ. हनिमूनला आलेलं, नवीन लग्न झालेलं जोडपं काय रामेश्वरला जात बसेल ! त्याला वाटलं.

'मदुराई ?' कडंक्टरनं पुन्हा विचारलं.

'नेक्स्ट स्टॉप कितने बजे आयेगा ?' तो म्हणाला.

'दस-साडेदस, गॅरा भी हो सकते... 'वही उतरेंगे.'

कडंक्टरनं त्याच्याकडं आश्चर्यानं पाहिलं तिकीटं दिली.

त्याच्या आश्चर्याकडे त्यानं दुर्लक्ष केलं. आपल्याला फक्त या ठिकाणाहून शक्य तितक्या लवकर जास्तीत जास्त दूर जायचं आहे, एवढंच समोर होतं सध्या.

बस सुरू झाली. नारळाची झाडी, दूरवरचे वाळूचे पट्टे, हिरव्या, तपकीरी टेकड्या ती बघत होती. ती बसली होती, तिथे खिडकी नव्हती. बघायला जरा त्रासाचं होत होतं. तो मात्र काही बघत नव्हता. मान खाली घालून बसला होता.

तिच्याकडे बघणं टाळत होता.

'आपण नेक्स्ट स्टॉपलाच उतरायचं ?' तिनं भीतच विचारलं.

'हं', तो फक्त हुंकारला.

'अकरा वाजताच पोचेल असं कंडक्टर म्हणाला.'

'हो'

'पण तिथं उतरुन काय करायचं ?'

'माहीत नाही' तो अस्वस्थ होत. तीही अस्वस्थच आहे हे त्याला समजत होतं. मग तीही जास्त बोलली नाही. तिला वाटलं नवीन ठिकाणी पोहोचायची वेळ संध्याकाळची असायला हवी. या अशा वाटण्याला काही खास अर्थही नाही हे समजलं. पण कुठेही नवीन ठिकाणी सांजेला पोचलं की तो सारा परिसर मृदु, कोमल, आपल्याला सामावून घेणारा, स्वीकारणारा असा असतो. नंतरची रात्र जाते आणि मग पहाटेनंतरची सकाळ तेवढी रुक्ष निर्विकार, फक्त चाकोरीच्याच मागे धावणारी अशी राहात नाही.

तो पेंगत होता. बसतानाही तिच्यापासून काही एक अंतर राखूनच तो बसला आणि आता पेंगतानाही तो सावधच राहिला. तिच्या अंगावर रेलला नाही. जसं त्यांचं पंधरा दिवसांपूर्वी लग्न नव्हतंच झालं. ती दोघं अशी हनिमूनला नव्हतीच निघाली. अशी जवळ बसलेली ती दोघं जशी एकमेकांना पूर्णपणे अनोळखीच होती आणि फक्त नेहमीच्या अनंत क्षुल्लक बिनमहत्त्वाच्या योगायोगानी एकत्र जवळ बसली होती.

दक्षिणेकडच्या एका छोट्या सुंदर गावी ती दोघं हनिमूनला आली. नारळाच्या गच्च झाडींनी वेढलेलं ते गाव. तीन-चार दिवस मस्त गेले. त्या गावाच्या प्रेमातच पडल्यासारखे. तो पहाटे गाढ झोपायचा. रात्र जागवून. आणि तिला मात्र जागच यायची. सारं नवं नवं. एकदम सवयीचं होत नव्हतं. दोन दिवस ती एकटीच एका सुंदर पायवाटेनं फिरायला गेली. फिरताना आभाळाचे बदलते रंग टिपले. एक दिवस कुणी पाळत ठेवली. आणि एकदोघांनी तिला नारळाच्या त्याच, तिला आवडणाऱ्या झाडीत ओढलं. तिच्यावरचं आभाळही तिला दिसू शकलं नाही. ओरडायला हाकही उमटली नाही. हातपाय झाडताही आले नाहीत. नुकत्याच ओळखीच्या झालेल्या त्या नव्या नव्हाळीच्या झुळझुळ अनुभवात एका गटारपाण्याचा वाकडातिकडा जबरदस्त ओहळ आला. त्यानं अक्राळविक्राळ पुरासारखं त्या नव्हाळीला गिळूनच टाकलं.

तो चहाकरता तिची वाट बघत होता. कशी कोण जाणं त्यालाही त्या दिवशी नेहमीपेक्षा लवकर जाग आली. ती नेहमीसारखी. त्याच्या अंगावर नेहमीसारखी लहान मुलाच्या निरागस विश्वासानं हात टाकून बाजूला झोपली नव्हती. थोडावेळ तो

तसाच पडून राहिला रात्रीचा तिचा स्पर्श आठवत, अनुभवत. समोरच्या ड्रेसिंग टेबलाच्या आरशात पडलेले तिचे रात्रीचे अनावृत प्रतिबिंब, देहावर सांडलेला, आरशातून परावर्तित झालेला बेडलॅम्पचा, मंद संयत प्रकाश, तिच्या ओठाच्या पाकळ्या उत्सुक विलग, तिचे डोळे अजूनही त्या अनुभवाला पुरेसे सामोरे गेलेले नव्हतेच. आजवरचा अनोळखी, अनोखा स्त्री देह... तिने त्याची ओळख करून दिली... पण ती गेली आहे कुठे ! बाथरूम..बाहेरच्या कॅरिडॉरमधे चकरा मारत की खिडकीशी उभी आहे. बाहेरचा आसमंत न्याहाळत.

त्याला चहाची एकदम तल्लफ आली एरवी तीच उठवायची चहाचा ट्रे आणून दिला की. तिची आंघोळ झालेली असायची. तिच्या शरीराचा सुस्नात गंध हा रात्रीच्याहून कितीतरी वेगळा..... पण ही गेली कुठे ?......

दार हळूच ढकलले गेलेले त्याने पाहिले. त्याने मुद्दाम झोपेचे ढोंग घेतले. पण तिची काही हालचाल जाणवली नाही. बांगड्यांचा आवाज नाही. निकट– आलेला श्वास नाही. त्याने नाराजीने डोळे उघडले....आणि पाहतच राहिला फक्त बघतच राहिला. तिचा खांद्यावर बटन तुटलेला फाटलेला गाऊन, खरचटलेला. खांदा ओरबाडून टाकलेला भुंडा ओकाबोका हात, गाऊनला लागलेले रक्ताचे डाग...ती क्षणमात्र स्तब्ध उभी राहिली. मग थरथर कापायला लागली दुसऱ्या क्षणी त्याच्या अंगावर कोसळली. तिच्या अंगाला उग्र सेंटचा वास आला.

ते दोन तीन जण होते त्यांनी....त्यांनी त्यांनी मला...तिने सांगता सांगता हुंदके देता देता त्याला दोन्ही हातांनी घट्ट लपेटून घेतले. अगदी घट्ट......तो मुकाच होता त्याला काही बोलताच नाही आलं. तिला समजवावं. जवळ घ्यावं- थरथर कापणाऱ्या तिला निदान थोपटून तरी शांत कराव...हे काहीही त्याला सुचलं नाही. त्याच जणू भानच गेलं. त्यालाच कुणी समजवावं असं झालं आपल्या हातात असं काही त्राण उरलंच नाही हे त्याला कळलं. आणि याच कळण्याच्या एका टोकाला एक संताप, अनावर त्वेष उमटला. तिची कीव यायला हवी होती तो आला मस्तकात घुसणारा संताप तिरस्कार...त्याच समोरच्या आरशात त्याला घट्ट धरून ठेवलेल्या तिचं पालथं प्रतिबिंब पडलं होतं. तो आरसाच त्याला वेडावतो आहेस वाटलं त्याला. बाजूच्या स्टुलावरचा पाणी पिण्याचा ग्लास त्या आरशाला भिरकावून मारला. तो टेबलालाच लागून खाली पडला. भ्यालेल्या पाखरासारखी त्याला बिलगलेली ती...दचकली किंचित. आपला विळखा तिने सैल केला. आणि त्याला तिचा स्पर्श एकदम नकोसाच झाला. हात थोडे सैल करून त्याच्याकडे निजल्या निजल्याच मान वर करून बधणाऱ्या तिच्या भयभीत नजरेचीच त्याला किळस आली ज्या त्वेषाने त्याने ग्लास आरशावर फेकून मारला. त्याच त्वेषाने त्याने तिला दूर ढकलले ती बेसावध होती. खाली पडता पडता उशी तिनं घट्ट पकडून ठेवली त्याची ही

प्रतिक्रिया तिला सर्वस्वी वेगळी विपरीतच वाटली. तिच्या तशा अवस्थेतही तिला तो अपमानच वाटला. तिचे घुसमटते हुंदके जणू गिळूनच टाकले त्याने त्या अपमानाने. तो खोलीबाहेर निघून गेला होता क्षणमात्र तिचेही मन पेटून उठले. दोघंच दोघं असणं हे तर त्या दोघांनाही नको झालं. एकांताला मुळी अर्थच उरला नाही. गर्दीच आपली वाटली. टॅक्सीनं कुठं जाणंही नको झालं. त्यापेक्षा चारचौघांबरोबर बसमध्ये बरं...असं झालं. एकांतापेक्षा अनोळखीच माणसं अवतीभवती बरी वाटली. स्पर्शाचे, संवेदनेचे, हुंकारांचेसुद्धा अर्थ बदलत गेले.

तिच्या ओझरत्याही स्पर्शापासून स्वत:ला आवरुन बसलेल्या त्याचं हे सन्निध असणं...तिनं डोळ्याच्या कोपऱ्यातून पाहिले. ती पाहते आहे हे कळूनही त्यानं लक्ष दिलं नाही. लग्नापूर्वी आणि लग्नानंतर परस्परात गुंतलेले साधे निर्हेतुक, सहेतुक, स्पर्श. त्याचा पुरुषी गंध, तो वापरत असलेला सेंट, अंघोळीला टॉवेल देताना झालेला ओझरता स्पर्श. जिना चढताना वरुन तोच समोर आला तेव्हा गोंधळलेल्या तिच्या नजरेत मिसळलेली त्याची मिस्कील नजर. नंतरचे वेढून, घेरून टाकणारे स्पर्श, श्वासांचे अर्थ...आणि आताचं हे प्रचंड अनोळखीपण.

अभावितपणे तिचा हात त्याच्या मांडीवर पडला. तो त्यानं झुरळ झटकून टाकावं त्या तिडीकीने तरीही काहीशा संयत अलिप्तपणे बाजूला केला. त्यातही त्याने आपली ऋजुता सांभाळली

'परतायच?' तिनं विचारलं. दोन दिवस तसे काढल्यानंतर

त्या प्रसंगानंतर अस्वस्थ होताना तोल गेलाच. ती वादळात जखडलेल्या वेलीसारखी झाली होती आणि तो मूक होत गेला.

रात्री एका अपरिहार्यतेनेही त्याने तिला जवळ ओढलं. ते सगळे नकोच झालेल्या स्पर्शाला ती प्रतिकार करत होती. तो सुरवातीलाही नव्हता इतका यावेळी आक्रमक होत गेला ती भांबावली. तिला काही वेळ त्याचा स्पर्श त्या मवाली लोकांसारखाच वाटला. तिला कुस्करून टाकणारा. फुलणे, उमलणेच माहित नसलेला अनुनय मार्दव नसलेला, फक्त शरीराचीच भाषा कळणारा...आणि तो एकदम थंड झालेला तिला जाणवला. मांड्यामध्ये झालेल्या जखमा त्याला दिसल्या. मांड्यांवरही मोठे मोठे ओरखडे...'बीच' तो त्याच अनोळखी त्वेषाने म्हणाला. त्याने पुन्हा तिला त्याच संतापाने दूर केले. ढकललेच यावेळी. इतक्या रागाने की ती खालीच आली पलंगाच्या...मग मात्र दुध ऊतू गेल्यावर, जाळ विझावा तसे काहीसे झाले....सॉरी तो पुटपुटला. ते कदाचित स्वत:ला. तिला तर अजिबात नाही.

.....शॉवर घेताना स्वत:चे उघडे शरीर, ओला निथळता देह तिला बघवला नाही. वाटले हे शरीर हा आपला देह याची सर्व वळणं ही आपलीच असली तरी

आपल्याकरता नाहीत ती दुसऱ्या कुणाची तरी होत गेली आणि ती होऊ दिली. कुणीतरी. आपणच नाही अगदी पहिल्या स्त्रीचे ही असेच झाले असेल'! तिचा देह तिचा स्वत:चा असता तर एवढे आभाळ कोसळल्यासारखे काय होते'! तो फक्त एक अपघात....नाही अपघात असे नसतात. स्पर्श असे ओरबाडल्यासारखे कधी नसतात स्पर्शाच्या कधी जखमा होत नाहीत स्पर्श कधी मुके नसतात असे स्पर्श कधी किंचाळायला लावत नाही ते तनमनात झिरपत जातात. हे त्याहून वेगळे भयंकर असे काही तरी आहे. एकाने हात पकडले. एकाने तोंड दाबून धरले. खालच्या जमिनीवर वेणी फरपटत गेली बारीक खड्यांना शरीर घासत गेले. मांड्या फाकल्या आणि एकेकाने... पशु नसते...ती ओरडली. किंचाळली. त्यालाच हाक मारुन. जवळच्याच खोलीत असलेला तो तिच्यापासून खूप दूर होता तरी ही हाक त्याला दिली. पण शॉवरमधे ती मिसळून गेली. तिच्या ओल्या शरीरावरून ओघळून गेली. टबमधल्या साबणाच्या पाण्यातून वाहून गेली. थकल्यासारखी ती टबबाहेर आली. तिने कपडे आणले नव्हते. टॉवेल पांघरून तिने दार किलकिले केले त्याला आवाज दिला.

काय आहे ! तो खेकसला

'क, कपडे विसरले' ती चाचरत म्हणाली त्याला थोडावेळ वाटले की तिने कदाचित हे मुद्दामच..... तो एरवी म्हणत होता दार उघडे ठेव, कपडे बाहेर येऊन घाल..तसे... नाही. ती असं मुद्दाम नाही करणार... त्याला वाटूनही त्याचा राग संपला नाही त्याने आत तिचे हाताला येतील ते कपडे भिरकावले. ते घेताना तिला आठवले दोघांनी शॉवर खाली एकत्र भिजणे. कपडे न काढता......कसे अकस्मात संपले सगळे....ती कपडे घालून मुकाट्याने खालमानेनी बाहेर आली; जसा कपडे विसरून तिने फार मोठा अपराधच केला होता.

'परतायचं ?'' तिनं विचारलं होतं. दोन दिवस तसे काढल्यानंतर

'नाही' तो इतकंच म्हणाला परतून तरी काय होईल ! घरी सारे विचारतील मध्ये कसे आलात ? तर काय सांगायचं ?

'पण असं राहण्यात काय अर्थ ?' तिनं विचारलं.

'पण घरी तरी काय करणार आहोत ?' तो म्हणाला.

'बडोद्याला जाऊ. जॉईन होऊन जा.' तिनं सुचवलं.

दोघच दोघं बडोद्याच्या घरात राहण्याच्या कल्पनेनीच त्याला कसंतरी वाटलं.

तिचं न पटल्यासारखी त्यानं मान हलवली 'मग मला तुम्ही सोडून तरी द्या. हे असंच राहण्यापेक्षा मी स्वत:चं आयुष्य सुरु करीन. तुम्ही तुमचं करा. मी अजून नोकरीचा राजीनामा दिलेला नाही.' ती म्हणाली होती.

मूर्खासारखं बोलू नको.' तो म्हणाला होता, जरासं रागावून.

तो जेवण झाल्यावर एकटाच फिरायला गेला. तिला चल म्हणाला नाही. ती येते म्हणाली नाही. हनीमून कॉटेजच्या त्या खोलीत ती आली, कपडे बदलायला आरशासमोर उभी राहिली, पण बदलावेसे वाटले नाही. डोकं ठणकत होते. त्या प्रसंगापासून डोके सारखे ठणकते. अंगात किंचित कसर...त्याला नाही सांगितले. सांगावेसेही नाही वाटले. तिने अंधार केला. सर्व दिवे मालवले. मग फारच अंधार वाटला चाचपडत ड्रेसिंग टेबलाच्या आरशाजवळचा टेबललॅम्प शोधायला लागली. मोठा दिवा नको होता. छोटेसे मंद काही हवे होते. अंधार अगदी मुका नको म्हणून. तशा अंधाराची भिती वाटते. मग स्वत:चीच जास्त भीती वाटते. स्वत:वरचाच विश्वास उडतो आणि असे चाचपडताना एक बटन दाबले गेले. त्याने दोन समयासारखे दिवे लावले गेले. ते कुठे होते तिने पाहिले ते आरशाच्या आतून होते. दोन्ही बाजूला त्याचा मंद प्रकाश खोलीभर निवांत पसरत गेला ती तशाही स्थितीत स्वत:शी खोल हसली. पलंगावर तशीच पडली. त्या दिव्याकडे पाहत डोळ्यावर हात ठेवून तरीही तो मंद प्रकाश अनुभवत...त्याला जणू नजरेने स्पर्श करत...

तो खोलीत आला. क्षणभर त्याला आरशाआडच्या प्रकाशाने खिळवून ठेवले यापूर्वी तो कळला, दिसला नव्हता. आता दिसूनही त्याची गरज नव्हती. तो मोठा लाईट लावायला गेला. ती म्हणाली.

'प्लीज असू दे'

त्याचा हात त्याने थांबवला. पण तो खुर्चीवर बसला खुर्चीच्या हातावर मूठ आपटून म्हणाला

मला सगळे दिवे तोडून फोडून टाकावेसे वाटतात

"हेसुध्दा !" तिच्या ओठावर आलेले शब्द तिने आवरले.

"एकतर ट्यूबलाईट लाव नाहीतर पूर्ण अंधार." तो म्हणाला. पण त्याने तो मंद प्रकाश मिटवून टाकला नाही. हे तिला कळले. तो प्रकाश दोघांच्या मधे अजूनही काही तरी अंशाने कदाचित कणाने चिकटून असलेल्या धाग्यासारखा होता का ? तिला वाटले ओळख झाल्यापासून आतापर्यंतचे अडीच तीन महिने एकदम पुसून टाकणे सोपे नाही असे का वाटत आहे. ते हा मंद प्रकाश सांगू शकेल का ? तो खुर्चीवर अस्वस्थ घुमसत बसला होता. तिला कळले की आपल्याला ताप भरत आहे. आणि झोपही येत आहे....दोन तीन दिवसात ताप उतरला. हाय फीव्हर होता अशक्तपणा कमालीचा आला. तो औषध घेऊन आला होता. कपाळावर थंड पाण्याच्या पट्ट्या ठेवत होता. बिस्किीटं, ब्रेड, फळं आणत होता. पण निर्विकार अलिप्त होता. ताप उतरल्यावर त्यानं विश्वास टाकला तो आनंदाचा नव्हता. सुटकेचा होता. हे तिला समजले. ताप पुन्हा चढला नाही तेव्हा "घरी परत जाऊ" ती म्हणाली, 'आता तापाचं कारण सांगता येईल'

तिनं सुचवलं. तो बराच वेळ बोलला नाही.

''आपण इथून कुठतरी दुसरीकडे जाऊ मग'' तो म्हणाला.

'पण कुठे ?' ती म्हणाली, तेव्हा एकदम चिडला

''मला माहित नाही. ठरवलं नाही अजून. इथून निघू बस.''

'टॅक्सी मिळेल...'ती म्हणाली.

'टॅक्सी नको. बसनं जाऊ.'

'बसने ?'

'हो.' तो म्हणाला

'केव्हा ? आता बस असेल ?'

पेट्रोलपंपावर जाऊन बघू.

'मिळेल ?'

न मिळायला काय झालं ? असं तो पूर्वीसारखं म्हणाला नाही तिच्यावर खेकसला.

'उगाच सतरा प्रश्न नको ग' ती गप्प झाली थोडा अशक्तपणा होता. बसचा प्रवास सहन होईल का वाटले. पण तिने ठरवले आता स्वतःच्या आजारपणाचा उल्लेख करायचा नाही. त्यानेही एकदाही विचारले नाही की आता कसं वाटतं म्हणून. ताप उतरल्यावरही नाही त्यापेक्षा तापात तसंच टाकून गेला असता तरी....असा टोकाचा विचार करताना तिला मनात कुठे असुरी समाधान वाटत होतं. असही वाटलं की मरूनच जायला हव होतं या तापात, आजारपणात, म्हणजे बरं झालं असतं....

बस एकदम थांबली. कचकन ब्रेक लागून. ती बेसावध होती. ती त्याच्यावर रेलली. पण चहात पडलेली माशी बाजूला करावी तसं त्यानं तिला दूर केलं. मग परक्याला म्हणावं तसं 'सॉरी' म्हणाला. सगळे उतरायला लागले तेव्हा कळलं की उतरायचं. तो तर केव्हाच उतरुन गेला. तिनं सामान काढलं. तिला उतरताना मदत हवी होती. पण तो बाजूला सिगरेट ओढत होता. एवढ्यात वाढलीच आहे, तिला वाटलं. खरं म्हणजे तो वास तिला कधीच आवडलेला नाही. एकांतात तर तो जास्तच जाणवतो. गडद वाटतो. आणि आता तर न आवडण्याइतकाही तो जवळ येत नाही. हातात सामान घेऊन ती बसच्या दाराशी उभी राहिली. काहीशा अपेक्षेने त्याच्याकडे पाहत. यापूर्वी गरज नसताना त्याने हात दिला आहे. खडकावरुन उतरताना चढताना...

तिची ताटकळलेली अवस्था लक्षात येऊन एक अनोळखी माणसाने तिच्या हातातलं सामान उतरवलं. 'थँक्स' ती पुटपुटली. बसमधून खाली उतरलेल्या सहप्रवाशांकडे तिनं बघितले. सर्वात त्यांच्याइतकं नवं कोरं जोडपं कुणी नव्हतं.

नवीन जोडपं असं या बसनं नाहीच येणार, तिला वाटलं. तिनं इकडेतिकडे पाहिलं. एका तोटी नसलेल्या नळातून पाण्याची बारीकशी धार येत होती. दहा-बारा पितळेच्या चकचकीत कळश्या तिथे नंबर लावून होत्या. एक बाई स्वत:च्या नागड्या पोरावर मिळालेलं थोडं पाणी ओतत होती. जवळच टिनशेड होते. तिथे तव्यावर दोसे बनत होते. नाश्तापाणी उरकायला ड्रायव्हरने सांगितलं. तिनं वॉटरबॅगमधल्या पाण्याने चेहरा थोडा धुतला. केसावरून कंगवा फिरवला. हलकेच पावडरचा पफ फिरवला. तो तिच्याकडे अत्यंत नाराजीनं बघत होता, हे तिच्या लक्षात आले. पण प्रवासात आपण सर्वांबरोबर असतो तेव्हा काही अदृश्य भिंती मनोमन स्वीकारतोच. ती वेळही तशीच असते. एकाला एक जोडलेली. किती सगळं वेगळंच असतं त्यावेळी !....तिला वाटलं. ती त्याच्या शेजारी बसली.

'काय खातेस ?' हे त्यानं विचारलंच नाही. दोसाच समोर आला.

'मला गुरुवार आहे.' ती म्हणाली.

'गुरुवार ! हुं' तो तिरस्कारानं म्हणाला. 'दिवसभरात काही खायला नाही मिळालं म्हणजे बसा...' तो हे रागाने म्हणाला.

दोसा परत करावा लागला म्हणून, तिच्याबद्दलच्या काळजीने नाही, हे तिच्या लक्षात आलं. मागच्याच गुरुवारी या साध्या सोप्या गोष्टी किती सुंदर होत्या ! दूध, फळं, मिठाई त्याने केवढा इंतजाम करुन दिला होता. आणि तरीही दिवसभराच्या तिच्या उपासाच्या कल्पनेनंच तो कासावीस झाला होता.

'कशासाठी उपास करायचा ?' त्यानं विचारलं होतं.

'नेहमी करत आले म्हणून.!

'पण आपण एखादी गोष्ट का करतो, हे निदान आपल्याला तरी माहीत असावं.'

'सांगू ?' तिनं हळूच विचारलं होतं.

'हं'

'तुमच्यासारखं माणूस मिळावं म्हणून.'

'मग आता कर नं बंद' तो म्हणाला होता.

'वा, मिळालं ते टिकवायला नको का ?' ती हसत म्हणाली होती. त्यावेळी आई म्हणायची ते आठवलं की उपास म्हणजे चित्तशुद्धी सगळं जगणं, जगण्याचा प्रत्येक क्षण उपभोगाच्या साखळीतच जोडलेला असताना हा उपास आपल्याला त्यापासून दूर नेतो. काही क्षण तरी...हा उपासाचा खरा अर्थ....मग आयुष्यातल्या लहान-मोठ्या प्रसंगी माणूस डगमगत नाही...आता आईला हे कळलं म्हणजे ती काय म्हणेल ? तिचे डोळे भरून आले.

'प्लीज, इथे तमाशा नको' तो ते शांत कोरडेपणानं म्हणाला. तिच्या जवळचे

सामान पाहून म्हणाला, 'सामान कशाला उतरवलं ?'

'मला वाटलं की इथेच उतरायचं ?'

त्याच्या कपाळावर एक त्रासिक आठी पडली.

ती आधीच बसमध्ये जाऊन बसली.

'नाव काय तुमचं ? कुणी तरी मराठीत विचारलं. तिनं पाहिलं. ऐक मध्यमवयीन बाई होती.

'सरिता' तिनं सांगितले 'सरिता दीक्षित.'

'मिस्टर काय करतात ?'

'इंजिनियर आहेत ?'

'सासर कुठे ?'

'अमरावती, माहेर अकोला', ती म्हणाली. त्याची नोकरी बडोद्याला आहे, हे तिला सांगावंसं वाटलं नाही. बडोदा तिनं ऐकलं फक्त होतं. त्यांचं लग्न जमल्यावर पत्रातून प्रत्यक्ष बोलताना बडोद्याच्या त्या दोघांच्या घराची, एकत्र राहण्याची पुष्कळ चित्रं तिच्यापुढे उभी होत गेली होतीही. पण आता दोघांनाच एकटं बडोद्याला राहणं कितपत जमणार होतं ?

'लग्न आता झालं ?'

'हो पंधराच दिवस झाले.'

'मग लग्न झाल्या झाल्या रामेश्वरलाच कसं !' त्यांनी विचारलं.

'ते अजून ठरलं नाही की कुठे जायचं. आमची-आमची टॅक्सी बिघडली. मग ही बस घेतली. आता कुठे तरी उतरु. 'ती घाईनं म्हणाली. आणि मागे वळून बोलत होती ते सरळ सीटवर बसली. बस सुरू झाली तो येऊन बसला...

तो पत्रातून म्हणाला होता.

'हनिमूनला एका ठिकाणी जाऊन पंधरा दिवस राहिले, असं मला आवडत नाही. पत्रातून किती बोललो ! किती ठरवलं ! ते सगळं खोटं व्हावं, विपरीत व्हावं असं काय घडलं ! अजून तर किती बोलायचं उरलं आहे'! ही तर सुरुवात फक्त ! की त्याच्याजवळ काही बोलता यावं अशी ही व्यक्ती नाहीच ! पुरी ओळख तरी कुठे पटली या माणसाची ! भावाचा मित्र म्हणून दोन दिवस घरी येणं, पसंती, पत्रिकेचा घोळ, साखरपुडा, पत्रं अन् बरोबर फिरणं. लग्न, हनिमून, हे ठळक ठळक थांबे काय ओळख करून देतात ! ओळख झाली ती फक्त शरीराची. तीही स्वत:च्याच शरीराची आणि तीही त्याच्या संदर्भात झाली. यापूर्वी आपल्या या शरीराची ते आहे एवढीच ओळख होती. पण ते असं कुणा दुसऱ्यासाठीरच असतं हे या काही दिवसांनी सांगितलं. लहानपणी दुधानी मांडी भाजली होती. किती दिवस मांडीला विचित्र डाग होता. पांढरा कच्च्या फणसाच्या आतल्यासालीसारखे पांढऱ्या डागांचे

बारीक ठिपके. आई काळजी करायची.

'काय होतं ग. मला चालतो तो डाग.' ती रागाने म्हणाली होती. हळूहळू डाग पुसट झाला. एकदा एकांतात त्याचे हात मांडीवरून फिरत असताना त्याला ही गोष्ट सांगितली तर तो त्या नसलेल्या डागावर ओठ टेकून म्हणाला होता. 'मला चालतं....'

अखेर उतरायचं ठिकाणं आलं. तिला हायसं झालं या अशा प्रवासात उतरायचं ठिकाण येतं तेही बरंच, तिला वाटलं. इथं ही बस कदाचित सोडून द्यायची होती. बसच्या उतारूंची सोय एका धर्मशाळेत केली होती. तिथे त्याला आवडलं नाही तो हॉटेल असेल बऱ्यापैकी तर बघायला गेला. पुन्हा त्याच्यासोबत एका खोलीत...तिला नको वाटलं. तो हॉटेल, खोली ठरवून आला. तेव्हा ती बोलून गेली. त्याच्याकडे बघत.

सर्वांसोबतच राहिलो असतो. वेगळी खोली कशाला...आणि असं बोलता बोलता त्याला घाबरून थांबली. शरमून तिनं नजर खाली केली. यापूर्वी एकमेकांच्या नजरा एकमेकांत गुंतत तेव्हा एक अननुभूत खेळ कसा सुरू होत असे ते त्याला आठवलं. त्याला एक क्षण तिची खूपच कीव आली. भित्र्या सशासारखी सिमटून गेलेली ती...कशी होती ! कशी झाली'! कशी वेळ आली ! एकमेकांत रमता येत नव्हतं. घरच्या प्रेमाच्या माणसांत परतावंसं वाटत नव्हत. ओळखीच्या लोकांपेक्षा अनोळखीच बरी वाटत होती.

तो बोलला नाही. पण यावेळी त्यानी सामान तिच्यावर सोपवलं नाही. स्वत: घेतलं; त्याने हॉटेल शोधलं. तो हॉटेलच्या दिशेनं जाऊ लागला. खोली हवेशीर होती. एक गॅलरी होती. तिथून ते डोंगराच्या कुशीतलं गाव चांगलं दिसलं. संध्याकाळचा सूर्यास्त पाह्यचा आणि निघायचं असं त्या कडंक्टेड टूरचं ठरलं होतं. त्यांच्याबरोबर पुढे जायचं नसलं तरी आज संध्याकाळचा सूर्यास्त बघायला जावं असं त्याला वाटलं. ती गॅलरीत उभी होती. तो तिच्यामागे येऊन उभा राहिला. निकट. अगदी निकट. त्याचा हात कदाचित खांद्यावर पडेल असं वाटत असतानाच तो दूरही झाल्याचं तिला जाणवलं.

'काही खायचं आहे ?' त्यानं यावेळी विचारलं.

'नको. काही थंड मिळेल.... ?'

'हो, न मिळायला काय झालं ?' तो जरासा पूर्वीच्याच लकबीनं म्हणाला. एखादी गोष्ट सहज आपल्या आटोक्यातली आहे. असं बोलताना त्याची ही लकब होती. ती तिला फार आवडली होती. या काही दिवसात ती कुठे लुप्त झाली होती ती पुन्हा दिसली. किती तऱ्हांनी ती लकब तिला परिचित होत गेली होती. लग्नाची बोलणी करताना त्याच्या बाबांनी ताणून धरलं तेव्हाही तिला म्हणाला, त्याच लकबीनं, 'मी आहे नं काळजी का करतेस ?' एकदा सेकंड शोला ती दोघं

गेली. बाराला सिनेमा सुटला. स्कूटर सुरू होईना.' गर्दी संपत चालली. सिनेमागृहाचा परिसर निर्मनुष्य व्हायला लागला. 'आता काय करायचं ?' तिनं काळजीनं विचारले. 'त्यात काय होतं'! तो हसून म्हणाला होता. 'जवळच मित्राकडे स्कूटर नेऊन ठेवू.'

'जमेल ? ओढत न्यावी लागेल.'

'हो, न जमायला काय झालं ?' तो एका विशिष्ट लकबीने म्हणाला होता.

'आई रागावेल, उशीर झाला म्हणून.'

'आणि बाबा ?'

'ते तर गाढ झोपले असतील.'

'ते गाढ झोपू शकतात, म्हणजेच काळजीचं कारण नाही. तू माझ्याबरोबर आहेस हे त्यांना माहीत आहे.'

'तुम्हाला सगळं सोपंच वाटतं !'

'सगळं नाही, तू कठीण वाटतेस मला'!'

'मी ?' तिनं आश्चर्यानं विचारलं.

'तू म्हणजे तूच नाही. तू...म्हणजे अशा नात्याने माझ्याजवळ आलेली तू...तुम्ही मुली कठीण वाटता मला...!

'का ? कठीण का ?'

'तुम्ही केवढा विश्वास टाकता एका अनोळखी माणसावर !'

'कां ? तुम्हीही तर टाकताच.'

'नाही. आम्ही तेवढा विश्वास नाही टाकत.' तो म्हणाला. 'तुम्ही म्हणजे उधळूनच देता. मला ते कठीण वाटते....'

'का तुम्हीही....' हे अर्धवट शब्द तिनं त्यावेळी उच्चारले नव्हते. का कोण जाणे त्या सुनसान वेळेला, तो स्कूटर ओढत नेत असताना, तिला तो प्रश्न आणि त्याचं येणारं उत्तर दोन्ही नको वाटलं. अशा विश्वासावरच नाती जडतात. हे खोटं ठरणारं काहीही समोर नकोच होतं. त्यावेळी....

'माझ्या बहिणीशी तुझी ओळख झाली नं ?' त्यानं विचारलं होतं.

'हो फार अबोल, गंभीर आहेत त्या.'

ती लग्नानंतर सहा महिन्यात परतून आली आहे.' त्यानं सांगितलं.

'हो ! मला वाटलं की लग्न झालंच नाही.'

'आम्हीच भासवलं तसं. माझ्या भावाच्या लग्नाला याच गोष्टीचा त्रास झाला. मग माझ्यावेळी हे सांगितलंच नाही. मला घरी राहायचंही नव्हतं. नोकरी बडोद्यालाच... 'तो म्हणाला होता. 'आता पहा ही गोष्ट आम्ही तुम्हा लोकांना नाही सांगितली आणि तुम्ही विश्वास ठेवलातही !'

'मी तर लहानपणापासून एक विश्वासासचं नातं अनुभवत आले आहे.' ती म्हणाली होती, ते तिला आठवलं. त्या दिवशी त्या सुनसान रस्त्यावरच काही भलतं होतं तर...निदान लग्न तरी टळतं. की त्यानं आपल्याला सोडवलं असतं !

'त्यात काय होतं !' तो बेफिकीरपणे म्हणाला असता का'? जे फक्त नाटका सिनेमातून, गोष्टींतूनच अनुभवतो.... नेहमी फक्त दुसऱ्याकरताच असतं. तेच आपल्या वाट्याला प्रत्यक्ष येतं तेव्हा....

तो तिच्याकरता थंड मागवायला निघाला. तेव्हा ती त्याचा हात घट्ट धरून म्हणाली, 'मी, मी पण येते...इथे एकटी नाही राहत.'

त्यानं तिचा हात जवळ जवळ त्वेषानं झटकून टाकला. इतक्या त्वेषान की ती चकितच झाली. हा एवढा टोकाचा राग ? हा कुठे साचून राहिलेला होता ? तो गोल्डस्पॉट घेऊन आला तेव्हा ती दारातच उभी होती. ती दारातून दूर झाली.

'सॉरी' तो सावरून म्हणाला.

ओपनरने उघडून बाटली समोर केली.

'नको' ती थंडपणे म्हणाली.

'सॉरी म्हटलं ना !' तो जरासा चिडून म्हणाला. तरी तिनं ती बाटली हातात घेतली नाही. 'मग फेकून देऊ ?' तो रागावला. तरीही ती बोलली नाही. निदान हा एवढा तरी नकार निश्चित आपल्या हाती आहे. तिला वाटलं... भूक नव्हती. जेवावंसं वाटत नव्हतं. त्याच्याकडे पाठ करून तिनं कपडे बदलले. आता एकांतालाही काही अर्थ उरला नव्हता. ती त्याच्याकडे पाठ करून झोपली. एका कडेला पलंगाच्या. तोही टेकला. छताकडे बघत... एक आठवलं. एकदा तो तिच्याकडे आला तेव्हा सगळी लग्नाच्या निमित्ताने बाजाराला गेली होती. तिचे आई-बाबा, दोन बहिणी. इकडचं तिकडचं बोलणं झाल्यावर त्यानं दार बंद केलं. तिला जवळ घेतलं. इथपर्यंतही ठीकच होतं, पण त्याचे हात तिच्या गाऊनचे हुक काढायला लागले, तेव्हा ती एकदम बाजूला झाली. अगदी निकरानं.

'हेच जर करायचं असेल तर महिन्याभरानी होणारा लग्नाचा समारंभ कशाला....'

तिच्या वरवर शांत दिसणाऱ्या शब्दांना एक धार होती.

'सॉरी' तो म्हणाला होता.

'फिरायला चलतेस ?' लग्नानंतर एकदा तो म्हणालेला. रात्री जेवणानंतर दिवसभराची उठ-बस, पाहुणे, येणं-जाणं. ती थकली होती. ते त्याला कळलं.

'असू दे, खोलीतच बसू बोलत' तो समजून म्हणाला. त्यानं तिच्याकडं पाहिलं. विस्कटलेले केस, साडीही संध्याकाळी बदलली नव्हती. तिची सैल वेणी पेडातून सुटू पाहत होती. त्यानं तिला सांगितलं होतं की अशी थकलेली ती त्याला जास्त आवडली. घरच्या जुन्या मुरलेल्या बाईसारखी वाटली म्हणून. सांगून आलेली

मुलगी, लग्नाच्या आधीची प्रेयसी नंतरची पत्नी आणि ही आताची अशी - घरात पूर्णपणे मिसळून गेलेली. नवेपण संपवून. त्याला जसे शब्द सापडले तसे ते त्यानं तिला सांगितले होते.

'सगळे पाहुणे गेलेत ?'

'हो.'

'खूप उठबस झाली नं ?'

'त्यात काय, आपलीच तर माणसं !'

'कसं जमतं तुम्हाला ?'

'काय जमायचं ?'

'हेच सगळ्यांना आपलं म्हणणं, मानणं.'

ती हसली होती.

'मला असं कोणालाही नाही आपलं मानता येतं.' ती बोलली नव्हती, मग त्यानं विचारलं होतं. 'तुला ताई काही बोलली नाही ना ?'

'नाही.'

'पण बोलली तर तू लावून घेऊ नको. ती जरा चिडचिडी झाली आहे.'

'त्यांच्याकरता चांगला मुलगा बघू आपण.'

'नाही म्हणते ती.'

'नाही म्हणतीलच त्या. एकदा पोळल्यात ! पण त्यांचे ते सहा महिने हा संपूर्ण आयुष्याचा अतिशय थोडाच भाग आहे. तेवढा तुकडा कापून फेकता येऊ शकतो हे त्यांना सांगितलं पाहिजे.' ती म्हणाली होती. ते आवडून त्यानं तिचा हात हातात घेतला होता.

'परवा आपण निघणार.' तो म्हणाला होता.

'फर्स्ट क्लासचं रिझर्वेशन आहे.'

'हो.'

'तिथंही कॉटेज बुक केली आहे.'

'हो.'

'नुसती हो हो काय करतेस ?'

'मी फार सामान्य परिस्थितीत वाढले आहे.'

'पण हे सगळं काही खूप असामान्य नाही.' तो हसून म्हणाला होता.

'पण तरीही मला या सगळ्याच गोष्टींचं अप्रूप वाटतं.'

'आमचं घर तुला आवडलं, आपलं वाटलं... !'

'हळूहळू मी ते कळून घेते आहे...' ती एकदम हो म्हणाली नाही, तेही त्याला आवडलं होतं.

'हो, तुम्हाला वरणातला कांदा पांढरा चालत नाही. सांबराची देठं नकोत. भात वाफेभरला असाही नको फडफडाही नको.'

'कुणी सांगितलं ?'

'सांगायला कशाला हवं....'

'तुला काय आवडतं ?'

'मला ?.... आमचे असे लाड नाहीत. खाण्याचे, कपड्याचे, आवडीनिवडीवर कधी भरच दिला नाही.'

'पण काही आवडी तर असतील.'

'सांगू ! मला कारल्याची भाजी फार आवडते.'

'मग सांगतो उद्या आईला करायला....'

'नको हो.'

'आणखी एक आवड आहे...'

'कसली ?'

'प्रवास खूप करावा... ठरवून नाही, न ठरवता. हवं तिथं चढायचं, हवं तिथं उतरायचं. हिंडायचं मनसोक्त...'

'एकटं की बरोबर ?'

'आता तुम्ही आहात तेव्हा बरोबरच... पण जेव्हा तुम्ही नव्हता तेव्हा...'

'तेव्हा काय ?'

'तेव्हा सुद्धा हा प्रवास कधी एकटीचा नव्हता. सोबत कुणीतरी होतंच...'

'पण आता ते कुणीतरी म्हणजे मीच...'

'हो'... ती हसत हसत म्हणाली... त्या आठवणींनी ती अस्वस्थ झाली. उठून बसली. तोही जागाच होता.

'मी आईकडे जाऊ काही दिवस ?'

'नको नको' तो एकदम म्हणाला.

'म्हणजे तुम्ही स्थिर होईपर्यंत..... ?'

म्हणजे ही स्थिर झाली का ? त्याला वाटलं.

'जरा वेळही जायला हवाच....' ती म्हणाली. तिनं पुन्हा सुचवून पाहिलं. 'मी... मी परत जाऊ का ? मी अजून नोकरी सोडली नाही. जमलं तर नव्यानं सारं सुरू करून पाहू. काहीतरी वेगवेगळं रूटीन सुरू करून पाहू काही दिवस. 'काहीतरीच काय ?' तो चिडून म्हणाला. तिनं त्याच्याकडे पाहिलं. तो दुबळा होता. ठाम नव्हता. अस्थिर तर होताच. पण खोटा नव्हता. हे तिला कळलं. ती त्याच्याजवळ सरकली, तो बाजूला झाला नाही. तिनं त्याच्या हातावर हात ठेवला तो त्याने दूर केला नाही. तिनं त्याच्या केसांतून हळूच बोटं फिरवली. यावेळी त्यानं

ती झटकून टाकली नाही. तिला मग कळलं की 'त्यात काय होतं !' असं बेफिकीरपणे म्हणण्याची पाळी बहुधा तिची आहे.

'हे असं काही काळानंतर घडतं तर बरं होतं.' ती हळूच म्हणाली.

तो तिच्याकडे पाहत राहिला. नंतर काय आता काय ! कधीही होऊ नये अशीच ही गोष्ट होती. त्याचं तसं पाहणं कळून ती म्हणाली, 'सगळंच आपल्या हाती नसतं. काही थोडंच असलं तर एवढं तरी असायला हवं होतं की एकमेकांची पूर्ण ओळख झाल्यावर हे घडतं, तर आपल्याला इतका त्रास झाला नसता.'

'काय म्हणतेस ते मला काही नाही कळत.'

'एकमेकांना सगळ्या मर्यादासंकट पुरं समजून घेण्याकरता वेळच कुठे मिळाला आपल्याला ! आणि हे मधेच असं झालं....' ती त्याची नजर टाळत म्हणाली. ती म्हणते त्यात तथ्य आहे असं त्याला वाटलं. ती उठली. त्याला म्हणाली, 'सध्या तरी आपण असं एकटं दोघंच नाही राहू. चारचौघात जाऊ. आपली बस उतरली त्या धर्मशाळेत. निदान काही ठरेपर्यंत तरी...'

ती दोघं धर्मशाळेत गेली. त्यांचं जेवण सुरू होतं. सर्वांनी त्या दोघांचं स्वागतच केलं. त्या दोघांइतकं नवीन लग्न झालेलं तिथं कुणीच नव्हतं. सर्वच अर्ध्या वयाचे. त्यांचं नवीनपणच सर्वांना भावलं. साऱ्यांनी त्यांना जेवायला लावलं. त्यांच्या बरोबर दहीभात, सांबारभात, लोणचं, पापड, चटणी. भूक नव्हती तरी जेवण गेलं. रुचकर लागलं. गेल्या तीन-चार दिवसात प्रथमच त्यांच्या जिभेला चव आली. जेवताना गप्पा रंगल्या. नाव-आडनाव, नोकरी-व्यवसाय, घरदार, त्यांच्याबरोबर चलण्याचा आग्रह, सारं अगदी वरवरचंही नाही आणि जास्त खोलही नाही. ती होती काही तासांच्या सहप्रवासातली एकमेकांबद्दलची शुद्ध जिज्ञासा...

'आप सर्व्हिस करती है ?' तिनं दिलेल्या माहितीवरून विचारला गेलेला प्रश्न.

'हाँ, करती थी.'

'अब नही करेंगी, क्या...'

'पता नही ये लोग क्या कहते है ।' ती बोलून गेली. ते सांगताना तिला स्वतःचं आश्चर्य वाटलं. याला लग्नाला हो म्हणताना, याच्याबरोबर फिरताना, याच्याबरोबर एकांतात असताना, याच्याबरोबर बडोद्याला जायचं ठरवताना स्वतःबद्दलच्या कितीतरी गोष्टींचा विचारही आपण सोडून दिला होता. तो आपल्याला शिवलाही नव्हता.... !

त्या लोकांबरोबर ती दोघं सूर्यास्त बघायला गेली. जाताना सगळ्या जणींनी गजरे माळले. तिला घ्यावा लागलेला गजरा तिनं फक्त हातात धरून ठेवला, माळला नाही...

रात्रीच बस मदुराईकरता निघत होती.

'जाऊ मदुराईपर्यंत' तो म्हणाला .

'मग पुढचं बघू'

ती बोलली नाही. तिला रामेश्वरही चाललं असतं. तिनं कधी पाहिलं नव्हतं. पण आई सांगायची, पुलाच्या दोन्ही बाजूला समुद्र, त्यातले ते उथळ खडक, धनुष्कोटी. समुद्रावर रामाने बांधलेला सेतू. रामाच्या पादुका, तिथून दिसणारी लंका... दूरवरची... मदुराईच्या दिशेने बस धावायला लागली. तेव्हा तिच्या पुढे रामेश्वरचा न पाहिलेला समुद्र आला... आणि रामाने सीतेपर्यंत पोचण्यासाठी तीव्र अशा आकांताने समुद्रात टाकलेले दगड.... त्याच्या आकांताचे सारे कल्लोळच रामाने जिथे त्या वानरात पेरून दिले... ते रामेश्वर...

'आपण-आपण जायचं रामेश्वरला.' तिने त्याला भीत भीत विचारलं.

'नाही.' तो तटकन तोडून टाकत म्हणाला. रामेश्वर त्याने त्याच्या आईबरोबर पाहिलं होतं. त्यावेळच्या आठवणी अगदी भिकार, दरिद्री, भणंग गावाच्याच होत्या. रामेश्वराचं भव्य मंदिर आणि गावचं ते बकालपण याचा मेळ त्याला पुढेही कधी लागला नव्हता. समुद्रकिनाऱ्यावर तर घाणच होती. आणि आता तर त्याला देवळांचा, दर्शनाचा मनापासून तिटकारा होता. देवावरही विश्वास ठेवण्याआधी प्रथम स्वत:वरच हवा विश्वास. नंतर देवाबिवाचा नंबर. त्याला वाटलं. तो तटकन नाही म्हणाल्याने तिचा चेहरा उतरून गेलेलाही त्याला दिसला. पण त्यानं लक्ष दिलं नाही.

सकाळी नऊला मदुराई आलं.

धर्मशाळेत उतरून अंघोळी करून सारे मंदिरात जाणार होते. तो अंघोळ न करताच कुठे गेला. त्याला मंदिरात रस नव्हता. गावात भटकून येतो म्हणाला, आणि गेलाही. ती मात्र सर्वांबरोबर मंदिरात गेली. मंदिराच्या आवारातून स्तंभासतंभातून फिरताना तिला वाटलं की फक्त देवाच्या दर्शनाकरताच हे मंदिर आहे असं थोडंच आहे ! यातला देव हे तर एक निमित्त असेल. या मंदिराशी किती तरी गोष्टी निगडित असतील. कितीतरी कलावंतांचे हात इथल्या गोपुराला लागले असतील. देवाला वगळूनही मंदिर बघता येत नाही का ? परदेशी माणसं बघतात तसं !

ती आपल्या सहप्रवाशांसोबत फिरली. चांगलं जोडीने दर्शन घ्यायचं हा त्यांचा बुजरूक आग्रह तिनं लावून घेतला नाही. तिनं त्यांच्या सोबत जेवूनही घेतलं. विश्रांतीनंतर बस निघायची वेळ झाली तरी तो आला नव्हता. या बसबरोबर पुढे जायचं की काय हेही ठरलं नव्हतं. कंडक्टर दुसऱ्या सीट घ्यायच्या का विचारू लागला. सगळे बसमध्ये बसले. तिला विचारू लागले. ती बसमध्ये चढणाऱ्यांची गडबड बघत बाजूला उभी राहिली. मीनाक्षी मंदिराच्या गोपुरावर मावळतं ऊन चमकत होतं. बस रामेश्वरकरता उभी होती. आणि ती आपलं सामान सांभाळून बाजूला फक्त त्याची वाट बघत उभी राहिली. आणि त्यावेळी एक क्षण वाटलं की

या मुक्कामावरच आपल्याला सोडून द्यायचं तो ठरवून गेला असेल ? क्षणभरच पोटात खड्डा पडल्यासारखं झालं. क्षणभरच... पण दुसऱ्या क्षणी स्वत:चीच शरम वाटली. दोघांनाही जोडून ठेवणारं सारंच संपल्यासारखा हा विचार का आला आपल्या मनात ! त्याचं सामानही तर आपल्या जवळच आहे, त्याचीही तडफड काय आपण बघितलीच नाही ! बस निघूनही गेली तरी त्याच्याकरता आपल्याला इथे थांबायचंच आहे हे तिला लख्ख समजलं.

उशीर होऊ लागला तसे बसमधले उतारू काव काव करायला लागले. मग ती म्हणाली की घ्या तुम्ही दुसरी सीट... कंडक्टर 'रामेश्वर दो सीट'चा पुकारा करू लागला आणि तो आला. सगळे पाहत आहेत हे त्याला जाणवलं. 'सॉरी' तो म्हणाला. बसमध्ये न चढता त्याची वाट पाहतच उभी असलेल्या तिच्याकडे त्याने पाहिलं. त्यानं दोन सीटचे पैसे दिले. तिच्या हातातलं सामान घेतलं. डिकीत ठेवलं. तिला म्हणाला, 'सॉरी'

बस सुरू झाली, तेव्हा ती म्हणाली हळूच. 'दुसरीकडे कुठे गेलो असतो.'

'कशाला ! विचार करायला त्रास होतो. जे समोर आहे ते करू. मग पुढचं पुढे.'

ती बोलली नाही.

'सॉरी, तुला टेन्शन आलं असेल नं !'

'थोडंसं.'

'खूप वाट पाहिली का ?'

'तशी वाट नाही पाहिली. या बसनं पुढं जायचंच नव्हतं ना ? पण मग तुम्ही मला शोधलं तरी कुठं असतं ! म्हणून इथेच उभी राहिले.'

'सॉरी' तो म्हणाला.

'पंधराला तुम्ही जॉईन होणार ना ?'

'सुट्टी वाढवता येईल पण वाढवून काय करायचं.'

'मी जरा आईकडे थांबीन म्हणते.'

'सगळे काय म्हणतील ?'

'म्हणतीलच, पण त्यांना सांगता येईल. हवं तर माझ्या नोकरीचं कारण पुढे करता येईल. आपल्याला तेवढा वेळ मिळेल. शेवटी आपल्याला काय म्हणायचं आहे हेच महत्त्वाचं सगळ्यापेक्षा.' ती त्याच्याकडे न पाहताच म्हणाली. बरचसं स्वत:शीच.

बस वेगात होती. बाहेरच्या मोकळ्या सांजवाऱ्यानं एक सहज अंतरीचं बोलणं आठवलं.

हॉटेलमध्ये जेवणाची ऑर्डर देताना तिनं त्याला सांगितलं, 'मला बटाटा नको हं, मला कुठल्याही भाजीतसुद्धा बटाटा आवडत नाही.'

'अरे, मला माहीत नव्हतं. मला बटाटा हवा असं काही नाही.'

'आई म्हणायची नवऱ्याकडे गेलीस की होशील सरळ !'

'का, सरळ का व्हायचं ? नाही आवडत तर नाही खायचं.'

'एवढं सोपं नसतं ते.'

'का पण ! का नसावं ?' तो म्हणाला.

'बघू नं' ती गमतीनं म्हणाली.

'तुम्ही नं कधी साध्या सोप्या गोष्टी कठीण करून टाकता आणि फार कठीण गोष्टी सोप्या जातात तुम्हाला.'

'म्हणजे ?' तिला कळलं नव्हतं.

'साधी गोष्ट... ज्या माणसांबद्दल तुम्हाला फारसं काही माहीत नाही, त्याच्याबरोबर आयुष्य काढणं किती कठीण, पण तुम्ही ते सहज करता...

'हे तर तुम्हालाही लागू आहे.'

'पूर्णपणे नाही' तो हसून म्हणाला होता.

सकाळी बस मंडपमला पोचली. तिथेच बस ठेवून पुढे जायचं होतं रेल्वेनं. पुलावरून गाडी जात होती. दोन्ही बाजूला समुद्र किती वेळ तरी सोबत करत होता. दोन्ही बाजूचे किनारे नजरेच्या टप्प्यात येत नव्हते. यावर सकाळचं कोवळं ऊन चमकत होतं. पुलाजवळचा समुद्र उथळ होता. त्या पारदर्शक नितळ पाण्यातून तळाची वाळू दिसत होती. आणि मोठे मोठ पसरट खडक होते. त्यावर शेवाळं माजलेलं होतं. रामेश्वरचा समुद्र कुठेतरी उथळ आहे. ती जागा शोधून रामाने दगड टाकत नेले. तिच्या अंगावर थरार आला. त्या दगडांना इथूनच सुरुवात झाली असेल का ? बाजूला समुद्र संपत आला. पडाव किनाऱ्याला नांगरलेले दिसले. तिथे मुलं खेळत होती. काही कोळी जाळं टाकून पडाव समुद्रात नेत होते. बायका धुणी धूत होत्या. समुद्र आता मधूनमधून दिसत राहिला.

गाडी रामेश्वरला पोचली. 'काय करायचं ?' तिनं अपेक्षेनं त्याच्याकडे पाहिलं. तो काहीच बोलला नाही. सर्वांबरोबर समुद्राकडे गेला. मागोमाग तीही. सर्व समुद्रस्नानाला उतरले. तोही उतरला. ती वाळूत बाजूला उभी राहिली. त्याचं घड्याळ, पाकीट, पँट सांभाळत. सर्वजण समुद्रात उभं राहून सूर्याकडे तोंड करून अर्घ्य देत होते. तो मात्र नुसता पोहत होता. त्यालाही या सागरावर आलेल्या सूर्यबिंबाला अर्घ्य द्यायला सांगावं असं तिला वाटलं. पण ते त्याला आवडलं नसतं. असंच वाटून ती बोलली नाही. तो पाण्यातून बाहेर आला. तिनं दिलेल्या टॉवेलनं अंग कोरडं करत म्हणाला, 'चांगल्या पाण्याने अंघोळ करायला हवी. तू जा आता.'

'नको.'

'समुद्रात उतरत नाही ?'

'नाही.'

'या लोकांचा तर आता देवळाचा प्रोग्रॅम असेल. मला इंटरेस्ट नाही. तू जा. मी या लोकांनी कुठे उतरायची सोय केली असेल ती बघतो.'

'मला देवळात जाता येणार नाही.'

'का ?' ती बोलली नाही. त्यानं तिच्याकडे पाहिलं. सूर्याची तिरीप समुद्राच्या पाण्यावरून तिच्यापर्यंत थेट येत होती. ती खाली पाहू लागली. चेहरा थकलेला होता.

'इथपर्यंत आलो पण हे भाग्यात नव्हतं.' ती निराशेनं पुटपुटली. पण त्याचे डोळे चमकले. शेवटी यातून काही रुजलं तरी नाही. आता कदाचित नवी सुरुवात-थोडी ॲडजस्टमेंट... काही होऊ शकेल तरी... सगळंच हातातून सुटलं असं नाही झालं.

'समुद्रस्नान नाही करत ?' त्या ओळखीच्या झालेल्या बाईनं विचारलं.

'नाही' ती म्हणाली.

'देवळात कशा याल मग ?'

ते मग तिनं त्या बाईंना हळूच सांगितलं. तिला वाटलं की त्याला म्हणावं, मी नाही जाऊ शकत देवळात. पण माझ्याऐवजी माझ्याकरता तुम्ही तरी जा. देऊळ म्हणून उपहासानं का बघायचं !

हजारो वर्षांचा इतिहास घेऊन ही मंदिरं उभी आहेत. आपल्या आधी किती लोक येऊन गेले असतील आणि किती येत राहतील. यातून स्वत:ला वगळण्यापेक्षा त्यातलं एक होण्यातच गंमत आहे नं ! नमस्कार करू नये हवं तर-पण एकांत नकोसा झाला म्हणून तर आलो या सगळ्यांमध्ये मग या सगळ्यांसोबत राहण्याचा हाच तर खरा अर्थ !

दोघं निघाली, वाटेत खूप दुकानं होती. तिनं काही घेतलं नाही. त्यानं विचारलं नाही. उतरण्यासाठी एका पंड्यानी बसच्या उतारुंची व्यवस्था केली होती. तिथं ती दोघं आली. नळाला गोड पाणी होतं. अद्याप कुणी आलं नव्हतं. थोडा निवांतपणा त्याला यावेळी हवासा वाटला. या निवांत क्षणाला त्या एकांताच्याही काही कडा भिडलेल्या जाणवल्या, ज्याला ती दोघं या काही दिवसात टाळत आली होती.

तुझा ताप कसा आहे ?'

त्यानं एकदम विचारलं. इतक्या दिवसानंतर आता. तिला किंचित हसू आलं.

'ताप तर कधीच गेला.'

पण अशक्तपणा असेल ! किती ताप होता. मी घाबरून गेलो होतो. तो म्हणाला.

तिला हवी होती ती त्याची प्रतिक्रिया आता आली होती. उशीरानं पण तीही. याचं घाबरणंही तिच्याकरता नव्हतं. ते त्याच्या स्वत:करताच होतं. खरं म्हणजे याचं सगळं वास्तवही अगदी लहानसच होतं. एकाद्या डबक्यासारखं आणि आपलंही याहून काही वेगळं नाहीच. ती थोडी समंजस हसली.

‘का हसतेस’

‘काही नाही सहज’ ती ओले केस पुसत म्हणाली.

ती न्हाऊन केस पुसत होती तेव्हा तो म्हणाला, ‘तुझे केस इतके मोठे आहेत हे आज पाहतो.

‘कुठे भटकून खाऊन यायचं की बाकीच्यांकरता थांबायचं ?’ त्यानं तिला विचारलं.

‘आपण इथं असं रामेश्वरला येऊ असं वाटलं नाही, नाही ?’ तो म्हणाला.

तिनं पाहिलं, तो काही विचारू, सांगू पाहत होता. त्याच्यातला हा सूक्ष्म बदल गेल्या काही दिवसात तर प्रथमच तिला जाणवला. धनुष्कोटीला काही ठराविक अंतरापर्यंतच जाता आलं. पुढच्या पाच-सहा किलोमीटरचा रस्ता पायी जाण्याचा होता. पूर्वी बसही जायची. हा रस्ता संपतो तिथून रामाने समुद्रात सेतू सुरू केला होता. तिथूनच दगड पेरत नेले होते. सगळे त्या समुद्र किनाऱ्यापाशी थांबले. ती सगळ्यांबरोबर उभी होती. तो जरा बाजूला एकीकडे उभा होता. ती बघत होती. पुढची वाट आता दुर्गम होती. तिथे एल. टी.टी.ई. च्या लोकांचा उपद्रव होता. त्यांनी तो सेतूचा रस्ताच कठीण करून टाकला होता. तिनं वाकून तिथलं समुद्राचं पाणी ओंजळीत घेतलं. पापण्यांना लावलं. समुद्रात पुन्हा सोडून दिलं. एका मुठीत तिथली वाळू उचलली. हातात तिचा स्पर्श अनुभवला. ती रुमालात बांधून घेतली. तिथून खरंच समुद्र उथळ झालेला तिला जाणवला. हेच ते समुद्राचं पाणी. हीच वाळू. हे पाणी लाटालाटांनी सेतूच्या जागेपर्यंत तर जाईलच. त्याला तर कोणी अटकाव नाही नं करणार ! समुद्रावर कितीतरी वादळं, तुफानं आली असतील. त्यानं किनारे बदलले असतील. जुने रस्ते मोडले असतील. पण पाणी तेच असेल. लाटाही त्याच आणि वाळूही तीच. यावरचं निळं सर्वसाक्षी आभाळही तेच तर असेल ! तिला उचंबळून आलं.

बिभिषणाचं मंदिर उंचावर होतं. समुद्राच्या कडेने रस्ता गेला होता. समुद्र गंभीर होता. संध्याकाळचं वारं शिडात घुसावं तसं तनमनात शिरत होतं. या समुद्रकिनाऱ्यावर फारशी वर्दळ नव्हती. नारळाची झाडीही इथे विरळ होत गेली होती. बिभिषणाच्या मंदिरासमोरचा सारा किनाराच विरक्त, विरागी होऊन गेला होता. सगळे जण इतस्तत: विखुरले. ती मंदिराच्या पायऱ्यांवर एकटीच बसली, समुद्राकडे तोंड करून. कुणीतरी मंदिराच्या पायऱ्या चढताना तिला म्हणालं,

'वरनं लंका दिसते म्हणे'

दुसरं कुणी म्हणालं. 'रामाच्या पादुका आहेत तिकडे...'

'तिकडून लंका दिसते' ती त्यांच्याशी काही बोलली. त्यांनी दाखवलेल्या दिशेनं तिनं पाहिलं. दूरवरची लंका असेलही इथे नजरेच्या टप्प्यात. तो समोरचा निरामय समुद्र आणि दूरवर ती फक्त भासमान होणारी लंका. केवढं अंतर ! मधला हा समुद्र कुठे उथळ कुठे खोल. रामाचा शोध आणि एका आकांतानं त्याचं सीतेपर्यंत पोहोचणं. त्याचा पराक्रम, कीर्ती काहीही नव्हतंच महत्त्वाचं. रामाच्या उरातला तो पराकोटीचा टोकाचा कल्लोळ हाच खरा होता. तोच खरा सेतू. बाकी सारं उपचारापुरतं होतं. रावणाचा स्पर्श झालेली सीता ही प्रथम त्याचीच होती. म्हणून केला होता तो जिवाचा यज्ञ आणि संहार. बाकी रामाची सगळी ओळख ही अपूर्ण, अधुरी होती. सीतेपर्यंत पोहोचताना त्याच्या उरातल्या तीव्र होत गेलेल्या त्या आकांताखेरीज इतर सारं बिनामहत्त्वाचं क्षुद्र कसं होत गेलं असेल !

हजारो वर्षापूर्वीचे ते सारे कल्लोळ आज आपल्यापर्यंत येऊन पोहोचलेत. अंशत: तरी ते आपण अनुभवलेत ! नाहीतर माणूस स्वत:लाच परका झालाय. एकमेकांपासून तुटत चाललाय. त्याचा मुळी कुणावर, कशावर विश्वासच नाही उरला. अखेर ही सगळी माणसाने माणसावर टाकलेल्या विश्वासाचीच ना कहाणी ! नाहीतर मग सारंच खोटं होतं ! तसं संपूर्ण निखळ शुद्ध असं काय असतं ! काय सापडतं ! पण या विश्वासातून जाणारी वाटच जास्त शुद्ध असू शकेल न ! की सारे हीण या तीव्र कल्लोळातून शुद्धच होऊन निघत असेल ? ती थरथरली. तिच्या डोळ्यात एका आवेगानी पाणी आलं. ती झाडं, संध्याकाळ, तो समुद्र, मंदिर, मंदिराच्या पायऱ्या, इतस्तत: विखुरलेली बसमधली माणसं सारं डोळ्यातल्या पाण्यानं अंधुक झालं. तिनं गुडघ्यात मान घातली.

'काय झालं ?' तिच्या जवळ येऊन त्यानं विचारलं.

'नाही, काही नाही. असंच' ती सावरून म्हणाली.

'काय झालं सरिता, सांग ना'

त्याच्या स्वरात तो पूर्वीचा ओलावा पुन्हा उमटतो आहे, हे तिला जाणवलं. पण आपण त्याला हे काहीच सांगू शकणार नाही. हे सगळं आपल्याला त्याच्यापर्यंत पोहोचवणं फार कठीण जाईल हेच तिला कळलं. एका विलक्षण एकाकीपणात हे सारे कढ हळूहळू विरत विरघळत गेले. सारे पुढे गेले होते. पायऱ्यांवर ती दोघंच उरलेली. अंधार अजूनही उजेडाला एका पदरानं धरून ठेवत होता. लहान मुलानं विश्वासानं

आईचा पदर धरावा तसा. सगळ्यांनी खुणा करून आवाज देऊन त्या दोघांना बोलावलं. परतायची वेळ झाली होती. तो प्रथम उठला नंतर ती. आता गरज नव्हती

तरी त्यानं तिला हात दिला. तो काहीशा संकोचानं तिनं त्याच्या हातात दिला. अखेर दोघांनाही घरी परत जाण्याचा रस्ता तर सापडला... तिला वाटलं. सारी खोळंबली होती. त्याचा हात सोडून ती घाईनं सगळ्यांमध्ये गेली. तो सावकाश पायऱ्या उतरत होता.

❑

मिळून साऱ्याजणी, दिवाळी ९६

www.ingramcontent.com/pod-product-compliance
Lightning Source LLC
LaVergne TN
LVHW021047100526
838202LV00079B/4751
* 9 7 8 8 1 7 7 6 6 0 2 5 8 *